LƯỢC SỬ PHẬT GIÁO
VÀ HỒI GIÁO
TẠI AFGHANISTAN

LƯỢC SỬ PHẬT GIÁO VÀ HỒI GIÁO TẠI AFGHANISTAN

ALEXANDER BERZIN - Người dịch: Thích nữ Tịnh Quang

ISBN-13: 978-1-0917-1322-2
ISBN-10: 1-0917-1322-7
© All rights reserved. No part of this book may be reproduced by any means without prior written permission.

ALEXANDER BERZIN

Người dịch: Thích nữ Tịnh Quang

LƯỢC SỬ PHẬT GIÁO VÀ HỒI GIÁO TẠI AFGHANISTAN

UNITED BUDDHIST PUBLISHER
NHÀ XUẤT BẢN LIÊN PHẬT HỘI

MỤC LỤC

THAY LỜI TỰA 7

CHƯƠNG I.
LƯỢC SỬ PHẬT GIÁO & HỒI GIÁO TẠI AFGHANISTAN 11
- Địa lý 11
- Sự hiện diện của Phật Giáo vào buổi đầu 11
- Trường phái Nhất Thiết Hữu Bộ
  và Vương quốc Graeco-Bactrian 13
- Thời Đại Kushan 15
- Người White Huns và Turki Shahis 17
- Tây Thổ Nhĩ Kỳ (The Western Turks) 18
- Thời đại Umayyad và sự mở đầu của Hồi giáo 20
- Liên minh Tây Tạng 22
- Đầu thời kỳ Abbasid 24
- Cuộc nổi loạn chống lại đế chế Abbasids 26
- Triều đại Samanid, Ghaznavid, và Seljuk 29
- Triều đại Qaraqitan và Ghurid 33
- Thời kỳ Mông Cổ (Mongol) 35

CHƯƠNG II
SỰ GIAO THOA LỊCH SỬ GIỮA VĂN HÓA PHẬT GIÁO
  & HỒI GIÁO TRƯỚC TRIỀU ĐẠI MONGOL 41
Giới thiệu: Khuynh hướng viết Sử 41
Phần I: Thời Đại Umayyad Caliphate (661 - 750 CE) 46
   1. Sự truyền bá của Phật giáo tại Trung Á và
      những vùng phụ cận trước kỷ nguyên Ả Rập 46
   2. Sogdia và Bactria trước thời kỳ Umayyad 63

3. Sự chạm trán đầu tiên của Tín hữu Hồi giáo
    và Phật tử Châu Á 68
4. Sự xâm tràn của những người Hồi giáo đầu tiên
    vào Tiểu Lục Địa Ấn Độ 80
5. Tây Tạng trước lúc Giáo sĩ Hồi giáo đầu tiên đến 90
6. Sự mở rộng thêm đế chế Umayyad tại West Turkistan 108

Phần II: Đầu thời kỳ Abbasid (750 - Giữa Thế Kỷ 9 CE)................121

7. Sự vượt lên của đế chế Abbasids và
    sự suy tàn của nhà Đường Trung Quốc 121
8. Sự cải đạo của người Eastern Turks (Đông Thổ Nhĩ Kỳ) 126
9. Việc chuyển đổi Tôn giáo của
    người Duy Ngô Nhĩ (Uighurs) 137
10. Tranh chấp của bè phái Hồi giáo
     và Tuyên ngôn của chiến tranh Hồi giáo....................145
11. Ý đồ chính trị - tôn giáo của Tây Tạng
     vào cuối thế kỷ thứ 8 160
12. Việc thành lập những Vương quốc Phật giáo
     bởi người Uighurs (Duy Ngô Nhĩ) 178

**Phần III: Sự truyền đạo của Hồi giáo xuyên qua
    các bộ tộc Thổ Nhĩ Kỳ (840 - 1206 CE)..........................194**

13. Sự thành lập những đế chế mới tại Trung Á 194
14. Thành lập hai quốc gia Phật giáo Thổ Nhĩ Kỳ đầu tiên 205
15. Chiến dịch Qarakhanid chống lại Khotan....................211
16. Phân tích về việc bao vây Khotan 221
17. Tangut, Tây Tạng, và Bắc Tống vào thế kỷ 11 235
18. Đế chế Ghaznavids và Seljuqs 244
19. Sự phát triển tại Trung Á ở thế kỷ 12 255
20. Những chiến dịch của Ghurid vào Tiểu Lục Địa Ấn Độ 263

Thư Mục Tham Khảo 273

THAY LỜI TỰA

Alexander Berzin sinh năm 1944 tại Hoa Kỳ, là một học giả, dịch giả và là giáo sư Phật học uy tín của truyền thống Tây Tạng.

Tốt nghiệp Cử nhân ngành Đông phương học năm 1965, Tốt nghiệp Tiến sĩ năm 1972 chuyên khoa Ngữ văn Trung Quốc, Sanskrit, và Ấn Độ Học tại Đại học Harvard. Từ năm 1969 đến nay ngoài công việc dịch thuật nghiên cứu ông ta còn là một Cư sĩ tu tập với các bậc thầy của bốn truyền thống Tây Tạng.

Vị thầy chính của ông ta là ngài Tsenzhab Serkong Rinpoche, vị Lạt Ma Debate Partner cuối cùng và là người phụ tá cho Đức Đạt Lai Lạt Ma. Berzin đã có chín năm làm thư ký và thông dịch cho ngài qua những chuyến công du thế giới, Berzin cũng là nhà phiên dịch những bài Pháp thoại của Đức Đạt Lai Lạt Ma khi có dịp đi cùng ngài.

Từ năm 1983, Berzin đã du lịch vòng quanh thế giới để giảng dạy Phật pháp, Triết học, và Lịch sử Tây Tạng-Mông Cổ tại những trường Đại Học Phật giáo của hơn 70 quốc gia, với những nơi có cộng đồng người Mỹ Latin, Phi châu, Trung Á, và Trung Đông. Những bài giảng của ông ta được xuất bản trong nhiều ngôn ngữ.

Là một Học giả uy tín đương đại, với tư cách là Phật tử, Berzin trình bày lịch sử rất cởi mở và khách quan. Những tài liệu mà ông ta tham khảo trong tác phẩm này bao gồm chứng liệu lịch sử của các nhà sử học Hồi giáo, Phật giáo, và Đông Tây kim cổ. Nhiều tài liệu cho thư mục tham khảo trong này là Text books của khoa Sử học, Đông phương học của các trường Đại học Hoa Kỳ.

Là một hành giả, không bẻ cong ngòi bút theo tư kiến Tôn giáo, Berzin không cho rằng sự suy tàn của Phật giáo tại Tiểu lục địa Ấn Độ và Trung Đông là hoàn toàn do những kẻ bạo chúa Hồi giáo vì cuồng tín, nhưng đúng hơn không ngoài ý đồ chính trị, kinh tế và lãnh thổ. Và Phật giáo mặt dù đã có mặt buổi đầu trên con đường thương mại Tơ Lụa, và một thời đã được truyền bá vào lãnh thổ Afghanistan, Iran và khắp Trung Á, nhưng với triết lý từ bi và bất bạo động đã nhường chỗ cho tham vọng chính trị và lãnh thổ, và như con nước trong dòng sông hiền hòa, nhẹ nhàng xuôi chảy ra biển cả, bỏ lại đằng sau những tham vọng hão huyền.

Trong tác phẩm này, Berzin cho chúng ta thấy được một bức tranh tổng thể từ hậu bán thế kỷ VII và đầu thế kỷ XIII, những cuộc giao thoa tư tưởng, văn hóa, kinh tế, chính trị không chỉ là Phật giáo và Hồi giáo, bên cạnh đó là Ma Ni giáo, Zoroastrianism (Đạo Thờ lửa), Kỳ Na giáo...đều cùng tồn tại và phát triển.

Phật giáo và Hồi giáo từ thế kỷ IX đế thể kỷ XII đã từng sống hòa bình với nhau tại Trung Á. Berzin không bỏ qua những giai đoạn đau thương đã là nguyên nhân suy tàn của Phật giáo Tại Ấn Độ và Trung Đông: Hậu bán thế kỷ III, Kartir, một Giáo sĩ cao cấp của Đạo thờ lửa đã hạ lệnh phá hủy nhiều tu viện Phật giáo. Thế kỷ VIII, Vua Hồi giáo al-Mahdi tàn phá Chùa Viện Phật giáo. Thế kỷ thứ IX, vua Hồi giáo Abbasids là al-Saffar đã cướp đoạt các tu viện Phật giáo tại Kabul Valley và Bamiyan, và lôi những bức tượng "Phật thờ" ra khỏi những tu viện như là chiến tích chiến tranh và gửi đến vua Calip. Sự chiếm đóng quân sự khắc nghiệt này là cú đòn hà khắc đầu tiên chống lại Phật giáo trong khu vực Kabul. Thế kỷ XI, vua Hung Trắng là Mihirakula (Đại Tộc Vương) bị tác động bè phái ghen tị của tín đồ Cơ đốc giáo, Ma Ni giáo và Hồi giáo đã ra lệnh đàn áp Phật giáo, phá sập 1400 tu viện, sát hại nhiều tăng sĩ...

Đọc từ đầu đến cuối, chúng ta sẽ thấy rằng con đường truyền bá của Phật giáo chỉ đi theo mục tiêu trí tuệ và từ bi, dẫu rằng những nhà lãnh đạo chính trị không ít nhiều đã lợi dụng nó cho ý đồ danh lợi của mình. Xuyên suốt chiều dài lịch sử truyền bá Tôn giáo Trung Á, các nhà sử học đều có chung một quan điểm rằng: "Duy nhất Phật giáo trong suốt thời kỳ lịch sử truyền bá đã không làm thương tổn đến một giọt máu đồng loại trên con đường chinh phục".

Tài liệu này là một bức tranh tổng quát với những mốc son chi tiết về chính trị, kinh tế, lãnh thổ, và văn hóa của Trung Á, và con đường huyền thoại Tơ Lụa cũng là một chứng nhân của lịch sử.

Người dịch sẽ cố gắng hoàn thành tập II (Phật giáo & Hồi giáo thời Mongol và Hậu-Mongol) để cống hiến độc giả, các nhà nghiên cứu chuyên ngành trong thời gian tới.

Nếu quí vị muốn tham khảo bản tiếng Anh, xin vào đường link này:

http://www.berzinarchives.com/web/en/archives/study/history_buddhism/buddhism_central_asia/history_afghanistan_buddhism.html

California tháng 5/2012
Người dịch
Thích nữ Tịnh Quang

CHƯƠNG I
LƯỢC SỬ PHẬT GIÁO & HỒI GIÁO TẠI AFGHANISTAN

Địa lý

Nhiều Tông phái khác nhau của Phật giáo Tiểu thừa đã có mặt tại Afghanistan từ buổi đầu, dọc theo những vương quốc nằm trên các tuyến đường thương mại Trung Á. Những vương quốc chính là Gandhara và Bactria. Gandhara bao gồm các lãnh thổ của cả hai khu vực, khu vực Punjab của người Pakistan và Khyber Pass thuộc về Afghanistan. Cuối cùng, phân nửa Afghanistan, từ Khyber Pass đến Kabul Valley có được tên là Nagarahara, trong khi phía Punjabi giữ lại tên Gandhara. Bactria kéo dài từ hướng bắc Kabul Valley và bao gồm miền nam Uzbekistan và Tajikistan. Phía bắc của nó, thuộc trung tâm Uzbekistan và hướng tây bắc Tajikistan nằm trên vùng Sogdia. Vùng phía nam của Bactria nằm ngay hướng bắc của Kabul Valley là Kapisha; trong khi vùng phía bắc về sau được đặt tên là Tocharistan.

Sự hiện diện của Phật Giáo vào buổi đầu

Theo sử liệu Tiểu thừa buổi đầu về Đức Phật, chẳng hạn như kinh văn của Nhất Thiết Hữu Bộ (Sarvastivada) - Kinh Phổ Diệu (Skt. Lalitavistara Sutra), hai anh em nhà lái buôn, Tapassu và Bhallika từ Bactria, trở thành đệ tử đầu tiên tiếp nhận giới pháp. Điều này xảy ra sau tám tuần khi Đức Phật Thích Ca Mâu Ni giác ngộ dưới cội Bồ đề, theo truyền thống, sự kiện này được ghi nhận vào năm 537 BCE (trước kỷ nguyên). Bhallika sau này trở thành một nhà sư và thành lập một tu viện gần thành phố Balkh-quê hương của ông, gần Mazar-i-Sharif ngày nay. Ông ta đã đem theo bên mình tám sợi tóc của Đức Phật như là thánh tích, và đã xây dựng một bảo tháp để thờ. Trong khoảng thời gian này, Bactria trở thành một phần của Đế chế Achaemenid của Iran.

Vào năm 349 BCE, một vài năm sau thời kỳ Kiết tập kinh điển lần thứ hai, truyền thống Đại Chúng bộ của Tiểu thừa tách ra từ Theravada (Nguyên Thủy). Đại Chúng bộ di chuyển đến Gandhara. Tại Hadda, thành phố chính nằm kề bên Afghanistan, gần Jalalabad ngày nay, cuối cùng họ thành lập Tu viện Nagara Vihara, mang theo một di tích hộp sọ của Đức Phật.

Một vị trưởng lão Theravada, Sambhuta Sanavasi, sớm tùy cư và đã cố gắng để thành lập tông phái của mình tại Kapishatrad nhưng không thành công, và Đại chúng Bộ đã bám rễ như bộ phái Phật giáo chính của Afghanistan.

Sau đó, Đại Chúng bộ chia thành năm trường phái lớn. Một trong những trường phái chính ở Afganistan là Lokottaravada (Thuyết Xuất Thế Bộ), trường phái này sau đó được thiết lập tại thung lũng Bamiyan trong dãy núi Hindu Kush. Ở đây, khoảng thời gian giữa thế kỷ thứ ba và thứ năm CE, trong thung lũng này được xây dựng những tượng Phật lớn nhất thế giới, phù hợp với khẳng định của họ về Đức Phật là một bậc siêu nhân, siêu việt. Chính quyền khủng bố Taliban đã phá hủy những pho tượng vào năm 2001 CE.

Vào năm 330 BCE, Đại đế Alexander của Macedonia đã chinh phục hầu hết đế chế Achaemenid, bao gồm Bactria và Gandhara. Ông ta khoan dung đối với các truyền thống tôn giáo của các khu vực này và dường như chỉ quan tâm chính trong cuộc chinh phục quân sự mà thôi. Những người kế nhiệm ông ta đã thành lập triều đại Seleucid. Tuy nhiên vào Năm 317 BCE, các triều đại Mauryan Ấn Độ đã chiếm giữ Gandhara từ lực lượng Seleucid và do đó khu vực này chỉ có được bề mặt Hellenized trong thời gian ngắn này.

Hoàng đế Mauryan-Ashoka (trị vì 273 - 232 BCE) ủng hộ Phật Giáo Nguyên Thủy. Trong giai đoạn sau của triều đại của ông, ông đã gửi một sứ giả Theravadan (giáo phái Nguyên Thủy) đến Gandhara, dẫn đầu bởi ngài Maharakkhita. Đến phía nam Kandahar, nhiệm vụ xây dựng "cột trụ Ashoka (trụ đá A dục)" với sắc lệnh dựa trên các nguyên lý Phật giáo. Thông qua những nhiệm vụ này, Phật giáo Nguyên thủy (Theravada) đã thiết lập sự hiện diện nhỏ tại Afghanistan.

Trường phái Nhất Thiết Hữu Bộ và Vương quốc Graeco-Bactrian

Đến cuối triều đại của A Dục (Ashoka), sau thời kỳ Kiết tập kinh điển lần thứ ba, trường phái Nhất Thiết Hữu Bộ của Tiểu thừa cũng đã thoát ly từ Nguyên Thủy. Sau cái chết của vua A Dục, Jaloka, con trai của ông ta đưa phái Nhất Thiết Hữu Bộ đến Kashmir.

Vào năm 239 BCE, giới quý tôc Hy Lạp thuộc vùng Bactria đã nổi dậy chống lại sự cai trị của Seleucid và giành được độc lập. Những năm sau đó, họ xâm chiếm Sogdia và Kashmir, rồi thành lập vương quốc Graeco-Bactrian. Trong khoảng thời gian này, các Tăng sĩ Kashmiri sớm truyền bá trường phái Nhất Thiết Hữu Bộ (Sarvastivada School) của Tiểu thừa tại Bactria.

Năm 197 BCE, Graeco-Bactrians (Người Batrian gốc Hy Lạp) xâm chiếm Gandhara từ triều đại Mauryans. Sau đó, phái Nhất Thiết Hữu Bộ đến vùng đông nam của Afghanistan.Từ sự ảnh hưởng giao thoa văn hoá mạnh mẽ giữa nền văn hóa Hy Lạp và Ấn Độ sau đó, phong cách Hy Lạp cổ đại ảnh hưởng phần lớn vào nghệ thuật Phật giáo, đặc biệt là sự mô tả của chính nó về hình thức con người với những chiếc áo choàng phủ bên ngoài.

Mặc dù Phật Giáo Nguyên Thủy là không bao giờ mạnh mẽ trong các vương quốc Graeco-Bactrian, một trong những vị vua của nó, Menandros (vua Di Lan Đà, Pali: Milinda, trị vì 155 - 130 BCE) là một tín đồ của Phật Giáo Nguyên Thủy do tác động của cuộc thăm viếng tu sĩ Ấn Độ Nagasena (Na Tiên). Nhà vua đặt nhiều câu hỏi với vị thầy Ấn Độ này và cuộc đối thoại của họ trở nên nổi tiếng, được biết là Những Câu Hỏi của Di Lan Đà (Pali: Milindapanho). Về sau, nhà nước Graeco-Bactrian thiết lập quan hệ với Sri Lanka và gửi một phái đoàn các nhà sư tham dự lễ khánh thành của ngôi đại tháp được xây dựng bởi vua Dutthagamani (trị vì 101 - 77 BCE). Từ sự tiếp xúc văn hóa được thắt chặt, các nhà sư Graeco-Bactrian truyền khẩu về các câu hỏi của vua Milinda đến Sri Lanka. Về sau nó trở thành một bản kinh lớn trong trường phái Theravada.

Thời Đại Kushan

Giữa năm 177 và 165 BCE, sự mở rộng về phía tây của đế chế người Hán của Trung Quốc vào Gansu (Cam Túc) và Đông Turkistan (Tân Cương) đã đẩy những bộ lạc du cư bản địa Trung Á ra xa phía Tây. Một trong những bộ tộc này là Hung Nô (Xiongnu) đã tấn công bộ lạc khác là Nguyệt Thị (Yuezhi) và đã đồng hóa đa phần (bản sắc) của họ. Nguyệt Thị (Yuezhi) là một chủng tộc người da trắng (Caucasian), nói tiếng thổ ngữ Đông-Âu và đại diện cho người di cư của hướng cực đông thuộc chủng tộc da trắng. Theo một số tài liệu, một trong năm bộ tộc dòng dõi quý tộc của Yuezhi, được nhắc đến trong các sử liệu Hy Lạp là người Tocharians (Thổ Hỏa La), đã di trú đến phía Đông Kazakhstan ngày nay, rồi đi về phía nam của người du mục địa phương Shakas (người Iran cổ: Saka), được biết đến là người Hy Lạp như Scythia. Tuy nhiên, cả hai Tocharians và Shakas đều nói tiếng Iran. Do sự khác biệt trong ngôn ngữ này, nó có sự tranh cãi về những người Tocharians có liên quan hay không đến con cháu của người Yuezhi, người thiết lập nền văn minh phát triển mạnh ở Kucha và Turfan thuộc Đông Turkistan vào thế kỷ thứ hai EC cũng được biết là "Tocharians". Tuy nhiên, rõ ràng rằng chủng tộc Shakas này không liên quan đến gia tộc Shakya của trung tâm Bắc Ấn nơi mà Đức Phật Thích Ca Mâu Ni được sinh ra.

Những người Shakas đầu tiên xâm chiếm Sogdia từ người Graeco-Bactrians và sau đó dưới thời cai trị của vua Menandros, vào năm 139 BCE đã chiếm luôn Bactria. Ở đây, người Shakas này đã chuyển sang đạo Phật. Vào năm 100 BCE, người Tocharians xâm đoạt xứ Sogdia và Bactria từ người Shakas. Khi định cư ở đây, họ cũng đồng hóa với Phật giáo. Đây là sự khởi đầu của thời đại Dyna Kushan, và cuối cùng nới rộng đến Kashmir, miền Bắc Pakistan, và tây bắc Ấn Độ.

Vị vua Kushan nổi tiếng nhất là Kanishka (Ca Nị Sắc Ca - cai trị năm 78 - 102 CE), thủ đô phía tây của ông ta là Kapisha. Ông ta ủng hộ Trường phái Nhất Thiết Hữu Bộ của Tiểu thừa. Hệ phái Vaibhashika (Tỳ Bà Sa Luận) của trường phái này đặc biệt nổi bật tại Tocharistan. Nhà sư Ghoshaka (Thiên Thân) người Tocharian là một trong những nhà biên soạn về những lời luận giải Vaibhashika về abhidharma (A Tỳ Đạt Ma-những chủ đề đặc biệt về diệu trí), và bộ luận này được chấp thuận tại Hội đồng kiết tập kinh điển lần thứ tư dưới sự chủ trì của vua Kanishka. Khi ngài Ghoshaka trở lại Tocharistan sau lần kiết tập này, ngài thành lập Học viện Vaibhashika ở phía tây (Balhika). Tu viện chính là Nava Vihara ở Balkh-nhanh chóng trở thành trung tâm nghiên cứu Phật giáo cao hơn cho tất cả các khu vực Trung Á, tương đương với Tu viện Nalanda ở trung tâm phía bắc Ấn Độ. Nó đặt nặng sự nghiên cứu chủ yếu của A Tỳ Đàm Vaibhashika và thừa nhận chỉ có các nhà sư là người đã sáng tác những luận bản về chủ đề này. Từ khi luận bản này được cất vào nơi đặt xá lợi răng của Đức Phật, khu vực này cũng là một trong những trung tâm chính của các cuộc hành hương dọc theo con đường Tơ Lụa từ Trung Quốc sang Ấn Độ.

Balkh đã là nơi sinh của Zoroaster (ông tổ giáo phái Ba Tư thờ thần lửa) vào khoảng năm 600 BCE. Nó là thành phố thánh của Đạo Thờ lửa (Zoroastrianism), tôn giáo của người Iran đã phát triển lời dạy của vị giáo chủ này và thực hành sự tôn kính về lửa, Kanishka theo chính sách

Graeco-Bactrian về sự khoan dung tôn giáo. Như vậy, Phật giáo và giáo phái Thờ lửa cùng chung sống một cách hòa bình tại Balkh, nơi họ giao thoa sự phát triển cùng nhau. Những tu viện Cave (ở trong các hang đá) có mặt từ thời kỳ này, ví dụ, có những bức tranh tường chư Phật với hào quang của những ngọn lửa và những câu chạm khắc vào đá gọi là "Buddha-Mazda" (Đức Phật -Thần Lửa). Đây là một sự hỗn hợp về Đức Phật và Ahura Mazda, vị thần tối cao của Zoroastrianism.

Vào năm 226 CE, đế chế Ba Tư Sassanid lật độ sự thống trị Kushan ở Afghanistan. Mặc dù nhiều người ủng hộ mạnh mẽ giáo phái Zoroastrianism, đế chế Sassanids dung hòa với Phật giáo và cho phép xây dựng nhiều tu viện Phật giáo. Đó là trong thời gian cai trị của họ. Phật tử Lokottaravada (phái Thuyết Xuất Thế Bộ) đã xây tạc hai bức tượng Phật khổng lồ tại Bamiyan.

Ngoại lệ duy nhất với sự khoan dung của đế chế Sassanid là trong giai đoạn hậu bán thế kỷ thứ ba, khi giáo sĩ Kartir, vị cao cấp của Đạo Thờ Lửa chiếm ưu thế trong chính sách tôn giáo của nhà nước. Ông ta ra lệnh phá hủy nhiều tu viện Phật giáo tại Afghanistan, khi sự hòa trộn về Phật giáo và Zoroastrianism xuất hiện, ông ta cho là dị giáo. Tuy nhiên, sau khi ông ta chết, Phật giáo sau đó hồi phục một cách nhanh chóng.

Người White Huns và Turki Shahis

Vào đầu thế kỷ thứ năm, bộ tộc White Huns (Hung Nô trắng) - được biết như người Hephthalites của Hy Lạp và Turushkas của Ấn Độ - họ chiếm hầu hết các vùng lãnh thổ Kushan xưa từ Sassanids, bao gồm cả Afghanistan.

Lúc đầu, người Hung trắng theo tôn giáo của mình giống như giáo phái Zoroastrianism. Tuy nhiên, ngay sau đó họ trở thành những hộ pháp mạnh mẽ của Phật giáo. Người Hung Nô Trung Quốc hành hương đến Faxian (Fa-hsien) đi qua lãnh thổ của họ giữa năm 399 và 414 CE và đã ghi chép sự phát triển của nhiều trường phái Tiểu thừa.

Shahis Turki là một giống dân Thổ Nhĩ Kỳ có thủy tổ của người Kushans. Sau sự sụp đổ của triều đại Kushan đến Sassanids, họ chiếm hết những vùng của đế chế cũ nằm ở phía tây bắc và phía Bắc Ấn Độ. Họ cai trị cho đến khi hình thành triều đại Gupta Ấn Độ vào đầu thế kỷ thứ tư, và sau đó họ trốn sang Nagarahara. Họ xâm chiếm các vùng đất thuộc về người White Huns, đến giữa thế kỷ thứ tư, họ mở rộng quyền lực của mình đến Kabul Valley và Kapisha. Giống như người Kushans và White Huns trước đó, người Shahis Turki ủng hộ Phật giáo tại Afghanistan.

Năm 515, vua của người Hung Nô trắng là Mihirakula (Đại Tộc Vương), dưới tác động ganh ghét của những bè phái không phải Phật giáo trong thời gian cai trị, ông ta đã đàn áp Phật giáo. Ông ta đã tàn phá những tu viện và đã giết chết nhiều tăng sĩ khắp Tây Bắc Ấn Độ, Gandhara, và đặc biệt tại Kashmir. Cuộc bức hại này ít nghiêm trọng trong những vùng thuộc về Nagarahara mà ông kiểm soát. Con trai của ông sau đó đảo ngược chính sách này và xây những tu viện mới trong tất cả vùng này.

Tây Thổ Nhĩ Kỳ (The Western Turks)

Đến từ miền bắc West Turkistan, người Thổ Nhĩ Kỳ phía Tây đã chiếm tiếp vùng phía Tây của con đường tơ lụa Trung Á vào năm 560. Dần dần, họ mở rộng đến Bactria, chạy dài tới Shahis Turki đến miền đông Nagarahara. Nhiều nhà lãnh đạo người Thổ Nhĩ Kỳ phía tây đã tiếp nhận Phật giáo từ người dân địa phương, và vào năm 590, họ xây dựng một tu viện Phật giáo mới tại Kapisha. Năm 622, Vị thống lãnh người Western Turk này là Tongshihu Qaghan chính thức quy y Phật giáo dưới sự hướng dẫn của ngài Prabhakaramitra (Ba La Phả Ca La Mật Đa La), một nhà sư hành cước người miền bắc Ấn.

Nhà sư người Hán Trung Quốc hành hương là Huyền Trang (Hsuan-Tsang) đã ghé thăm vùng Western Turks trong khoảng năm 630 trên đường đi đến Ấn Độ. Ngài ghi chép rằng Phật giáo đang hưng thịnh ở vùng Bactrian thuộc đế chế của họ, đặc biệt là tại Tu Viện Nava Vihara ở Balkh. Ngài nói rằng tu viện đại học không chỉ có kinh sách nghiên cứu, mà còn có các bức tượng Phật đẹp tuyệt vời của nó, tượng được phủ với những chiếc áo lụa cà sa và trang điểm các thứ trang sức châu báu, phù hợp với phong tục bản xứ Zoroastrian. Các tu viện đã có sự liên kết chặt chẽ vào giai đoạn Khotan, một vương quốc Phật giáo mạnh mẽ Đông Turkistan, và gửi nhiều tu sĩ đến đây để dạy. Huyền Trang cũng mô tả một tu viện gần Tinh xá Nava Vihara được dành riêng để nâng cao sự thực hành thiền Tiểu thừa của vipashyana (Pali: vipassana) - sự nhận thức phản chiếu tính vô thường và thiếu đặc tính độc lập của cá nhân.

Ngài Huyền Trang đã tìm thấy Phật giáo ở trong tình trạng rất tồi tệ tại Nagarahara dưới thời Shahis Turki. Ở vùng Punjabi của Gandhara, khu vực này dường như không hoàn toàn hồi phục từ cuộc đàn áp bởi vua Mihirakula hơn một thế kỷ trước đó. Mặc dù Nagara Vihara, với thánh tích hộp sọ của Đức Phật, là một trong những địa điểm hành hương thiêng liêng nhất trong thế giới Phật giáo, ngài ghi chép rằng các nhà sư ở đây đã trở nên thoái hóa. Họ đã tính phí khách hành hương với một đồng tiền vàng để được xem phật tích và không có trung tâm nghiên cứu trong toàn bộ khu vực.

Hơn nữa, mặc dù Đại Thừa đã đạt được những thuận thế vào Afghanistan từ Kashmir và Punjabi Gandhara trong thế kỷ thứ năm và thứ sáu, ngài Huyền Trang đã ghi nhận sự hiện diện của nó chỉ tại Kapisha và trong những khu vực thuộc về Hindu Kush-phía tây của Nagarahara. SarvastiVada (Nhất Thiết Hữu Bộ) vẫn chiếm ưu thế truyền thống Phật giáo thuôc về Nagarahara và miền Bắc Bactria.

Thời đại Umayyad và sự mở đầu của Hồi giáo

Ba mươi năm sau cái chết của tiên tri Muhammad, người Ả Rập đánh bại Sassanids Ba Tư và thành lập đế chế Umayyad Caliphate vào năm 661. Đế chế Umayyad cai trị khắp Iran và phần nhiều vùng Trung Đông. Năm 663, họ tấn công Bactria, mà ShahisTurki đã chiếm từ Western Turks trong thời gian này. Các quân đội Umayyad chiếm được khu vực xung quanh vùng Balkh, bao gồm tu viện Nava Vihara khiến cho người Shahis Turki rút lui tận thung lũng Kabul.

Người Ả Rập cho phép tín đồ của các tôn giáo phi-Hồi giáo trong các vùng đất mà họ chinh phục được giữ tín ngưỡng của họ nếu họ duy trì một sự hòa bình và trả thuế phiếu (Ar. jizya). Mặc dù một vài Phật tử ở Bactria và thậm chí là trụ trì của Nava Vihara cải sang Hồi giáo, hầu hết các Phật tử trong khu vực chấp nhận tình trạng dhimmi này như lòng trung thành không theo Hồi giáo và được sống yên ổn với một nhà nước Hồi giáo. Tu viện Nava Vihara vẫn mở cửa và hoạt động. Vị Sư hành hương người Hán là Yijing (Nghĩa Tịnh) đã đến thăm Nava Vihara từ năm 680 và ghi chép rằng Tu viện này phát triển mạnh mẽ như là một trung tâm nghiên cứu của trường phái Nhất Thiết Hữu Bộ (Sarvastivada).

Một tác giả Umayyad Ả Rập là al-Kermani, đã trần thuật chi tiết về Nava Vihara vào đầu thế kỷ thứ tám, tác phẩm này được bảo quản vào thế kỷ thứ mười với tựa đề Book of Lands (Ar. Kitab al-Buldan) của al-Hamadhani. Ông mô tả tu viện trong thuật ngữ lưu loát dễ hiểu đối với người Hồi giáo bằng đường nét tương tự với Kaaba (kiến trúc hình khối của đền thờ Hồi giáo) ở Mecca, nơi thiêng liêng nhất của Hồi giáo. Ông giải thích rằng ngôi đền chính của tu viện có một tảng đá khối ở giữa, áo khoác bằng vải, và các tín đồ đi nhiễu xung quanh và quỳ lễ.

Như trường hợp với Kaaba. Các khối đá đã được chất chồng lên nhau với một hình tháp đứng phía trên, như là phong tục trong các đền thờ Bactrian. Các lớp vải phủ là phù hợp với phong tục của Iran biểu hiện sự tôn kính, áp dụng giống như đối với những bức tượng Đức Phật cũng như các bảo tháp. Sự mô tả của Al-Kermani cho thấy một thái độ cởi mở và tôn trọng của người Ả Rập Umayyad trong việc cố gắng để hiểu các tôn giáo phi-Hồi giáo, chẳng hạn như Phật giáo mà họ gặp phải trong lãnh thổ khi họ mới xâm chiếm.

Liên minh Tây Tạng

Năm 680, Husayn đã lãnh đạo một cuộc nổi dậy không thành công ở Iraq chống lại đế chế Umayyads. Cuộc xung đột này đã đánh lạc hướng tập trụng của sự chú ý Ả Rập từ Trung Á và đã làm suy yếu sự kiểm soát của họ. Lợi dụng tình hình, những người Tây Tạng đã thành lập một liên minh với người Shahis Turki vào năm 705, và hợp tác với nhau, họ không thành công khi điều khiển các lực lượng Umayyad từ Bactria. Người Tây Tạng đã nghiên cứu về Phật giáo từ Trung Quốc và Nepal khoảng sáu mươi năm trước đó, mặc dù tại thời điểm này họ không có bất kỳ tu viện nào. Năm 708, hoàng tử Nazaktar Khan của Turki Shahi đã thành công trong việc trục xuất người Umayyads và thành lập một thể chế Phật giáo độc nhất ở Bactria. Thậm chí ông ta đã chặt đầu vị sư trụ trì trước đây của Nava tịnh xá, người đã cải sang đạo Hồi.

Năm 715, tướng lãnh Ả Rập - Qutaiba chiếm lại Bactria từ Shahis Turki và các đồng minh Tây Tạng của họ. Ông ta đã giáng một đòn thiệt hại lớn đối với Tu viện Nava Vihara như là hình phạt cho các cuộc nổi dậy trước đó. Nhiều tu sĩ chạy trốn về phía đông Khotan và Kashmir, và kích ứng sự phát triển của Phật giáo đặc biệt là sau này. Lúc này, Tây Tạng chuyển sang hai phe, vì sự lợi ích về chính trị, liên minh với các lực lượng Umayyad của chính nó mà họ đã từng chiến đấu.

Nava tịnh xá nhanh chóng hồi phục và sớm được hoạt động như trước, điều này chứng minh rằng sự tàn phá những tu viện Phật giáo của người Hồi giáo ở Bactria không phải là một hành động động cơ tôn giáo. Nếu thế, họ sẽ không cho phép xây dựng lại tu viện. Đế chế Umayyads chỉ đơn thuần lặp đi lặp lại chính sách đối với Phật giáo mà Phật tử đã theo trước thế kỷ đó khi họ chinh phục những vùng Sindh thuộc về hướng South Pakistan ngày nay. Họ đã tàn phá duy nhất các tu viện mà họ bị nghi ngờ chứa chấp những người chống đối sự cai trị của họ, nhưng sau đó họ cho phép xây dựng lại và để người khác phát triển. Mục tiêu chính của họ là việc khai thác kinh tế và do đó họ bắt Phật tử phải đóng thuế thường niên và thuế hành hương khi du khách đến chiêm bái cái thánh tích.

Mặc dù xu hướng chung của sự khoan dung tôn giáo bởi các đế chế Hồi giáo Umayyad trước, vua Umar II (trị vì 717-720) ra lệnh rằng tất cả các đồng minh đế chế Umayyad phải theo Hồi giáo. Tuy nhiên, sự chấp nhận của họ phải là tự nguyện, dựa trên cơ sở học tập các giáo điều của nó. Để xoa dịu đồng minh của mình, những người Tây Tạng đã gửi một đặc phái viên đến cung điện Umayyad vào năm 717 để mời một giáo viên Hồi giáo. Vua Caliph đã gửi al-Hanafi đi. Thực tế là giáo viên này đã được ghi nhận là không có thành công trong việc đạt được kết quả từ sự cải đạo ở Tây Tạng mà người Umayyad không nhất thiết yêu cầu truyền bá tôn giáo của họ. Hơn nữa, việc tiếp đón lạnh lùng mà al-Hanafi nhận được là vì mục đích để bầu không khí bài ngoại được lan truyền bởi phe đối lập tại cung điện Tây Tạng.

Trong những thập kỷ tiếp theo, liên minh chính trị và quân sự thay đổi thường xuyên như người Ả Rập, Trung Quốc, Tây Tạng, Turki Shahis, và các bộ tộc gốc Thổ Nhĩ Kỳ khác đã chiến đấu vượt quyền kiểm soát của Trung Á. Turki Shahis tái chiếm Kapisha từ Umayyads, năm 739, những người Tây Tạng tái thiết lập liên minh với họ bởi một chuyến viếng thăm của hoàng đế Tây Tạng đến Kabul để kỷ niệm một sự hợp nhất liên minh giữa Shahis Turki và Khotan. Triều đại Umayyads tiếp tục cai trị phía Bắc Bactria.

Đầu thời kỳ Abbasid

Năm 750, một phe Ả Rập đã lật đổ đế chế Umayyad Caliphate và thành lập Vương triều Abbasid. Họ đã duy trì sự kiểm soát khắp phía bắc Bactria. Triều đại Abbasids không chỉ tiếp tục chính sách chấp nhận tình trạng giữ đạo đối các Phật tử ở đây, họ đã quan tâm rất lớn với nền văn hóa nước ngoài, đặc biệt là Ấn Độ. Năm 762, vua Hồi giáo al-Mansur (trị vì 754 - 775) thuê các kiến trúc sư và kỹ sư Ấn Độ để thiết kế thủ phủ Abbasid tại Baghdad. Ông lấy tên cho nó từ tiếng Phạn Bhaga-dada, có nghĩa là "Gift of God" (quà tặng của thượng đế). Vua Caliph cũng xây dựng một Ngôi Nhà kiến Thức (Ar. Bayt al-Hikmat), với một văn phòng dịch thuật. Ông mời các học giả từ các nền văn hóa và tôn giáo khác nhau để dịch các kinh văn sang tiếng Ả rập, đặc biệt là liên quan đến các chủ đề logic và khoa học.

Những vị vua Hồi giáo Abbasid là người bảo trợ cho trường Mu'tazila của Hồi giáo đã tìm cách để giải thích các giáo điều của Kinh Quran từ quan điểm của lý luận. Sự tập trung chính là về việc học tiếng Hy Lạp cổ đại, nhưng cũng quan tâm đến những truyền thống của Phạn ngữ. Không chỉ những kinh văn mang tính khoa học được dịch, tuy nhiên, tại Ngôi Nhà Kiến Thức. Các học giả Phật giáo đã dịch một số kinh điển Đại thừa và Tiểu thừa sang tiếng Ả Rập với các chủ đề thuộc về niềm tin và đạo đức.

Vị vua Hồi giáo kế tiếp là al-Mahdi (trị vì 775-785), đã ra lệnh các lực lượng Abbasid tại Sindh tấn công Saurashtra đến phía đông nam. Trong khuôn mặt của một người với tham vọng cạnh tranh ở Ả Rập ông ta đã tuyên bố Mahdi là chúa cứu thế Hồi giáo, cuộc xâm lược là một phần của chiến dịch của vị vua Caliph này để thiết lập uy tín và uy quyền tối cao của mình như là nhà lãnh đạo của thế giới Hồi giáo. Quân đội Abbasid đã phá hủy những tu viện Phật giáo và những đền thờ của đạo Jain tại Valabhi. Giống như trường hợp sự xâm chiếm Umayyad của Sindh, tuy nhiên, họ dường như chỉ để tiêu diệt các trung tâm bị nghi ngờ chứa chấp những người chống lại sự cai trị của họ. Ngay cả dưới Caliph al-Mahdi, thời đại Abbasid để yên những tu viện Phật giáo như sự chống đỡ cho đế chế của họ, với mục đích khai thác chúng như là nguồn thu nhập quốc gia. Ngoài ra, al-Mahdi tiếp tục mở rộng các hoạt động dịch thuật của The House Of Knowledge (Ngôi Nhà Kiến Thức) tại Baghdad. Ông không có ý định phá hủy nền văn hóa Ấn Độ, nhưng học hỏi từ nó.

Yahyaibn Barmak, cháu trai của người Hồi giáo, ông ta là một trong những Phật tử lãnh đạo tài chính (Skt. pramukha, Ark.barmak) của Tu viện Nava Vihara, là vị công sứ của đế chế Hồi giáo Abbasid tiếp theo-al-Rashid (trị vì 786-808). Dưới ảnh hưởng của ông, Vua Caliph mời nhiều học giả và pháp sư từ Ấn Độ đến Baghdad, đặc biệt là Phật tử. Một bản liệt kê về kinh sách của cả Hồi giáo và phi-Hồi giáo được chuẩn bị vào thời gian này, Kitab al-Fihrist, bao gồm một danh sách các tác phẩm Phật giáo. Trong số đó có một phiên bản tiếng Ả Rập nói về câu chuyện tiền kiếp của Đức Phật, sách của Phật (Ar. Kitab al-Budd).

Hồi giáo làm chủ vùng Bactria tại thời điểm này giữa các chủ đất và các công chức cao. Đào tạo các lớp học tại đô thị bằng sự hấp dẫn mức độ cao của nền văn hóa và nghiên cứu. Để theo học Phật giáo, người ta cần phải bước vào một tu viện. Nava Vihara, mặc dù vẫn còn hoạt động trong thời gian này, bị giới hạn trong khả năng của mình và yêu cầu mở rộng việc đào tạo trước khi người ta đi vào (tu viện). Mặt khác, văn hóa và học tập của Hồi giáo dễ dàng tiếp cận hơn. Giai đoạn này Phật giáo vẫn còn mạnh mẽ chủ yếu giữa các tầng lớp nông dân ở ngoại ô, hầu hết là trong hình thức thực hành tín ngưỡng ở các đền thờ tôn giáo.

Ấn Độ giáo cũng có mặt trong khu vực này. Vào năm 753, một người Hán Trung Quốc hành hương đến đây tên là Wukong (Ngộ Không -Wu-k'ung) đã ghi nhận rằng các chùa Ấn Độ giáo và Phật giáo đặc biệt là ở tại thung lũng Kabul. Khi Phật giáo suy sụp bởi các tầng lớp thương gia, Ấn Độ giáo cũng phát triển mạnh mẽ hơn.

Cuộc nổi loạn chống lại đế chế Abbasids

Những đế chế Abbasids bị tai nạn bởi các cuộc nổi loạn. Caliph al-Rashid đã chết vào năm 808 vào lúc ông ta đàn áp cuộc nổi dậy tại Samarkand, thủ đô Sogdia. Trước khi qua đời, ông chia đế chế của mình cho hai người con trai của mình. Al-M'amun, người đã tháp tùng cha của mình trên các chiến dịch tại Sogdia, nhận được phân nửa phía Đông, bao gồm Bactria. Al-Amin, người nhiều quyền thế hơn cả hai, đã nhận được phân nửa phía Tây có uy tín hơn, bao gồm cả Baghdad và Mecca.

Để đạt được sự ủng hộ của số đông, và để chiếm hơn một nửa của đế chế Abbasid thuộc về al-Amin, al-Ma'mun sắp xếp đất đai và của cải ở Sogdia. Sau đó ông đã tấn công anh trai của mình. Trong cuộc chiến tương tàn xảy ra đó, người Shahis Turki tại thủ đô Kabul hợp lực với các đồng minh Tây Tạng của họ, gia nhập lực lượng với quân nổi dậy chống Abbasid ở Sogdia và Bactria để tận dụng lợi thế của tình hình và cố gắng để lật đổ sự cai trị của đế chế Abbasid. Al-Fadl, công thần và tướng lãnh của Al-Ma'mun đã khuyến khích người cai trị của mình tuyên bố một cuộc thánh chiến (Jihad), một cuộc thánh chiến chống lại liên minh này nhằm nâng cao hơn nữa uy tín của Caliph (vua Hồi giáo). Chỉ có những nhà lãnh đạo duy trì đức tin thuần khiết mới có thể tuyên bố một cuộc thánh chiến để ngăn ngừa những kẻ thù xâm lược chống lại Hồi giáo.

Sau khi đánh bại anh trai của mình, al-Ma'mun tuyên bố cuộc thánh chiến này. Năm 815, ông đã đánh thắng người cại trị xứ Turki Shahi được biết là Shah Kabul, và buộc ông này phải cải sang đạo Hồi. Sự xúc phạm lớn nhất đối với tín ngưỡng Hồi giáo là đối với thần tượng tôn thờ. Các giáo phái ngoại đạo của người Ả Rập thì các tượng thờ đặt trước tượng thần Muhammad và giữ bức tượng của họ ở Mecca tại đền thờ Kaaba. Vào lúc thiết lập Hồi giáo, Vị Prophet phá hủy tất cả. Vì vậy, như là một dấu hiệu của sự phục tùng, al-Ma'mun sắp đặt cho Shah gửi một bức tượng Phật bằng vàng đến thánh địa Mecca. Không còn nghi ngờ gì nữa, vì mục đích tuyên truyền để bảo đảm sự hợp pháp của mình, al-Ma'mun giữ bức tượng được trưng bày công khai tại Kaaba trong hai năm, với thông báo rằng Allah đã đưa vua Tây Tạng sang đạo Hồi. Người Ả Rập bấy giờ đã hoang mang rằng vua của Tây Tạng là chư hầu của ông ta, là người Shah Turki của Kabul. Năm 817, người Ả Rập nấu chảy tượng Phật để đúc tiền vàng.

Sau sự thành công chống lại Shahis Turki, người Ả Rập (Abbasids) này tấn công Tây Tạng-khu vực kiểm soát của Gilgit, ngày nay là miền bắc Pakistan, trong một thời gian ngắn, họ đã sáp nhập. Họ đã gửi một người chỉ huy Tây Tạng đã bị bắt để làm bẻ mặt lại Baghdad.

Triều đại Tahirid, Saffarid, và Hindu Shahi

Trong khoảng thời gian này, các nhà lãnh đạo quân sự địa phương trong các bộ phận khác nhau của đế chế Abbasid bắt đầu thiết lập nhà nước tự trị Hồi giáo (với lòng trung thành chỉ trên danh nghĩa với vua Hồi giáo caliph) tại Baghdad. Khu vực đầu tiên tuyên bố quyền tự trị của nó là phía bắc Bactria, nơi mà GeneralTahir đã thành lập triều đại Tahirid năm 819.

Khi những người Ả Rập rút khỏi Kabul và Gilgit, chuyển sự quan tâm của mình đến những vấn đề cấp bách hơn, những người Tây Tạng và Turki Shahis lấy lại những gì họ có trước đây. Mặc dù sự cải đạo bắt buộc của các nhà lãnh đạo của những vùng đất này, Những người Ả Rập (Abbasids) này đã không bị đàn áp Phật giáo ở đây. Trong thực tế, người Ả Rập duy trì thương mại với những người Tây Tạng trong suốt thời gian này.

Vị thống lãnh Hồi giáo tiếp theo tuyên bố quyền tự chủ theo Abbasids là al-Saffar. Năm 861, người kế nhiệm ông thành lập triều đại Saffarid ở đông nam Iran. Sau khi giành được quyền kiểm soát của phần còn lại của Iran, triều đại Saffarids xâm lược Thung lũng Kabul vào năm 870. Trong khi đối mặt với sự thất bại sắp xảy ra, Kallar, nhà lãnh đạo Phật giáo Shahi Turki bị lật đổ bởi công sứ Bà La Môn đã từ bỏ Kabul và Nagarahara, Kallar sau đó thành lập triều đại Hindu Shahi tại Punjabi Gandhara.

Những Đế chế Saffarids đặc biệt là những kẻ xâm lược với bản chất báo thù. Họ cướp đoạt các tu viện Phật giáo tại Kabul Valley và Bamiyan, và lôi những bức tượng "Phật thờ" ra khỏi những tu viện như là chiến tích chiến tranh và gửi đến vua Calip. Sự chiếm đóng quân sự khắc nghiệt này là cú đòn hà khắc đầu tiên chống lại Phật giáo trong khu vực Kabul. Sự thất bại trước đó và việc cải sang Hồi giáo của người Shah Kabul vào năm 815 chỉ có tác động nhỏ trên tình trạng chung của Phật giáo trong khu vực.

Đế chế Saffarids tiếp tục chiến dịch chinh phục và tàn phá về phía bắc, và đoạt được Bactria từ vương triều Tahirids vào năm 873. Tuy nhiên, Năm 879, Đế chế Hindu Shahis giành lại Kabul và Nagarahara. Họ tiếp tục chính sách của mình bằng việc cố chiếu đến cả Ấn Độ giáo và Phật giáo trong nhân dân của họ, và các tu viện Phật giáo của thủ đô Kabul nhanh chóng phục hồi sự phong phú như trong quá khứ.

Triều đại Samanid, Ghaznavid, và Seljuk

Ismail bin Ahmad, thống sứ người Ba Tư thuộc vùng Sogdia, tuyên bố quyền tự trị tiếp theo và thành lập triều đại Samanid vào năm 892. Ông chinh phục Bactria từ Đế chế Saffarids năm 903. Samanids thúc đẩy việc trở lại với truyền thống văn hóa của Iran, nhưng vẫn hòa bình đối với Phật giáo. Ví dụ, trong thời gian cai trị của Nasr II (trị vì 913-942), Những hình ảnh Đức Phật được chạm khắc vẫn còn được thực hiện và được bán tại thủ đô Samanid, Bukhara. Phật tử không bị cấm việc "thờ tự Đức Phật".

Triều đại Samanids đã biến các bộ lạc gốc Thổ Nhĩ Kỳ thành kẻ nô lệ trong vương quốc của họ và gọi nhập ngũ trong quân đội của họ. Nếu những người lính cải sang đạo Hồi thì sẽ thả tự do cho họ trên danh nghĩa. Tuy nhiên, những người Samanid đã khó khăn trong việc duy trì sự kiểm soát đối với những người này. Năm 962, Alptigin, một trong những thủ lãnh quân sự người gốc Thổ Nhĩ Kỳ đã chấp nhận Hồi giáo, được kiểm soát Ghazna (hiện nay là Ghazni) phía nam thủ đô Kabul. Vào năm 976, người thừa kế ở đây là Sabuktigin (trị vì 976-997) thành lập Đế quốc Ghaznavid như là một chư hầu của vương triều Abbasids. Ngay sau đó, ông xâm chiếm Thung lũng Kabul từ bộ tộc Shahis Ấn Độ, đẩy họ trở lại Gandhara.

Phật giáo phát triển mạnh mẽ trong thung lũng Kabul dưới sự cai trị của Ấn Độ giáo Shahi. Asadi Tusi, Trong cuốn Garshasp Name của ông được viết vào năm 1048, mô tả sự sang trọng của tu viện chính Subahar (Su Vihara). Khi những người Ghaznavids tràn vào thủ đô Kabul, nó không còn nữa bởi người Ghaznavids đã phá hủy nó.

Năm 999, người cai trị kế tiếp của triều đại Ghaznavid là Mahmud Ghazni (trị vì 998 - 1030) lật đổ đế chế Samanids, với sự giúp đỡ của những người lính nô lệ gốc Thổ Nhĩ Kỳ đang phục vụ đế chế Samanids. Đế quốc Ghaznavid bây giờ bao gồm Bactria và miền nam Sogdia. Vua Mahmud Ghazni cũng chinh phục nhiều vùng của Iran. Ông tiếp tục chính sách Samanid về việc thúc đẩy văn hóa Ba Tư và khoan dung với các tôn giáo phi-Hồi giáo. Al-Biruni, một học giả Ba Tư và là nhà văn phục vụ cho cung điện Ghaznavid ghi chép rằng, giai đoạn chuyển giao thiên niên kỷ, các tu viện Phật giáo ở Bactria, bao gồm cả tu viện Nava Vihara vẫn còn hoạt động.

Tuy nhiên vua Mahmud của Ghazni thì không khoan dung các giáo phái Hồi giáo khác hơn là phái Sunni chính thống mà ông ủng hộ. Những cuộc tấn công của ông vào Multan ở miền bắc Sindh trong năm 1005 và một lần kế tiếp vào năm 1010 là chiến dịch chống lại giáo phái Ismaili được hỗ trợ của nhà nước Hồi giáo Shia mà đế chế Samanids cũng đã ủng hộ. Triều đại Ismaili Fatimid (910 - 1171), tập trung ở Ai Cập từ năm 969 là đối thủ chính của Abbasids Sunni vì uy quyền tối cao của thế giới Hồi giáo. Mahmud cũng có ý định hoàn thành sự lật đổ bộ tộc Shahis Ấn giáo mà cha ông đã bắt đầu. Vì vậy, ông tấn công và đuổi người Hindu Shahis ra khỏi Gandhara, và sau đó tiếp tục từ Gandhara để chiếm Multan.

Trong những năm tiếp theo, Mahmud mở rộng đế chế của mình bằng cách chinh phục các vùng phía đông như Agra ở miền bắc Ấn Độ. Sự cướp bóc và phá hủy những đền thờ Ấn giáo giàu có và các tu viện Phật giáo trên đường chinh phục là một phần của chiến thuật xâm lược của ông ta. Trong hầu hết các cuộc chiến tranh, các lực lượng xâm lược thường gây ra nhiều sự tàn phá càng nhiều càng tốt để thuyết phục người dân địa phương phải đầu hàng, đặc biệt là nếu họ biểu lộ sự đề kháng. Trong các chiến dịch của mình tại tiểu lục địa Ấn Độ, Mahmud Ghazni bỏ quên những tu viện Phật giáo dưới sự cai trị của mình tại Kabul và Bactria.

Năm 1040, các chư hầu Seljuk Turk của đế chế Ghaznavids tại Sogdia nổi loạn và thành lập triều đại nhà Seljuk. Ngay sau đó, họ giành lấy Bactria và hầu hết vùng Iran từ đế chế Ghaznavids và đế chế này rút lui về thung lũng Kabul. Cuối cùng, Đế chế Seljuk mở rộng đến Baghdad, Thổ Nhĩ Kỳ, và Palestine. Đế chế Seljuks được cho là những kẻ "infidels" (ngoại đạo) bỉ ổi chống lại Giáo hoàng Urban II với việc tuyên bố cuộc Thập Tự Chinh đầu tiên trong năm 1096.

Đế chế Seljuks là chủ thuyết thực dụng trong sự cai trị. Họ thành lập những trung tâm nghiên cứu Hồi giáo (madrasah) ở Baghdad và Trung Á để giáo dục quan chức sự quản lý các vị trí khác nhau của đế chế của mình. Họ đã khoan dung sự hiện diện của những tôn giáo phi-Hồi giáo trong khu vực của họ, chẳng hạn như Phật giáo. Vì vậy, al-Shahrastani (trị vì 1076 -1153) đã xuất bản tác phẩm Kitab al-Milal wa Nihal của mình bản bằng tiếng Ả Rập tại Baghdad-nói về những giáo phái phi-Hồi. Nội dung bao hàm một lời giải thích đơn giản về giáo lý Phật giáo và lặp đi lặp lại nội dung trực tiếp của al-Biruni về thế kỷ trước kia mà Ấn Độ đã chấp nhận Đức Phật như một nhà tiên tri.

Nhiều sự tham khảo Phật giáo trong văn học Ba Tư của thời kỳ này cũng cung cấp bằng chứng về sự tiếp xúc văn hóa giữa Hồi giáo-Phật giáo. Ví dụ, thi ca Ba Tư (Persian poetry) dùng lối so sánh cho những lâu đài là "đẹp như một Nowbahar (Nava Vihara)". Hơn nữa, tại tu viện Nava và Bamiyan, hình ảnh Đức Phật, đặc biệt là Phật Di Lặc-vị Phật tương lai, có những vòng mặt trăng phía sau đầu các bức tượng. Điều này dẫn đến việc mô tả vẻ đẹp thơ mộng tinh khiết như một người nào đó có "khuôn mặt giống với mặt trăng của một vị Phật". Vì vậy, những bài thơ Ba Tư thế kỷ 11 chẳng hạn như Varqe and Golshah by Ayyuqi, xử dụng từ bot với một ý nghĩa tích cực đối với "Đức Phật", không phải với ý nghĩa xúc phạm "thần tượng" thứ hai của nó. Điều đó ngụ ý lý tưởng của vẻ đẹp vô tính ở cả nam giới và nữ giới. Những tài liệu tham khảo như vậy chỉ ra rằng những tu viện và hình ảnh Phật giáo đã có mặt trong các lĩnh vực văn hóa Iran ít nhất xuyên qua giaoi đoạn đầu tiên của thời kỳ Mongol (Mông Cổ) vào đầu thế kỷ mười ba, hoặc tối thiểu, nền di sản Phật giáo mạnh mẽ vẫn được duy trì trong nhiều thế kỷ xuyên qua những người Phật tử đã cải sang đạo Hồi ở nơi này.

Triều đại Qaraqitan và Ghurid

Năm 1141, Đế chế Qaraqitans, người nói tiếng Mông Cổ cai trị Đông Turkistan và miền bắc Tây Turkistan đánh bại Đế chế Seljuqs tại Samarkand. Người cai trị của họ là Yelu Dashi, sáp nhập Sogdia và Bactria vào đế chế của mình. Người Ghaznavids vẫn còn kiểm soát khu vực từ thung lũng Kabul về phía đông. Đế chế Qaraqitans có sự pha trộn của Phật giáo, Đạo giáo (Đạo giáo), Khổng giáo, và giáo phái Shaman. Tuy nhiên, Yelu Dashi rất khoan dung và bảo vệ tất cả các tôn giáo trong khu vực của mình, kể cả Hồi giáo.

Năm 1148, Ala-ud-Din, người du mục Guzz Thổ Nhĩ Kỳ từ các ngọn núi của miền trung Afghanistan xâm chiếm Bactria từ Đế chế Qaraqitans và thành lập triều đại nhà Ghurid. Năm 1161, ông ta tiếp tục chiếm Ghazna và Kabul từ Ghaznavids. Ông ta đã bổ nhiệm anh trai của mình Muhammad Ghori làm thống sứ Ghazna năm 1173 và khuyến khích ông này tấn công các tiểu lục địa Ấn Độ.

Giống như Mahmud Ghazni trước kia, năm 1178, Muhammad Ghori lần đầu tiên chiếm vương quốc Ismaili Multan ở miền bắc Sindh, đã giành được độc lập từ sự thống trị của Đế chế Ghaznavid. Kế đó ông ta tiếp tục chinh phục toàn bộ khu vực Punjab của Pakistan và phía bắc Ấn, và sau đó, đồng bằng Gangetic Plain (ngày nay là

Bihar và West Bengal). Trong chiến dịch của mình, ông ta đã cướp bóc và phá hủy nhiều tu viện Phật giáo lớn, bao gồm cả Vikramashila và Odantapuri vào năm 1200. Ông vua địa phương này đã biến những tu viện Phật giáo thành các đơn vị đồn trú quân sự với nỗ lực ngăn chặn những cuộc xâm lược.

Các nhà lãnh đạo Ghurid có thể đã kích động toán quân của họ hăng say trong trận chiến với sự tuyên truyền tôn giáo, giống như bất kỳ quốc gia nào tuyên truyền về chính trị hoặc lòng yêu nước. Tuy nhiên, mục tiêu chính của hầu hết những kẻ xâm lược là để đạt được lãnh thổ, sự giàu có và quyền lực. Vì thế, những Đế chế Ghurids phá hủy duy nhất các tu viện nằm trong tuyến chiến trực tiếp của cuộc xâm lược của họ. Chẳng hạn Tu viện Na Lan Đà và Bồ Đề Đạo Tràng đã nằm ngoài các tuyến đường chính. Vì vậy, khi dịch giả Chag Lotsawa người Tây Tạng đến thăm hai nơi này vào năm 1235, ông đã nhận ra chúng bị hư hỏng và bị cướp phá, nhưng vẫn còn hoạt động với một số ít Tăng sĩ. Tu viện Jagaddala ở miền bắc Bengal lúc ấy không bị ảnh hưởng và đang phát triển.

Thêm nữa, Ghurids đã không tìm cách chinh phục Kashmir và cải đạo Phật tử sang Hồi giáo. Kashmir là một nơi nghèo tại thời điểm đó, và các tu viện đã không có tài sản nhiều để cướp bóc. Hơn nữa, kể từ khi Vương triều Ghurids không trả lương cho tướng lãnh, thống sứ của họ, hoặc cung cấp cho họ nguồn sống, những người này tìm cách để tự nuôi mình và quân đội của mình từ lợi ích địa phương. Nếu các thống sứ nỗ lực cải đạo tất cả mọi người dưới thẩm quyền Hồi giáo, họ không thể khai thác phần lớn số thuế bổ sung từ dân. Vì vậy, như tại Afghanistan, triều đại Ghurids tiếp tục tập quán truyền thống về việc thừa nhận tình trạng đa giáo với phi-Hồi giáo tại Ấn Độ và khẩn cấp đòi hỏi thuế thu nhập tài sản đầu người.

Thời kỳ Mông Cổ (Mongol)

Năm 1215, Chinggis Khan (Thành Cát Tư Hãn), người sáng lập của Đế chế Mông Cổ, chinh phục Afghanistan từ Đế chế Ghurids. Ở nơi khác, Với chính sách của mình, Chinggis tiêu diệt những ai phản đối sự tiếp quản của ông ta và tàn phá đất đai của họ. Không biết thế nào mà những di tích của Phật giáo vẫn còn ở Afghanistan cho đến thời điểm này. Chinggis thì dung nạp tất cả các tôn giáo, miễn là các nhà lãnh đạo cầu nguyện cho sự tồn tại lâu dài và quân sự của ông ta thành công. Ví dụ, năm 1219, ông ta thỉnh mời một vị Đạo sĩ Trung Quốc danh tiếng đến Afghanistan để thực hiện các nghi lễ chúc thọ của mình và chuẩn bị làm thuốc trường sinh bất tử cho ông ta.

Sau cái chết của của Chinggis vào năm 1227 và sự phân chia đế chế của ông ta trong những người thừa kế, con trai của ông là Chagatai kế thừa sự cai trị thuộc về Sogdia và Afghanistan, và thành lập Đế chế Khaganate Chagatai. Năm 1258, Hulegu, một cháu trai của Chinggis, xâm chiếm Iran và lật đổ Đế chế Abbasid Caliphate ở Baghdad. Ông ta thành lập vương cung Ilkhanate và mời các nhà sư Phật giáo Tây Tạng, Kashmir, và Ladakh đến cung điện ở phía tây bắc Iran. Đế chế Ilkhanate mạnh hơn Khaganate Chagatai, và lúc đầu nó thống trị những người anh em họ của nó ở đây. Khi các nhà sư Phật giáo đi ngang qua đoạn đường Afghanistan để đến Iran, họ chắc chắn nhận được sự hỗ trợ của chính quyền trên con đường của họ.

Theo một số học giả, các tu sĩ Tây Tạng đã đến Iran hầu hết từ trường phái Drigung (Drinkung) Kagyu và lý do mà Hulegu mời họ có thể là động cơ chính trị. Năm 1260, người anh em họ của Khubilai (Kublai) Khan (Hốt Tất Liệt), người cai trị Mông Cổ phía bắc Trung Quốc, tuyên bố mình là Grand Khan (Vua Trung Á) của tất cả người Mông Cổ. Khubilai ủng hộ truyền thống Sakya của Phật giáo Tây Tạng và cho nhà lãnh đạo danh xưng bá chủ đối với Tây Tạng. Trước đó, các nhà lãnh đạo Drigung Kagyu đã có uy thế chính trị tại Tây Tạng. Đối thủ chính của Khubilai là một người anh em họ khác, Khaidu, người cai trị Đông Turkistan và ủng hộ đường hướng Kagyu Drigung. Hulegu có thể đã ước vọng gắn kết mình với Khaidu trong cuộc đấu tranh quyền lực này.

Một số suy đoán rằng lý do mà Khubilai và Khaidu chuyển sang Phật giáo Tây Tạng là để đạt được sự ủng hộ siêu nhiên của Mahakala, vị bảo hộ Phật giáo đã tu luyện qua hai truyền thống của Sakya và Kagyu. Mahakala đã là vị bảo vệ của Tanguts, người cai trị lãnh thổ giữa Tây Tạng và Mông Cổ. Sau hết, ông nội của họ, Chinggis Khan (Thành Cát Tư Hãn) đã bị giết trong trận chiến bởi những người Tanguts nhận được sự giúp đỡ siêu nhiên đó. Điều này không chắc rằng các nhà lãnh đạo Mông Cổ, bao gồm Hulegu, đã chọn Phật giáo Tây Tạng bởi vì giáo lý triết học sâu sắc của nó.

Sau cái chết của Hulegu vào năm 1266, Khaganate Chagatai trở nên tự chủ hơn đối với Ilkhans và thành lập một liên minh trực tiếp với Khaidu trong cuộc đấu tranh của ông ta chống lại Khubilai Khan. Trong khi đó, hệ thống của những người thừa kế Hulegu luân phiên ủng hộ Phật giáo Tây Tạng và Hồi giáo, tất nhiên, cũng vì xu hướng chính trị. Hulegu, con trai của Abagha tiếp việc ủng hộ của cha ông đối với Phật giáo Tây Tạng. Tuy nhiên, Takudar em trai của Abagha người kế nhiệm ông vào năm 1282 cải sang đạo Hồi để đạt được sự hỗ trợ địa phương khi ông xâm lược và chinh phục Ai Cập. Arghun, con trai của Abagha, đánh bại ông chú mình và trở thành vua Ilkhan năm 1284. Ông ta đã làm cho Phật giáo trở thành tôn giáo nhà nước của Iran và thành lập nhiều tu viện ở đây. Khi Arghun qua đời năm 1291, em trai của ông là Gaihatu trở thành Ilkhan. Những nhà sư Tây Tạng đã đặt cho Gaihatu với cái tên Tây tạng là Rinchen Dorje, nhưng Gaihatu là một kẻ thoái hóa say sỉn, và hầu như không có nhiều đức tin đối với Phật giáo. Ông đã giới thiệu tiền giấy của Trung Quốc đến Iran, điều này đã gây ra thảm họa kinh tế....

Gaihatu qua đời năm 1295, sau cái chết của Khubilai Khan một năm. Arghun, con trai của Ghazan kế thừa ngai vàng. Ông phục hoạt Hồi giáo như là tôn giáo chính thức của Ilkhanate và tàn phá những tu viện Phật giáo mới thành lập ở đây. Một số học giả khẳng định rằng sự đảo ngược chính sách tôn giáo của Ghazan Khan (cha của ông ta), là để tạo khoảng cách đối với người chú của ông ta trong việc tái cải cách và niềm tin, và để khẳng định độc lập của mình từ Mông Cổ, Trung Quốc.

Mặc dù ra sắc lệnh phá hủy tu viện Phật giáo, dường như con trai của Ghazan Khan không muốn phá hủy mọi thứ liên quan với Phật giáo. Ví dụ, ông ủy nhiệm cho Rashid al-Din viết cuốn Universal History (Ar. Jami, Ao al-Tawarikh), với cả hai phiên bản Tiếng Ba Tư và tiếng Ả Rập. Một chương của nó nói về lịch sử của những nền văn hóa của người Mông Cổ xâm chiếm, Rashid al-Din gồm có The Life and Teachings of Buddha (đời sống và giáo pháp của Đức Phật). Nhằm giúp nhà sử học trong việc nghiên cứu của mình, Ghazan Khan đã mời Bakshi Kamalashri, một tu sĩ Phật giáo từ Kashmir đến cung điện của mình. Cũng giống như các tác phẩm trước đó của al-Kermani, tác phẩm của Rashid trình bày Phật giáo với tư duy người Hồi giáo có thể dễ dàng hiểu được, chẳng hạn như cho rằng Đức Phật là một nhà Tiên tri, các vị thần deva như thiên thần, và Mara là quỷ dữ.

Rashid al-Din kể rằng vào thời của ông, mười một bộ kinh văn Phật giáo được dịch sang tiếng Ả Rập và được lưu hành ở Iran. Gồm có những kinh Đại Thừa như The Sutra on the Array of the Pure Land of Bliss (skt. Sukhavativyuha sutra-còn gọi là Amitabha's Pure Land-Kinh Tịnh Độ A di đà), The Sutra on the Array Like a Wove Basket (Skt. Karandavyuha Sutra, còn gọi là Avalokiteshvara-Kinh Quan Thế Âm, sự hiện thân của long từ bi) và An Expostition on Maitreya (Skt. Maitreyavyakarana-Kinh Di Lặc Thọ Ký, liên quan đến Di Lặc, vị Phật tương lai và hiện thân của tình yêu). Những bản kinh này chắc chắn được dịch dưới sự bảo trợ bảo trợ của những vị vua Hồi giáo Abbasid ở Ngôi Nhà của Kiến Thức tại Baghdad bắt đầu thế kỷ thứ tám.

Rashid al-Din hoàn thành cuốn lịch sử của ông vào năm 1305, dưới thời trị vì của người kế vị Ghazan là Oljaitu. Lúc này hầu như các nhà sư Phật giáo vẫn còn hiện diện ở Iran, tuy nhiên, tối thiểu cho đến khi Oljaitu mất vào năm 1316 kể từ khi các nhà sư không thành công trong việc cố gắng thuyết phục người cai trị Mông Cổ trở về với Phật giáo. Như vậy, ít nhất cho đến sau đó, các nhà sư Phật giáo vẫn đã qua lại Afghanistan và do đó vẫn còn có thể vẫn được hoan nghênh tại cung điện Chagatai.

Năm 1321, đế chế Chagatai chia làm hai. Phía Tây Chagatai Khaganate bao gồm Sogdia và Afghanistan. Ngay từ đầu, người Khans cải sang đạo Hồi. Đế chế Ilkhanate ở Iran bị phân mảnh và đổ vỡ vào năm 1336. Sau đó, không có dấu hiệu về sự hiện diện tiếp tục của Phật giáo ở Afghanistan. Nó đã kéo dài gần 900 năm. Tuy nhiên, trí tuệ của Phật giáo đã không chết. Timur (Tamerlaine) xâm chiếm phía tây Khaganate Chagatai vào năm 1364 và các quốc gia hậu duệ nhỏ của Ilkhanate vào năm 1385. Con trai và người kế nhiệm của Timur là Shah Rukh đã ủy nhiệm nhà sử học Hafiz-i Abru, để viết bộ sử liệu bằng tiếng Ba Tư có tên là A Collection of Histories (Ar. Majma 'al-Tawarikh). Được hoàn thành vào năm 1425 tại thủ đô Shahrukh thuộc Herat, Afghanistan, bộ lịch sử này có một chủ đề lớn về Phật giáo được mô phỏng theo tác phẩm của Rashid al-Din cách một thế kỷ trước.

CHƯƠNG II
SỰ GIAO THOA LỊCH SỬ GIỮA VĂN HÓA PHẬT GIÁO & HỒI GIÁO TRƯỚC TRIỀU ĐẠI MONGOL

Giới thiệu: Khuynh hướng viết Sử

Có một lịch sử lâu dài về người Hồi giáo qua cái nhìn của Kitô Giáo Tây Phương như các lực lượng của ma quỷ. Điều này bắt đầu ở cuối thế kỷ thứ mười một CE với các cuộc Thập Tự Chinh để chiếm Đất Thánh từ người Hồi giáo. Nó đã tiếp tục với sự sụp đổ của trung tâm Eastern Orthodox Christianity tại Constantinople với người Thổ Nhĩ Kỳ vào giữa thế kỷ 15 và đã được đánh thức mạnh mẽ một lần nữa qua sự chiến thắng to lớn của người Thổ Nhĩ Kỳ đối với quân Anh và quân Úc tại Gallipoli trong chiến tranh thế giới thứ nhất. Truyền thông đại chúng phương Tây thường mô tả hình ảnh Hồi giáo như "mad mullahs" (những giáo sĩ điên) và biến những nhà lãnh đạo Hồi giáo như Colonial Gadaffi, Sadam Hussein, Idi Amin, Ayatollah Khomeini, và Yasar Arafat thành ma quỷ. Nhiều người phương Tây quan niệm rằng tất cả người Hồi giáo là những kẻ khủng bố cuồng tín và lập tức nghi ngờ một bàn tay Hồi giáo chính thống bằng hành vi bừa bãi của bạo lực như vụ đánh bom năm 1995 tại Tòa nhà Liên bang ở thành phố Oklahoma. Trong sự phản ứng với việc không tôn trọng những nhà lãnh đạo, tôn giáo và văn hoá của họ, ngược lại, nhiều người Hồi giáo xem phương Tây là mảnh đất của quỷ Satan đang đe dọa những giá trị và vị trí thần thánh của họ. Những thái độ hoang tưởng và không tin tưởng lẫn nhau như vậy thể hiện một trở ngại lớn cho sự hiểu biết và hợp tác giữa thế giới phi Hồi giáo và Hồi giáo.

Sự nghi ngờ và định kiến đối với người Hồi giáo đã mang đến cho phương Tây sự giới thiệu về lịch sử châu Á, đặc biệt là sự tương tác giữa người Hồi giáo và Phật giáo trong thời gian Hồi giáo truyền vào Trung Á và tiểu lục địa Ấn Độ. Song song với báo chí phương Tây, sự báo cáo chủ yếu về bạo lực của người Hồi giáo, về căn bản cuồng tín của họ với những hành động khủng bố - như thể điều này là đại diện toàn thể thế giới Hồi giáo - những sự mô tả giai đoạn lịch sử của hầu hết người phương Tây là tập trung vào việc phá hủy các tu viện Phật giáo và chém giết các nhà sư nếu không cải đạo. Với việc nhấn mạnh về sự cố tàn bạo đó đã thực sự xảy ra, người đọc nhận được ấn tượng méo mó về sự giao thoa chỉ là tiêu cực và bạo lực.

Một tài liệu của sự biến dạng là nghị trình được che dấu của nhiều nhà sử học chính quyền Anh trong thời gian British Raj, đặc biệt là trong thế kỷ XIX. Để đạt được sự trung thành của các đối tượng Ấn Độ của mình và hợp pháp hóa chế độ thực dân, nhiều sử gia này đã cố gắng biểu thị phương cách mà chính quyền Anh là nhân đạo hơn và chính sách thuế của nó phù hợp hơn bất kỳ các triều đại Hồi giáo nào trước đó. Nếu những nhà khảo cổ học tìm thấy tàn tích ngôi đền, họ giải thích rằng người Hồi giáo cuồng tín đã phá hủy chúng. Nếu những bức tượng hoặc những vật quí giá bị mất tích, họ kết luận hoặc là các kẻ cướp Hồi giáo đã cướp, hoặc các Phật tử đã giấu chúng vì sợ hãi các cuộc tấn công của người Hồi giáo. Nếu những nhà lãnh đạo Hồi giáo cho phép sửa chữa chùa chiền, họ giả định rằng quân đội

Hồi giáo trước đó đã phá hủy chúng. Chiết khấu các động cơ kinh tế hay địa lý kinh tế và làm mơ hồ chính sách quân sự và chính sách tôn giáo, họ phổ biến rộng rãi quan điểm rằng vì mục đích truyền bá Hồi giáo và cải đạo những kẻ không tin đạo mình bằng thanh kiếm đã thúc đẩy tất cả các cuộc xâm lược của quân đội Hồi giáo. Họ đánh đồng cuộc xâm lược với sự cải đạo và cuộc nổi dậy tiếp theo của quân Hồi giáo, với hy vọng quăng bỏ Hồi giáo.

Những nhà truyền giáo người Anh, đặc biệt thúc đẩy quan điểm này, lập trường không dung nạp Hồi giáo để thể hiện mình trong một ánh sáng tốt hơn. Vì vậy, nhiều nhà sử học Anh đã gộp chung kẻ xâm lược lục địa là người Ả Rập, người gốc Thổ Nhĩ Kỳ, và những người Mughal trong cuộc chinh phục của tiểu lục địa, và điểm chỉ họ là những kẻ xâm lược Hồi giáo, chứ không phải là cuộc xâm lược bởi các thực thể chính trị cá nhân khác biệt hoàn toàn với nhau. Các sử gia phương Tây khác đã làm theo. Thậm chí ngày nay, các nhà lãnh đạo chính trị và các phương tiện truyền thông tin tức thường xuyên nói đến những kẻ khủng bố Hồi giáo, không bao giờ là của Kitô giáo, Do thái, hoặc những kẻ khủng bố Ấn Độ giáo.

Thuật viết sử của người phương Tây không phải là đơn độc trong việc trình bày bức tranh một chiều. Lịch sử Phật giáo và Hồi giáo ngoan đạo của Tây Tạng, Mông Cổ, Ả Rập, Ba Tư, và Thổ Nhĩ Kỳ có truyền thống hầu hết được mô tả dưới sự ảnh hưởng giữa các quốc gia Trung Á như thể sự bảo vệ và truyền bá tôn giáo là động cơ duy nhất thúc đẩy việc xác định các biến cố. Họ có xu hướng giải thích rằng các Phật tử cải sang đạo Hồi hoặc vì những ưu thế đạo đức của đức tin Hồi giáo để thoát khỏi sự áp bức của Hindu, chẳng hạn như họ xác định đặc trưng những kẻ bạo chúa Ấn Độ là theo đạo Hindu, không phải là chính thể chính trị hoặc kinh tế.

Lịch sử triều đại Trung Quốc chưa có một sự ưu điểm khác, cụ thể là tập trung đạo đức cao cả vào nhà cầm quyền Trung Quốc và sự phục tùng của tất cả các nền văn hóa nước ngoài đối với nó. Điều bí mật này cũng làm biến dạng hình ảnh mà họ trình bày đối với các quan hệ quốc tế và tín ngưỡng.

Một số tài liệu suy diễn những sự kiện vào quá khứ xa xôi, xuyên tạc mối quan hệ giữa Phật giáo và Hồi giáo. Ví dụ, đầu thời đại Kashmir thế kỷ thứ mười bốn, nhà văn Hồi giáo nhà Kashmiri, Rashid al-Din, tác phẩm Life and Teaching of Buddha của ông sống mãi cùng người Ba Tư và Ả Rập, giải thích rằng trước khi thời gian của nhà Tiên tri (Prophet), cư dân của Mecca và and Medina đều là Phật tử. Các hình tượng mà người ta thờ tại Kaaba trong hình dáng của Đức Phật.

Ngay cả những dự đoán về tương lai cũng không thoát khỏi sự thiên vị tôn giáo. Ví dụ, cả Phật giáo và Hồi giáo thảo luận về một nhà lãnh đạo tinh thần tuyệt vời, người sẽ vượt qua các lực lượng tiêu cực trong một cuộc chiến tranh khải huyền. Các văn bản của Phật giáo xuất phát từ Tantra Kalachakra, một văn bản xuất hiện ở Ấn Độ từ cuối thế kỷ thứ 10 và đầu thế kỷ 11, và nó rất phổ biến với người Tây Tạng và Mông Cổ; cảnh báo về một cuộc xâm lược trong tương lai của vùng đất hỗn hợp sắc dân của Phật giáo và Hindu của các lực lượng tuyên bố trung thành với Mecca và Baghdad, văn bản này đưa ra vị vua Rudrachakrin Phật tử chống lại nhà tiên tri Hồi giáo cuối cùng Mahdi. Nó mô tả rằng sau này là nhà lãnh đạo của những lực lượng man rợ phi Ấn Độ sẽ có hành động chinh phục vũ trụ và tàn phá tất cả tâm linh. Bằng cách gọi Rudrachakrin là nhà cai trị "Kalki " (người đặt niềm tin vào thần Vishnu), văn bản này tập hợp Ấn giáo và cái nhìn quan điểm bè phái về tương lai. Kalki là hóa thân thứ mười và cuối cùng của đấng cứu thế Hindu Vishnu và sẽ chiến đấu trong một cuộc chiến tranh khải huyền.

Các khu vực Hồi giáo, chẳng hạn như Baltistan ở phía đông bắc Pakistan, là vùng có liên hệ lịch sử văn hóa Phật giáo Tây Tạng, đã hình thành sự đáp ứng của một kịch bản có tính toán của sự khải huyền. Trong đó, đối thủ của Mahdi, Dajjal, được xác định là Vua Gesar, anh hùng huyền thoại Trung Á qua nhiều thế kỷ bởi những dân tộc Phật giáo khác nhau như là sự biểu lộ không chỉ là vua Rudrachakrin, nhưng ngay cả vua Chinggis Khan.

[Xem: The Kalachakra Presentation of the Prophet of the Non-Invaders .]

Tuy nhiên, khi nhìn kỹ hơn vào lịch sử, người ta tìm thấy bằng chứng phong phú của sự tương tác thân thiện và hợp tác giữa Phật giáo và người Hồi giáo ở Trung và Nam Á trong các lĩnh vực chính trị, kinh tế và triết học. Có nhiều sự liên minh, thỏa thuận lớn về thương mại, và trao đổi thường xuyên về các phương diện tinh thần để tự hoàn thiện mình. Điều này không phủ nhận thực tế rằng một số sự cố tiêu cực đã xảy ra giữa nhân dân hai nước. Tuy nhiên, địa lý chính trị và lèo lái kinh tế cùng sự mở rộng lãnh thổ đến nay nặng hơn yếu tố tôn giáo trong động cơ thúc đẩy hầu hết các cuộc xung đột, mặc dù các nhà lãnh đạo dân quân thường sử dụng các cuộc kêu gọi cho một cuộc thánh chiến để tập hợp quân lực. Hơn nữa, các nhà cai trị ôn hòa và có trách nhiệm đến nay đông hơn các nhà lãnh đạo cuồng tín của cả hai bên trong việc định hình chính sách và những biến cố.

Người Hồi giáo và Phật giáo vẫn còn chiếm một tỷ lệ lớn dân số đặc biệt là Trung Á. Một tư liệu công bằng hơn của mối quan hệ lịch sử giữa hai tôn giáo và dân tộc trong khu vực là rất quan trọng không chỉ các mục đích của sự nghiên cứu vô tư, nhưng vì sự phát triển hòa bình trong tương lai của khu vực.

Phần I: Thời Đại Umayyad Caliphate (661 - 750 CE)

1. Sự truyền bá của Phật giáo tại Trung Á và những vùng phụ cận trước kỷ nguyên Ả Rập

Trước khi người Ả Rập mang Hồi giáo đến Trung Á giữa thế kỷ 7 CE, Phật giáo đã phát triển mạnh mẽ ở đây hàng trăm năm. Đặc biệt nổi bật dọc theo con đường Tơ Lụa, giao lưu thương mại giữa Ấn Độ và người Hán Trung Quốc, dưới sự lãnh đạo từ hai đế chế, Byzantium và La Mã. chúng tôi sẽ phác thảo ngắn gọn sự truyền bá đầu tiên của Phật giáo với phần thế giới này để chúng ta có thể đánh giá tốt hơn quá trình lịch sử đụng độ với Hồi giáo.

Địa lý

Trong điều kiện của các khu vực địa lý hiện tại, khu vực đầu tiên của Phật giáo thuộc về Trung Á ở những thời điểm khác nhau:

(1) Ấn Độ và Pakistan quản lý Kashmir,

(2) Những thung lũng nằm bên triền núi phía bắc như Gilgit,

(3) Pakistan Punjab, bao gồm cả thung lũng Swat, và miền đông Afghanistan phía nam thuộc về Hindu Kush Mountains,

(4) Thung lũng sông Amu Darya ở phía bắc của Hindu Kush, bao gồm cả Afghani Turkistan đến phía nam của sông Amu Darya và miền nam West Turkistan (hướng đông nam Uzbekistan và hướng nam Tajikistan) đến phía bắc của dòng sông,

(5) Phía đông bắc Iran và Nam Turkmenistan,

(6) khu vực giữa sông Amu Darya và sông Syr Darya, trung tâm chính là Tây Turkistan (miền đông Uzbekistan và tây Tajikistan),

(7) khu vực phía bắc của Syr Darya, nghĩa là phía bắc West Turkistan (Kyrgyzstan và đông Kazakhstan),

(8) Phía nam Tân Cương (thuộc tỉnh Tân Cương) thuộc nước Cộng hòa Nhân dân Trung Quốc, cụ thể là phía nam của East Turkistan, cả hai phía Bắc và phía Nam của sa mạc TaklaMakan, xung quanh ngoại vi của lưu vực Tarim Basin,

(9) Phía bắc Tân Cương, giữa Tianshan (T'ian-shan) và dãy núi Altai,

(10) Khu tự trị Tây Tạng, Thanh Hải, phía đông nam Cam Túc (Kan-su), phía tây Tứ Xuyên, và tây bắc Vân Nam, trong khu vực nước Cộng hòa Nhân dân của Trung Quốc,

(11) Nội Mông Cổ, Cộng hòa nhân dân Trung Quốc, Cộng hòa Mông Cổ (Ngoại Mông), và Cộng hòa Buryat ở Siberia, Russia.

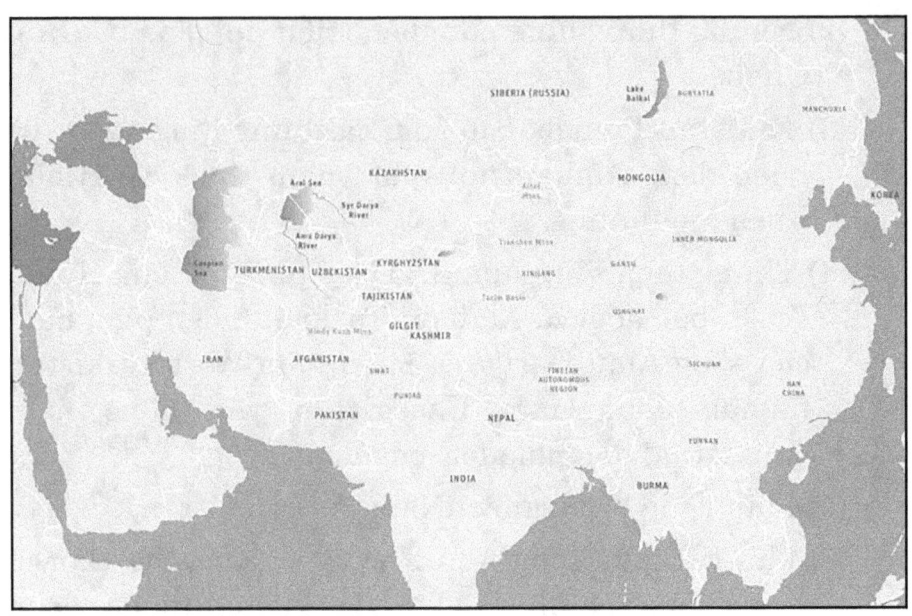

Map One: Modern Central Asia

Tên lịch sử của các khu vực này là:

1. Kashmir, thủ phủ tại Srinagar,
2. Gilgit,
3. Gandhara, với các thành phố lớn là Takshashila ở một phía Punjab Pakistan của Khyber Pass và Kabul thuộc vùng Afghanistan, với Swat được gọi là Oddiyana
4. Bactria, khoảng cách giữa thung lũng sông Oxus River, với trung tâm của nó tại Balkh, hiện nay là Mazar-i-Sharif,
5. Parthia, sau này là Khorasan, thành phố chính của nó ở Merv, và đôi khi phần ở miền nam Turkmenistan được gọi là Margiana,
6. Sogdia, là Ma Wara'an Nahr sau này, giữa Oxus và sông Jaxartes, với các trung tâm chính của nó, kéo dài

chừng từ tây sang đông, tại Bukhara, Samarkand, Tashkent, và Ferghana,

7. Không có tên cụ thể, nhưng với trung tâm chính tại Suyab phía nam của hồ Issyk Kul,

8. Không có tên cụ thể, nhưng với các thành phố ốc đảo chính, các tiểu bang dọc theo mép phía nam của vùng lòng chảo Tarim Basin, đi từ tây sang đông, là Kashgar, Yarkand, Khotan, và Niya, và dọc theo mép phía Bắc, Kucha, Karashahr, và Turfan (Qocho), và với hai tuyến đường nhập vào ở phía đông tại Đôn Hoàng (Tun-huang),

9. Dzungaria, với các thành phố chính tại cửa ngõ phía đông của nó xuyên qua những dãy núi Tianshan từ Turfan là Beshbaliq (Beiting, Pei-t'ing), gần Urumqi ngày nay,

10. Tây Tạng, thủ phủ của nó tại Lhasa,

11. Nước Mông Cổ (Mongolia).

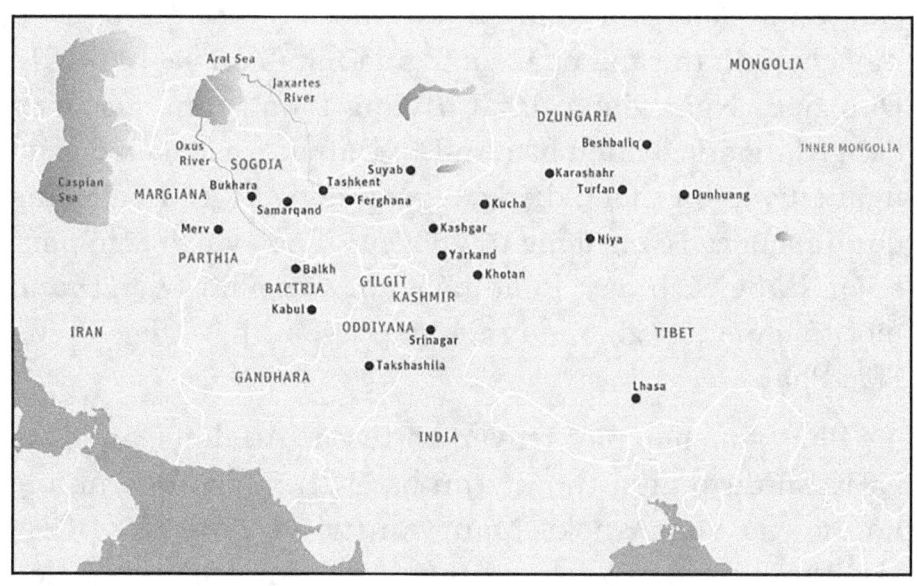

Map Two: Traditional Central Asia

Mặc dù một vài tên này đã thay đổi nhiều lần trong quá trình lịch sử, chúng ta sẽ giới hạn mình với một phần này để tránh nhầm lẫn. Chúng tôi sẽ đề cập đến các khu vực của Cộng hòa nhân dân Trung Quốc ngoại trừ Cam Túc, Nội Mông Cổ, vùng dân tộc Tây Tạng, Mãn Châu, và các bộ lạc vùng đồi phía Nam là "Hán Trung Quốc", quê hương của những người dân tộc Hán. Chúng ta sẽ sử dụng thuật ngữ "Bắc Ấn" để tham khảo chủ yếu là vùng Gangetic Plain, không bao gồm phạm vi Jammu và Kashmir, Himachal Pradesh, Indian Punjab, Rajasthan, hoặc bất kỳ tiểu bang nào của nước Cộng hoà Ấn Độ về phía đông của Tây Bengal. Với "Iran", chúng tôi đặt các khu vực hiện ở trong biên giới của nước Cộng hoà Hồi giáo Iran, bởi "người Ả Rập", là những người thuộc toàn bộ Arabian Peninsula (bán đảo Ả Rập) và phía nam Iraq.

Tây và Đông Turkistan

Mặc dù có nhiều truyền thống liên quan đến ngày của Đức Phật Thích Ca Mâu Ni, hầu hết các học giả phương Tây chấp nhận rằng ngài sống giữa năm 566 và 486 BCE. Đầu tiên, Ngài giảng dạy tại vùng trung tâm của đồng bằng Gangetic ở miền bắc Ấn Độ. Dần dần các môn đồ của ngài truyền bá thông điệp của ngài đến các khu vực xung quanh, nơi các cộng đồng tu viện của Tăng và Ni sớm phát triển. Bằng cách này, Phật giáo dần dần phát triển thành một tổ chức tôn giáo, duy trì và truyền khẩu giáo lý của Đức Phật.

Phật giáo ban đầu truyền bá từ bắc Ấn đến Gandhara và Kashmir ở giữa thế kỷ thứ ba BCE xuyên qua những nỗ lực của vua Ashoka Mauryan (trị vì 273 -232 BCE). Hai thế kỷ sau, nó tạo ra những sự xâm nhập đầu tiên của mình vào cả Tây và Đông Turkistan khi nó mở rộng từ Gandhara đến Bactria và từ Kashmir để Khotan trong thế kỷ thứ nhất BCE. Băng qua thời điểm đó, từ Kashmir đến Gilgit và từ bắc Ấn đến Sindh và Baluchistan ở miền nam Pakistan ngày nay, qua miền đông Iran và vùng trên Parthia. Theo truyền thống lịch sử Phật giáo, hai thương nhân từ Bactria nằm trong số các đệ tử trực tiếp của Đức Phật Thích Ca Mâu Ni. Tuy nhiên, không có bằng chứng về việc họ thiết lập Phật giáo tại quê hương của họ ở giai đoạn đầu.

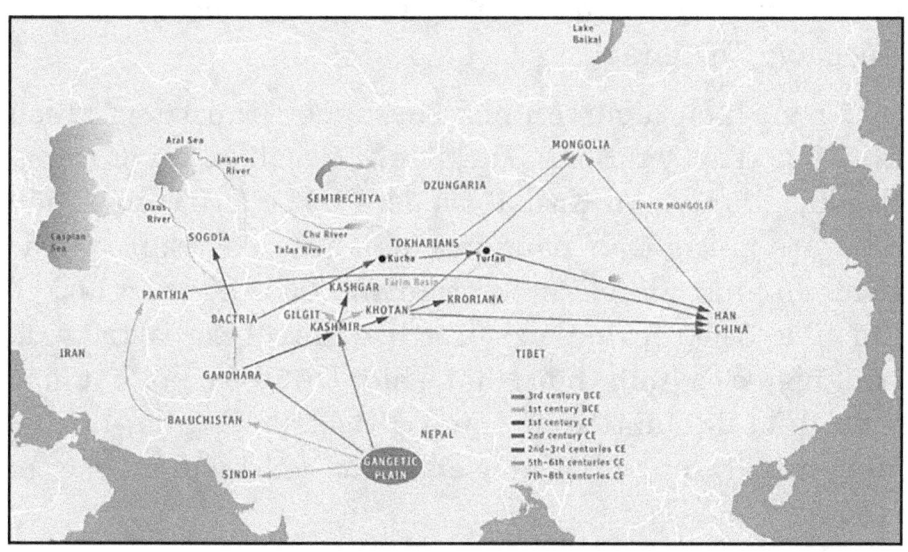

Map Three: The Spread of Buddhism into Central Asia

Vào đầu thế kỷ CE, Phật giáo đã thâm nhập sâu hơn vào miền Tây Turkistan, lan rộng từ Bactria đến Sogdia, Trong suốt thế kỷ đó, nó cũng mở rộng hơn nữa dọc theo mép phía nam của vùng lòng chảo Tarim Basin, băng qua từ Gandhara và Kashmir đến Kashgar, và từ Gandhara, Kashmir, và Khotan đến vương quốc của Kroraina tại Niya. Kroraina đã bị bỏ trống với sa mạc trong thế kỷ thứ tư và hầu hết những người dân của nó tái định cư tại Khotan.

Trong thế kỷ thứ hai CE, Phật giáo vươn đến bờ phía bắc của lòng chảo Tarim Basin, băng qua từ Bactria đến Tocharian-dân tộc Kucha và Turfan. Xuyên qua một số tài liệu, những người Tocharians ở đây là con cháu của người Yuezhi, một giống dân da trắng, nói tiếng cổ ngữ Ấn-Âu phương Tây. Vào thế kỷ thứ hai BCE, một nhóm người Yuezhi, sau này được biết như là người Tocharians, đã di cư về phía tây và định cư ở Bactria. Do đó, Đông Bactria đã được biết đến là "Tocharistan". Có lẽ cùng tên với nhau, họ không có tồn tại trong sự liên kết chính trị, tuy nhiên là giữa người Tocharians và Đông Bactria và Tocharians của Kucha và Turfan.

Có sự hiện diện văn hóa của người Iran trong nhiều khu vực Tây và Đông Turkistan, đặc biệt tại Bactria, Sogdia, Khotan, và Kucha. Do đó, Phật giáo Trung Á đến để kết hợp các tính năng của người Zoroastrian với các trình độ khác nhau. Zoroastrianism (đạo thờ thần lửa) là tôn giáo cổ của Iran. Các yếu tố học thuyết Zoroastrian đã xuất hiện ở cả hình thức Nhất Thiết Hữu Bộ của Phật giáo Tiểu thừa đã phát triển mạnh ở Bactria, Sogdia, Kucha, cũng như ở trong Phật giáo Đại thừa đã chiếm ưu thế tại Khotan.

Hán Trung Quốc

Người Trung Quốc duy trì các đơn vị đồn trú quân sự tại thành phố ốc đảo độc lập của Tarim Basin từ thế kỷ thứ nhất BCE đến thế kỷ thứ hai CE. Tuy nhiên, Phật giáo không truyền bá đến vùng Hán Trung Quốc cho đến khi sau khi các thuộc địa này đã giành được độc lập của họ.

Bắt đầu từ giữa thế kỷ thứ hai CE, Phật giáo đã vào Trung Quốc đầu tiên từ Parthia. Sự truyền bá của nó được mở rộng về sau bởi các nhà sư từ các vùng đất Phật giáo khác của Trung Á cũng như bắc Ấn và Kashmir. Những nhà sư Trung Á và bắc Ấn đã giúp người Hán dịch kinh văn tiếng Sanskrit và Gandhari Prakrit sang tiếng Trung Quốc, mặc dù chính người Trung Á đầu tiên ưa thích các phiên bản gốc Ấn Độ cho việc xử dụng cá nhân của mình. Với sự tiếp xúc liên tục với các đoàn lữ hành quốc tế đến thăm họ dọc theo con đường tơ lụa, nhất là họ tiện dụng với các ngôn ngữ nước ngoài. Tuy nhiên, trong quá trình công việc dịch thuật của mình cho người Trung Quốc, người Trung Á không bao giờ truyền đạt các tư tưởng Zoroastrian. Thay vào đó, Phật Giáo của người Hán Trung Hoa đã bị nhiễm nhiều màu sắc của văn hóa Lão giáo và Khổng giáo.

Trong thời kỳ Six Dynasties (Lục triều 220-589 CE), Hán Trung Quốc chia thành nhiều vương quốc ngắn ngủi, đại khái chia ra giữa phía bắc và phía nam. Sự tiếp theo thuộc về những triều đại phi-Hán--là những bậc tiền bối đầu tiên của Thổ Nhĩ Kỳ, người Tây Tạng, Mông Cổ, và Manchus (Mãn Tộc)--xâm lược và cai trị phía Bắc, trong khi miền Nam vẫn duy trì nền văn hiến truyền thống Hán. Phật giáo ở phía bắc là theo định hướng và phục tùng ý tưởng bất chợt một cách trung thành của sự kiểm soát của chính phủ, trong khi ở miền Nam là độc lập và đặt tầm quan trọng về sự nghiên cứu triết học.

Do tác động ganh tỵ của các quan lại Lão giáo và Khổng giáo về sự ủng hộ của chính đối với những tu viện Phật giáo, tôn giáo của Ấn Độ bị đàn áp ở hai vương quốc phía Bắc Trung Quốc giữa năm 574 và 579. Tuy nhiên Wendi (Văn Đế), thống nhất nhà Hán sau ba phần hai thế kỷ và một nửa thế kỷ của sự phân mảnh và thành lập triều đại nhà Tùy (589-618), tự gọi mình là Hoàng đế chuyển luân

Phật pháp (Skt. Chakravartin). Và tuyên bố rằng sự cai trị của mình (589-605) sẽ biến Trung Quốc thành một lạc cảnh "Tịnh Độ" Phật giáo, ông đã làm sống lại đức tin Phật giáo Ấn Độ đến điểm cao hơn. Mặc dù nhiều vị hoàng đế đầu tiên của triều đại nhà Đường (618-906) ủng hộ Đạo giáo, họ cũng tiếp tục hỗ trợ Phật giáo.

Đông và Tây đế chế Thổ Nhĩ Kỳ (Turk Empires)

Từ đầu thế kỷ thứ năm, người Ruanruan cai trị một đế chế rộng lớn tập trung tại Mông Cổ và kéo dài từ Kucha đến biên giới của Hàn Quốc. Họ đã chấp nhận một sự pha trộn của người Iran-chịu ảnh hưởng các hình thái của người Khotan và Tocharian về Phật giáo và giới thiệu nó với người Mông Cổ. Đế chế Old Turk (Thổ Nhĩ Kỳ Cổ) sống ở Cam Túc vùng Ruanruan, bị lật đổ sau năm 551. Triều đại Old Turk thành lập phân chia thành hai vùng phía đông và phía tây trong vòng hai năm.

Người Đông Thổ Nhĩ Kỳ cai trị Mông Cổ và tiếp tục hình thức Ruanruan của Khotanese/Tocharian. Phật giáo được tìm thấy ở đây, kết hợp với các yếu tố của người Bắc Hán Trung Quốc. Họ phiên dịch nhiều kinh văn Phật giáo sang ngôn ngữ Old Turk (cổ ngữ Thổ Nhĩ Kỳ) từ nhiều ngôn ngữ địa phương Phật giáo với sự giúp đỡ của các nhà sư từ bắc Ấn, Gandhara, và Trung Quốc, nhưng đặc biệt từ cộng đồng Sogdian tại Turfan. Với các thương nhân chủ yếu trên chuyến hành trình của con đường Tơ Lụa, người Sogdians đã sản xuất những Tăng sĩ giỏi nhiều thứ tiếng.

Đặc điểm chính của Phật giáo của người Cổ Thổ Nhĩ Kỳ là sự hấp dẫn của nó đối với người bình dân, sát nhập cùng các vị thần hộ vệ Đức Phật mang nhiều tính phổ biến, tôn thờ các vị thần địa phương, bao gồm cả truyền thống Shaman, Tengrian, và những học thuyết Zoroastrian. Tengrism là hệ thống niềm tin truyền thống trước Phật giáo của các dân tộc khác nhau của những vùng thảo nguyên Mông Cổ.

Thổ Nhĩ Kỳ hướng Tây lần đầu tiên cai trị Dzungaria và miền bắc Tây Turkistan. Năm 560, họ chiếm phần phía tây của con đường Tơ Lụa từ người Hung trắng (Hephthalites) và di cư dần dần đến Kashgar, Sogdia, và Bactria, thành lập sự hiện diện rõ nét tại Afghani Gandhara. Trong quá trình mở rộng của họ, nhiều người dân của họ tin theo Phật giáo, đặc biệt là hình thức được tìm thấy trong các khu vực mà họ chinh phục.

Vị trí Phật giáo tại West Turkistan ở buổi đầu xuất hiện của người Tây Thổ Nhĩ Kỳ (Western Turks)

Trong nhiều thế kỷ trước khi sự di cư của người Thổ Nhĩ Kỳ hướng Tây, Phật giáo đã hưng thịnh ở miền trung và nam của Tây Turkistan dưới sự cai trị kế tiếp của Đế chế Graeco-Bactrians, Shakas, Kushans, Ba Tư Sassanids, và người Hung trắng. Người Hán hành hương đến Ấn Độ, Faxian (Fa-hsien), du lịch trong khu vực này giữa năm 399 và 415, họ đã ghi chép đầy đủ về việc những tu viện hoạt động. Tuy nhiên, khi người Thổ Nhĩ Kỳ hướng Tây đến khu vực này, một thế kỷ rưỡi sau đó, họ đã tìm thấy Phật giáo trong một trạng thái suy yếu, đặc biệt là ở Sogdia. Nó đã tàn tạ rõ ràng trong thời gian cai trị của Đế chế White Hun (Hung trắng).

Người Hung trắng đa phần là những người ủng hộ trung thành đối với Phật giáo. Ví dụ, năm 460, người cai trị của họ đã gửi một mảnh vải từ áo choàng của Đức Phật như là một thánh vật từ Kashgar tặng cho cung điện bắc Trung Quốc. Tuy nhiên, năm 515, vua Hung Trắng là Mihirakula (Đại Tộc Vương) đã xúi giục một cuộc đàn áp Phật giáo, tự nhận là bị tác động bè phái ghen tị của tín đồ Cơ đốc giáo: Manichaean và Nestorian ở trong triều đình. Thiệt hại tồi tệ nhất là ở Gandhara, Kashmir, và một phần phía tây của miền bắc Ấn Độ, và còn nới rộng đến Bactria và Sogdia trên một quy mô hạn chế hơn.

Vào khoảng năm 630, Sự nổi bật tiếp theo là nhà chiêm bái Huyền Trang người Hán hành hương đến Ấn Độ, đã đến thăm Samarkand, thủ đô của Tây Turk tại Sogdia, ngài đã nhận ra rằng mặc dù có nhiều Phật tử, người theo đạo Zoroastrians (thờ Thần lửa) tại địa phương là thù địch với người Phật giáo. Hai tu viện chính của Phật giáo là trống rỗng và khép kín. Tuy nhiên, năm 622, nhiều năm trước khi chuyến thăm của Huyền Trang đến Samarkand, người cai trị Western Turk là Tongshihu Qaghan đã chính thức chấp nhận Phật giáo dưới sự hướng dẫn của vị sư có tên là Prabhakaramitra trong dịp đến thăm miền bắc Ấn Độ. Ngài Huyền Trang đã khuyến khích nhà vua mở lại tu viện bỏ hoang gần thành phố và xây dựng thêm những tu viện khác.

Nhà vua và những người kế theo lời khuyên của nhà sư Trung Quốc và xây dựng nhiều tu viện mới ở Sogdia - không chỉ tại Samarkand, nhưng ở thung lũng Ferghana và ngày nay là hướng tây Tajikistan. Họ cũng truyền bá sự pha trộn của các hình thức Sogdian và Kashgari của Phật giáo miền bắc West Turkistan. Ở đây, họ xây dựng những tu viện mới trong thung lũng Talas River mà ngày nay là miền nam Kazakhstan, thung lũng Chu River ở phía tây bắc Kyrgyzstan, và tại Semirechiye ở hướng đông nam Kazakhstan gần Almaty ngày nay.

Khác hẳn Sogdia, ngài Huyền Trang đã ghi chép sự phát triển của nhiều tu viện Phật giáo tại Kashgar và Bactria, các khu vực lớn khác được kiểm soát bởi người Tây Thổ Nhĩ Kỳ. Kashgar đã có hàng trăm tu viện và mười nghìn tu sĩ, trong khi ở Bactria thì những con số khiêm tốn hơn. Các tu viện lớn nhất của toàn bộ khu vực là Nava Vihara (Nawbahar, Nowbahar) tại Balkh, thành phố chính của Bactria. Nó phục vụ như là trung tâm chính của việc nghiên cứu Phật giáo cao hơn cho tất cả các khu vực Trung Á, và những tu viện chi nhánh ở Bactria và Parthia cũng được gọi là navaviharas.

Giống như một trường đại học, Nava Vihara chỉ chấp nhận các nhà sư, người đã sáng tác những tác phẩm uyên bác. Vihara nổi tiếng có những bức tượng Phật đẹp tuyệt vời, phủ ngoài lớp áo cà sa lụa sang trọng và được trang trí bằng các trang sức quý hiếm, phù hợp với phong tục của người theo đạo Zoroastrian tại địa phương. Đặc biệt, nó có sự liên kết với Khotan, nơi đào tạo nhiều bậc thầy Phật giáo. Theo ngài Huyền Trang, Khotan vào thời điểm đó đã có hàng trăm tu viện với 5.000 nhà sư.

Sự suy tàn của Western Turks

Đến giữa thế kỷ thứ bảy, người Western Turk kiểm soát các khu vực này ở Tây và Đông Turkistan và bắt đầu suy yếu. Đầu tiên, người Turks (Thổ Nhĩ Kỳ) bị mất vùng Bactria đến Shahis Turki, và người Phật giáo gốc Thổ Nhĩ Kỳ cai trị Gandhara. Huyền Trang đã nhận ra tình hình của Phật giáo tại Gandhara tồi tệ hơn ở Bactria, mặc dù người Tây Thổ Nhĩ Kỳ đã thành lập một tu viện ở Kapisha, không xa phía bắc thủ đô Kabul vào năm 591. Các tu viện chính ở khu vực Kabul Pass, tu viện Nagara Vihara, ngay phía nam Jalalabad ngày nay, nơi đặt di tích hộp sọ của Đức Phật và là một trong những địa điểm hành hương thiêng liêng nhất trong thế giới Phật giáo. Tuy nhiên Tăng sĩ ở đây đã bị vật chất lôi cuốn, và đã tính phí khách hành hương với giá một đồng tiền vàng để xem thánh tích. Nơi đây không có trung tâm nghiên cứu trong toàn bộ khu vực.

Ở vùng Punjabi, các nhà sư chủ yếu bảo quản các quy tắc của kỷ luật tu viện và hầu như họ không dễ dàng để hiểu biết giáo lý Phật giáo. Ví dụ, Trong thung lũng Swat (Oddiyana), ngài Huyền Trang đã tìm thấy nhiều tu viện trong đống đổ nát, và những ngôi nhà vẫn còn đứng đó, chỉ đơn thuần là thực hiện nghi lễ hầu đạt được sự bảo vệ và uy quyền từ đấng siêu nhiên. Ở đây không còn bất cứ truyền thống của sự tu học và thiền định.

Một vị sư đi chiêm bái người Hán sớm hơn là ngài Songyun (Tống Vân), đã đến thăm Swat vào năm 520, năm năm sau cuộc đàn áp của Mihirakula (Đại Tộc Vương). Ông đã báo cáo rằng các tu viện vẫn còn hưng thịnh tại thời điểm đó. Nhà cai trị người White Hun rõ ràng không thực hiện chính sách chống Phật giáo mạnh mẽ của mình ở các vùng xa xôi hẻo lánh. Sự suy tàn tiếp theo của các tu viện ở Swat là do nhiều trận động đất nghiêm trọng và lũ lụt xảy ra vào thế kỷ giữa lúc hai nhà chiêm bái Trung Quốc đến. Với các thung lũng miền núi nghèo khổ và sự thương mại thông qua Gilgit đến Đông Turkistan đã bị cắt đứt, các tu viện đã bị mất hầu hết tất cả những sự hỗ trợ kinh tế của họ và sự tiếp xúc với nền văn hóa Phật giáo khác. Tín ngưỡng địa phương mê tín dị đoan và tín ngưỡng Shamam hỗn hợp với những gì còn lại của sự hiểu biết Phật giáo.

Năm 650, Đế chế Tây Turk Empire thu hẹp hơn nữa với sự mất mát của Kashgar với nhà Trung Quốc, nhà Hán đã mở rộng đế chế của mình kể từ khi thành lập triều đại nhà Đường năm 618. Trước khi giành quyền kiểm soát của Kashgar, lực lượng nhà Đường đã chinh phục Mông Cổ từ Đông Turks và sau đó các thành phố chính dọc theo mép phía bắc của lòng chảo Tarim Basin. Thực tế, mối đe dọa phát triển của nhà Hán và sự không có khả năng của Đế chế Western Turks (Tây Thổ Nhĩ Kỳ) yếu đuối để bảo vệ họ, vùng Kashgar và Khotan tự trị ở trên mép rìa phía nam đã quy phục một cách hòa bình.

Tây Tạng

Trong giai đoạn tiền bán của thế kỷ thứ bảy, những người Tây Tạng thống nhất đất nước của họ. Vua Songtsen Gampo (Srong-btsan sgam-po, r 617 -. 649) thành lập một đế chế trải dài từ miền Bắc Miến Điện (Burma) đến biên giới của người Hán Trung Quốc và Khotan. Bao gồm Nepal như một nước chư hầu đã bị thu hẹp đến Thung lũng Kathmandu vào thời điểm này. Sau khi thành lập đế chế của mình, Songtsen Gampo đã đưa Phật giáo vào đất nước của mình vào cuối những năm 640s. Tuy nhiên, điều này là một quy mô rất hạn chế, bởi sự pha trộn các khía cạnh khác nhau từ Hán triều, Nepal, và Khotan. Khi người Tây Tạng đã mở rộng lãnh thổ của họ, họ chiếm lấy Kashgar từ nhà Đường vào năm 663, và trong cùng năm đó, thiết lập sự cai trị của mình tại Gilgit và Wakhan Corridor trong việc kết nối hướng tây của Tây Tạng với đông Bactria.

Gangetic Ấn Độ

Phật giáo đã cùng tồn tại hài hòa với Ấn Độ giáo và Jainism giáo trên đồng bằng Gangetic Palain ở bắc Ấn từ giai đoạn sớm nhất. Kể từ thế kỷ thứ tư CE, người Hindu coi Đức Phật là một trong mười hiện thân (Skt. avatara) của vị thần tối cao Vishnu của họ. Ở mức độ phổ biến, nhiều người Ấn giáo đã cho rằng Phật giáo như là một thể dạng khác của tôn giáo mình. Những vị Hoàng đế của thời kỳ Gupta đầu tiên (320-500) thường xuyên bảo trợ những ngôi chùa, tu viện, và bậc thầy của cả hai tín ngưỡng. Họ xây dựng nhiều trường Đại học tu viện Phật giáo, nơi phát triển nhiều cuộc tranh luận mạnh mẽ, Trường nổi tiếng nhất là Nalanda (Na Lan Đà) tại Bihar bây giờ, trung tâm ngày nay. Họ cũng cho phép các quốc gia Phật giáo khác đi hành hương trong lãnh thổ của họ. Ví dụ, Hoàng đế Samudragupta cho phép vua Sri Lanka, Meghavanna (r. 362-409) xây dựng tu viện Mahabodhi ở Vajrasana (bây giờ là Bodh Gaya), nơi Đức Phật đạt được giác ngộ.

Người Hung trắng (White Huns) cai trị Gandhara và một phần phía tây của bắc Ấn hầu hết toàn bộ thế kỷ thứ sáu. Sự phá hủy tu viện của vua Mihirakula mở rộng đến Kaushambi, một khoảng cách ngắn đến phía tây của Allahabad ngày nay, thuộc Uttar Pradesh. Với sự khởi đầu của thời kỳ Gupta thứ hai (cuối thế kỷ thứ sáu - 750), những hoàng đế của nó vẫn cố gắng để sửa chữa thiệt hại. Tuy nhiên, Huyền Trang vẫn còn tìm thấy nhiều tu viện ở phía tây của Kaushambi trong đống đổ nát khi ngài đến thăm nơi này. Dù vậy, những tu việnj ở Magadha (Ma Kiệt Đà) ở phía đông, chẳng hạn như Nalanda và Mahabodhi vẫn còn hưng thịnh

Hoàng đế Harsha (ruled 606-647), vị Gupta bảo trợ mạnh nhất của Phật giáo, nuôi một ngàn Tăng sĩ từ Nalanda tại triều đình của ông. Ông tôn kính Phật giáo với mức độ cao mà đã được ghi chép rằng ông ta đã sờ vào chân của ngài Huyền Trang theo sự biểu lộ của truyền thống Hindu để tỏ lòng tôn kính khi lần đầu tiên gặp mặt vị Tăng người Hán này.

Năm 647, Arjuna, một vị quan triều chống đối Phật giáo, lật đổ Harsha và nhanh chóng soán ngôi Hoàng đế Harsha. Khi ông ngược đãi sự viếng thăm của nhà chiêm bái Wang Xuance (Vương Huyền Sách) người Hán, và hầu hết những người cấp dưới đi theo Wang bị cướp và bị giết, Wang Xuance là một Tăng sĩ, cũng là một phái viên của vua Đường Taizung (Thái Tông, r 627-650) đã trốn thoát đến Nepal. Ở đây, ông đã yêu cầu sự giúp đỡ của hoàng đế Tây Tạng Songtsen Gampo-vị vua này năm 641 đã kết hôn với con gái của Hoàng đế nhà Đường, công chúa Văn Thành (Wengcheng). Với sự giúp đỡ của các chư hầu Nepal, Vua Tây Tạng lật đổ Arjuna và tái thành lập quyền lực Gupta. Sau đó, Phật giáo vẫn tiếp tục tận hưởng một tình trạng đặc sủng ở miền bắc Ấn Độ.

Kashmir và Nepal

Kashmir và Nepal ở miền bắc Ấn Độ, Phật giáo cũng phát triển ở những địa hạt chính của Hindu. Ngài Huyền Trang đã báo cáo rằng Phật giáo ở Kashmir chủ yếu đã phục hồi từ cuộc đàn áp của Mihirakula, đặc biệt là với sự hỗ trợ từ người sáng lập triều đại Karkota Dynasty mới (630-856) vào thời điểm đó.

Mặt khác, Nepal đã thoát khỏi sự cai trị của White Huns. Những nhà cai trị của triều đại Licchavi (386-750) duy trì sự ủng hộ liên tục đối Phật giáo. Năm 643, hoàng đế Tây Tạng, Songtsen Gampo lật đổ Vishnagupta, một kẻ cướp ngôi triều đại này, và phục hồi vua Narendradeva, người đòi lại ngai vàng Nepal đã được chấp nhận tị nạn ở Tây Tạng. Tuy nhiên, biến cố này đã có ít ảnh hưởng về tình trạng Phật giáo của Nepal trong thung lũng Kathmandu. Songtsen Gampo sau đó kết hôn với công chúa Bhrkuti, con gái vua Narendradeva, gắn chặt mối quan hệ giữa hai nước.

Tóm tắt

Sau đó, Phật giáo đã được tìm thấy trong hầu hết những vùng của Trung Á khi người Ả Rập Hồi giáo đến giữa thế kỷ thứ bảy. Phật giáo mạnh nhất tại Bactria, Kashmir, và lưu vực Tarim Basin là phổ cập, nhưng ở tại Gandhara và Mông Cổ trình độ hiểu biết về Phật giáo còn thấp kém, Phật giáo đã đi vào Tây Tạng, và được thụ hưởng một sự hồi sinh gần đây tại Sogdia. Dù vậy, nó không phải là đức tin độc quyền của khu vực. Cũng có đạo Zoroastrians, Ấn giáo, Kitô Nestorian, Đạo Do Thái, Manichaeans, và những người theo Tengrism, Shamanism, và các hệ thống tín ngưỡng bản địa khác không có tổ chức. Giáp với Trung Á, Phật giáo mạnh mẽ ở Trung Quốc, Nepal, và bắc Ấn, nơi mà các tín đồ của nó sống một cách hòa bình với Lão giáo, Khổng giáo, Ấn giáo và Kỳ Na Giáo.

Trước khi Ả Rập Hồi giáo đến Trung Á, đế chế Shahis Turki cai trị Gandhara và Bactria, trong khi Tây Thổ Nhĩ Kỳ kiểm soát Sogdia và các vùng phía bắc của Tây Turkistan. Người Tây Tạng chiếm giữ Gilgit và Kashgar, trong khi nhà Đường Trung Quốc kiểm soát phần còn lại của Basin Tarim cũng như Mông Cổ. Đông Nhĩ Kỳ của Mông Cổ tạm thời đình đốn trong giai đoạn lâm thời của sự cai trị người Hán.

2. *Sogdia và Bactria trước thời kỳ Umayyad*

Sogdia và Bactria là những khu vựa quan trọng mà người Ả Rập đầu tiên truyền bá Hồi giáo ở Trung Á, chúng ta hãy nhìn chặt chẽ hơn vào các nền tôn giáo của người dân. Điều này sẽ giúp chúng ta hiểu được phản ứng ban đầu của họ với đức tin Hồi giáo.

Sự quan hệ của Zoroastrian (Đạo thờ Thần Lửa) với Phật giáo

Phần lớn các cư dân của Sogdia và Bactria là Đạo Zoroastrian, trong khi Phật tử, tín đồ Manichaeans, Kitô giáo, và tín đồ DoThái đã hình thành bộ phận dân tộc thiểu số đáng kể. Phật giáo đã lan rộng ra khắp khu vực này trong thời gian cai trị của Kushan từ cuối thế kỷ thứ hai BCE đến 226 CE, nhưng nó không bao giờ thay thế cho tôn giáo Zoroastrianism trong quần chúng. Phật giáo yếu nhất một cách tự nhiên tại Sogdia kể từ khi nó nằm xa những trung tâm quyền lực Kushan ở Kashmir, Gandhara, Oddiyana, và Kabul.

Đế chế Persian Sassanids (226-637) cai trị Sogdia, Bactria, Kashgar, và các vùng của Gandhara cho đến khi người Hung trắng (White Huns) chiếm khu vực này vào đầu thế kỷ thứ năm, khiến họ phải rút lui đến Iran. Mặc dù Sassanids là triều đại chủ nghĩa dân tộc, họ khao khát ủng hộ đạo giáo Zoroastrian mà nhiều nhà cai trị chính thống đàn áp khốc liệt bất kỳ giáo phái nào của Zoroastrian được coi là dị giáo, họ chủ yếu là khoan dung các tôn giáo khác. Họ cho phép họ duy trì tôn giáo mình, qui định mỗi người trưởng thành phải nộp thuế thu nhập.

Chỉ có sự ngoại lệ chính cho xu hướng này ở trong thời gian hậu bán thế kỷ thứ ba khi một giáo sĩ cao cấp của Zoroastrian là Kartir đã điều hành chính sách tôn giáo của Đế chế. Với sự nhiệt tình thuần tuý để loại bỏ tất cả các hình ảnh của các vị thần trong các địa hạt của ông, và có chỉ có ngọn lửa Zoroastrian thiêng liêng như là trọng tâm của lòng sùng kính, Kartir đã ra lệnh phá hủy nhiều tu viện Phật giáo, đặc biệt là ở Bactria. Điều này là lý do tại sao trong những bức tượng và bức tranh tường về Đức Phật kết hợp nhiều yếu tố đạo giáo Zoroastrian. Ví dụ, chư Phật thường được mô tả bao vây với một vầng hào quang của ngọn lửa bập bùng và những câu ghi kèm theo hoặc chữ viết nguệch ngoạc graffiti dán vào tượng Phật như "Buddha-Mazda" (Phật-thần lửa). Phật giáo tại Bactrian sau đó đã xuất hiện các tu sĩ cao cấp như là một loại dị giáo Zoroastrian. Tuy nhiên, Phật giáo đã hồi sinh sau cuộc đàn áp của Kartir.

Zurvanism

Zurvanism là một giáo phái của Zoroastrian (đạo thờ lửa) đôi khi được ưa chuộng bởi một số hoàng đế Sassanid, và vào các thời điểm khác các nhà cai trị chính thống đã lên án nó như một thứ dị giáo cần phải diệt trừ. Mặc dù những sự bao bọc đối với Zurvanism được tìm thấy xuyên qua đế chế Sassanid, bao gồm cả nơi sinh Zoroaster (người sáng lập Ba Tư giáo) là Balkh, khu vực chính đối với những người theo đạo thờ lửa đã được thu hút là Sogdia. Điều này có lẽ do sự cách xa của nó.

Sogdian Zurvanites là nhóm Zoroastrian (đạo thờ lửa) không khoan dung đối với các tôn giáo khác - có nhiều lòng thù địch hơn người Zurvanites của họ ở Bactria. Thái độ hung hăng của họ có lẽ do sự tự vệ xuất phát từ những đối tượng của sự thành kiến đối với họ tại Iran, kết hợp với sự tự tin rằng sự tập trung nhiều tín đồ của họ tại Sogdia như đã biết. Thành kiến của họ đã gây cho Phật giáo, Manichaean, và Kitô giáo Nestorian tại Sogdians phải rời bỏ quê hương của họ và định cư như những thương nhân cách xa phía đông dọc theo con đường Tơ Lụa trong các thành phố chính của Tarim Basin, đặc biệt là Turfan. Khi những người Tokharians của Turfan cũng là một cộng đồng nhập cư đến từ hướng Tây, những người tị nạn tại Sogdian mới đã có thể nhận được một sự chấp nhận thông cảm từ họ.

Sự cai trị của người Hung Trắng và hậu quả của nó tại Sogdia

Người Hung trắng đã xâm chiếm Sogdia từ Đế chế Sassanids, phần lớn những người ủng hộ trung thành của Phật giáo. Họ cai trị không chỉ duy trì Đế chế Sassanid cũ ở Trung Á, mà còn là các vùng của miền bắc Ấn Độ, Kashmir và Khotan. Như đã thấy, Faxian đã ghi chép rằng Phật giáo mạnh mẽ tại Sogdia khi ông ta đến thăm vào đầu thế kỷ thứ năm. Tuy nhiên, đa số người dân ở đây vẫn còn là tín hữu Zurvanites, những người có thể đã không cảm kích sự hồi sinh của Phật giáo.

Năm 515, vua Hung Trắng, Mihirakula (Đại Tộc Vương), lập một chính sách khủng bố ngắn gọn để tàn sát Phật giáo. Quân đội của ông được ủng hộ để phá hủy 1400 tu viện. Thiệt hại tồi tệ nhất là ở những vùng đồng bằng Gandhari Plains, Kashmir, và tây bắc Ấn, trung tâm quyền lực của ông ta. Mihirakula đã không thực hiện chính sách của mình ở những vùng xa hơn của đế chế của mình, chẳng hạn như Swat. Tuy nhiên, không còn nghi ngờ gì nữa, nó đã ảnh hưởng không nhỏ đối với chúng. Ví dụ, các tu viện của Samarkand không bị phá hủy, nhưng đã hoàn toàn trống vắng của các nhà sư.

Sự ác cảm Zurvanites (một giáo phái của đạo thờ thần lửa) tại địa phương đối với Phật giáo hoàn toàn cản trở việc mở lại các tu viện ở Sogdian. Sự hoang tưởng của họ có lẽ đã bị thổi bùng thêm nữa bởi sự tái xác nhận nghiêm ngặt của Zoroastrianism chính thống ở Iran và cuộc đàn áp các giáo phái dị giáo được thực hiện ngay sau đó bởi các hoàng đế Sassanid, Khosrau I (r. 531-578). Như vậy, người Thổ Nhĩ Kỳ hướng Tây (Western Turks) đã nhận thấy sự suy yếu của Phật giáo tại Sogdia vào năm 560, và Huyền Trang đã báo cáo rằng trong năm 630 các tu viện của Samarkand vẫn còn đóng cửa và cộng đồng địa phương "Zoroastrian" rất thù địch với Phật giáo.

Ngài Huyền Trang cho biết là chính tại Iran, ba tu viện Phật giáo còn lại tại vùng Parthia cũ ở phía đông bắc của quốc gia. Theo nhà sử học người Hồi giáo thế kỷ 11 là al-Biruni, trước kia có nhiều con đường lớn đi đến những biên giới của Syria. Triều đại Sassanids đã hiển nhiên phá hủy chúng.

Bactria

Ngài Huyền Trang đã tìm thấy Phật giáo phát triển mạnh ở Bactria, đặc biệt là Tu Viện Nava Vihara tại Balkh. Mặc dù Balkh là thành phố linh thiêng nhất của Zoroastrianism và phần lớn người dân theo đức tin đó, bao gồm cả giáo phái Zurvanite của nó, tuy nhiên, họ đã giữ hòa bình đối với Phật giáo. Có lẽ bởi vì họ không có đông người Zurvanite tị nạn từ Iran so với Sogdia, họ có ít sự bảo vệ tôn giáo của mình. Sống ở trung tâm tinh thần của thế giới Zoroastrian, họ dường như không cảm thấy bị đe dọa bởi sự hiện diện của một viện tu viện Phật giáo dành cho sự nghiên cứu. Trong bầu không khí này, cộng thêm sự thực mà các tiêu chuẩn cao về giáo dục và học bổng tại Nava Vihara đã thu hút sự hỗ trợ và những người nhập học để nghiên cứu từ các cộng đồng Phật giáo khắp Trung Á, đã đảm bảo sự sống còn và phát triển tiếp tục của nó mặc dù bất kỳ thiệt hại nào đó mà nó có thể đã hứng chịu trong cuộc bố ráp ngắn của Mihirakula.

Gandhara

Mặc dù người Ả Rập đầu tiên ở Trung Á không thể tiếp cận Gandhara, chúng ta hãy tìm hiểu sự phân tích đầy đủ tình trạng của Phật giáo ở đây như thế nào. Ngài Huyền Trang ghi rằng các tu viện Gandhari trong tình trạng hoạt động, nhưng trình độ tâm linh rất thấp. Khu vực Kabul và vùng Punjabi Plains của Gandhara đã hứng chịu gánh nặng của sự tai hại từ lực lượng của Mihirakula. Những người Phật tử ở đây, đặc biệt là ở Gandhara, sống trong một môi trường đa phần là Ấn Độ giáo-đặt nặng sự thực hành đạo đức, và chấp nhận Đức Phật như một vị thần Hindu. Không có trung tâm học tập, nó không có gì lạ cả dù các tu viện vẫn mở, họ được tập trung vào các nhu cầu mộ đạo của những người hành hương và không để tâm đến sự nghiên cứu Phật giáo. Tóm lại, các tu viện của Gandhara không bao giờ hoàn toàn hồi phục từ sự tàn phá của Mihirakula.

Tóm tắt

Với chứng liệu này, chúng ta có thể dự đoán rằng không phải đa số tín hữu Zurvanite hay thiểu số Phật giáo tại Sogdia ban đầu đã không dễ dàng cải sang Hồi giáo. Zurvanites đã có kinh nghiệm là một giáo phái nhỏ bị xem thường bởi Zoroastrians chính thống mạnh mẽ tại Iran, và các Phật tử của Sogdia có kinh nghiệm tương tự khi ở trong tay của giáo phái Zurvanites này. Vì vậy, hầu hết trong số họ đã không gặp khó khăn trong việc chấp nhận những gì đến với họ với sự cai trị Ả Rập, cụ thể là bảo vệ tình cảnh (Arab. Dhimmi) như giai cấp hạng hai (second-class), những người phi-Hồi giáo của một quốc gia Hồi giáo. Để thích ứng với phong tục Sassanid ở Iran, người Ả Rập yêu cầu mỗi người trưởng thành phải nộp thuế hoàn thành thu nhập để duy trì tôn giáo của mình. Ở Bactria, tín hữu Zoroastrians và Phật tử mạnh mẽ và tự tin với niềm tin của mình. Họ tiếp tục là chính họ bất kể giá trị như thế nào.

3. Sự chạm trán đầu tiên của Tín hữu Hồi giáo và Phật tử Châu Á

Sự hiện diện của Phật giáo trước Hồi giáo tại Bắc Phi và Tây Á

Ấn Độ và Tây Á có một lịch sử lâu dài của nền thương mại nối liền giữa đất và biển với nhau. Quan hệ thương mại giữa Ấn Độ và vùng Lưỡng Hà (Mesopotamia) đã bắt đầu sớm nhất là năm 3.000 BCE và giữa Ấn Độ và Ai Cập, xuyên qua các hải cảng trung gian của Yemen, từ năm 1000 BCE. Jataka Baveru, một chương từ những tài liệu sưu tập của Phật giáo đầu tiên về những câu chuyện nói đến đời sống trước kia của Đức Phật, đề cập đến việc thương mại hàng hải với Babylon (Sankrie: Baveru).

Năm 255 trước Công nguyên, hoàng đế Ấn Độ Mauryan, Ashoka (r. 273 - 232 TCN), gửi các tu sĩ Phật giáo làm đại sứ thiết lập quan hệ với Antiochus II Theos của Syria và Tây Á, Ptolemy Philadelphos II của Ai Cập, Magas của

Cyrene, Antigone Gonatas của Macedonia, và Alexander của Corinth. Cuối cùng, cộng đồng của thương nhân Ấn Độ, cả Ấn Độ giáo và Phật giáo, định cư tại một số hải cảng và những con sông chính của vùng Tiểu Á, bán đảo Ả-rập và Ai Cập. Những người Ấn Độ thuộc về những ngành nghề khác nhau sớm đã theo đó. Nhà văn Zenob Glak người Syrian đã viết về một cộng đồng Ấn Độ, xây dựng những đền thờ tôn giáo của mình ở phía thượng lưu sông Euphrates là Turkey ngày nay với hướng tây của Lake Van vào thế kỷ thứ hai BCE, và nhà yêu nước người Hy Lạp, Dion Chrysostom (40 - 112 CE), đã viết về một cộng đồng tương tự ở Alexandria. Như đã chứng minh bởi những chứng tích khảo cổ, những sự định cư khác của Phật tử là ở phía nam Baghdad phía hạ lưu của sông Euphrates tại Kufah, ở phía đông của bờ biển Iran tại Zir Rah và tại cửa khẩu của vịnh Gulf của Aden trên vùng đảo Socotra.

Với sự suy tàn của nền văn minh Babylon và Ai Cập ở giữa thiên niên kỷ đầu tiên (CE) và đồng thời giảm bớt sự vận chuyển Byzantine ở Biển Đỏ, thương mại giữa Ấn Độ và phương Tây bằng đường biển tới bán đảo Ả Rập và sau đó tiến hành bằng đường bộ xuyên qua trung gian Ả Rập. Mecca, nơi sinh của nhà Tiên Tri Muhammad (570 - 632 CE) đã trở thành một trung tâm thương mại quan trọng nơi mà các thương gia gặp gỡ từ phương Đông và phương Tây. Nhiều cộng đồng Ấn Độ được thiết lập tại vùng văn hóa Ả Rập. Một trong những cộng đồng nổi bật nhất là Jats (Arab: Zut), nhiều người Jat định cư tại Bahrain và tại Ubla, gần Basrah ngày nay, ở phía trên của Vịnh Ba Tư. Vợ của nhà tiên tri Aisha đã từng được điều trị bởi một y sĩ Jat. Như vậy, Muhammad không thể khước từ sự quen thuộc với văn hóa Ấn Độ.

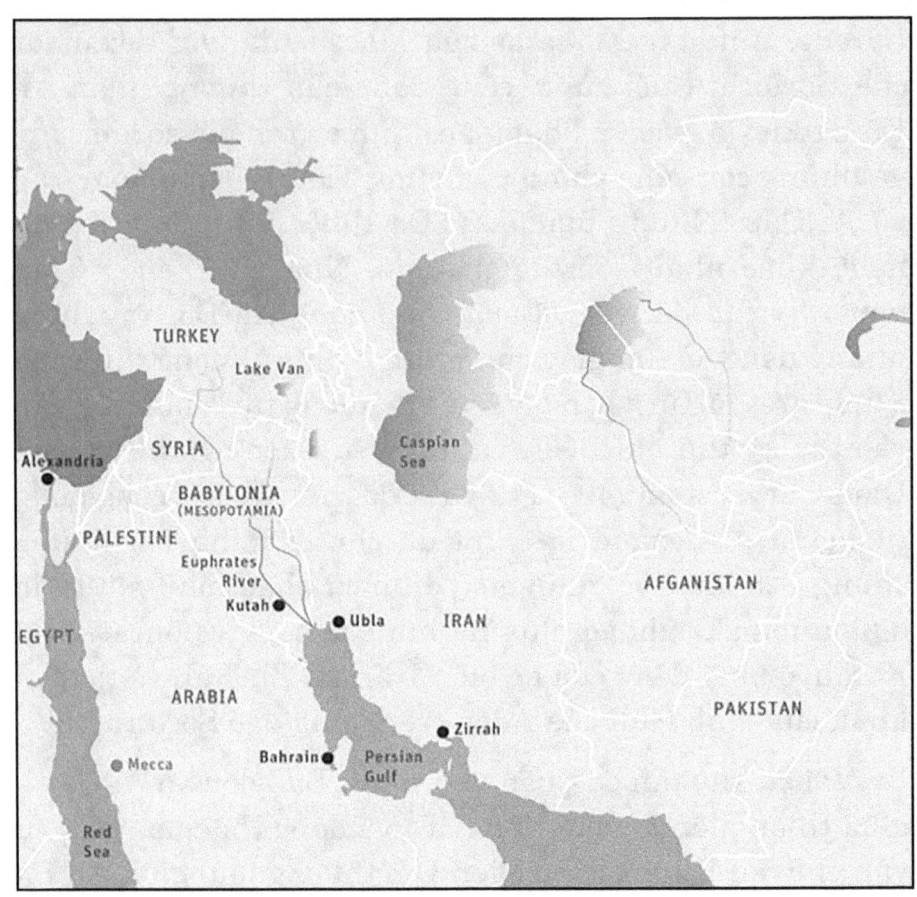

Map Four: Early Indian Settlements in West Asia and North Africa

Thêm bằng chứng khác, nhà học giả giữa thế kỷ 20, Hamid Abdul Qadir, trong tác phẩm Buddha the Great: His Life anh Philosophy (Arabic: Buddha al-Akbar Hayatoh wa Falsaftoh-Đức Phật Người Vĩ Đại: Đời Sống và Triết Học của Ngài), gợi ý rằng Tiên Tri Dhu'l Kifl đề cập đến hai lần trong Kinh Qur'an là kiên nhẫn và lòng tốt để nói về Đức Phật, mặc dù hầu hết khẳng định ngài là Ezekiel (tên một chiêm tinh gia Do Thái). Theo lý thuyết này, "Kifl" là nghĩa dịch tiếng Ả Rập của "Kapilavastu" (Ca Tỳ La Vệ) nơi sinh của Đức Phật. Học giả này cũng cho thấy rằng tài liệu tham khảo Quranic với cây fig (cây sung) đề cập đến Đức Phật người đã đạt được giác ngộ ngay gốc cây này.

Tác phẩm Tarikh-i-Tabari, là một sự tái cấu trúc vào thế kỷ thứ mười thuộc về lịch sử ban đầu của Hồi giáo được viết tại Baghdad bởi al-Tabari (838-923), nói về một nhóm người Ấn Độ có mặt ở Ả Rập, gọi là Ahmaras hoặc "Red-Clad People" đến từ Sindh. Những người này chắc chắn là những nhà sư choàng y vàng (saffron-robed). Ba trong số họ đã được ghi nhận là giải thích giáo lý triết học cho người Ả Rập trong vài năm đầu của kỷ nguyên Hồi giáo. Như vậy, ít nhất là một số nhà lãnh đạo Ả Rập đã nhận thức về Phật giáo trước khi họ mở rộng Hồi giáo vượt ngoài bán đảo Ả Rập.

Sự thành lập đế chế Umayyad Caliphate

Sau khi nhà tiên tri Abu Bakr qua đời (r. 632-634), và sau đó Umar I (r. 634-644) đã được bầu làm vua Caliph người kế thế của ông. Trong suốt triều đại sau này, người Ả Rập chinh phục Syria, Palestine, Ai Cập, một phần của Bắc Phi và bắt đầu tấn công vào Iran. Tiếp theo, một hội đồng sáu người đã đề cử chức giáo chủ (Caliphate) cho Ali, người anh em họ và là con rể của Prophet (nhà tiên tri), nhưng với những điều kiện mà ông không thể chấp nhận. Chức Caliphate sau đó được truyền cho Uthman (r. 644-656), người đã hoàn tất cuộc lật đổ triều đại Sassanids ở Iran vào năm 651 và thành lập phong trào Murjiah bên trong Hồi Giáo. Ông ta hạ lệnh rằng những người phi-Ả Rập có thể trở thành người Hồi giáo nếu tỏ thái độ tuân theo luật Sharia và chấp nhận các quy tắc của vua Caliph. Tuy nhiên, Chỉ có Allah mới có thể phán xét lòng đạo đức bên trong của họ.

Uthman rốt cuộc đã bị ám sát bởi phe ủng hộ Ali. Nội chiến xảy ra sau đó, đầu tiên Ali và con trai cả của ông ta là Hassan đã bị sát hại sau một thời gian ngắn giữ chức Caliphate. Mu'awaiya, anh rể của nhà tiên tri Prophet và là nhà lãnh đạo của những người ủng hộ Uthman cuối cùng chiến thắng, tuyên bố mình là vua caliph đầu tiên (r. 661-680) của thế hệ Đế chế Umayyad (661-750). Ông ta từ Mecca chuyển đến thủ đô Damascus, trong khi đó đối thủ cạnh tranh với Caliphate đã tấn công Husayn, con trai kế của Ali. Sự giao lưu sớm nhất giữa người Ả Rập Hồi giáo và Phật tử ở Trung Á đã xảy ra ngay sau đó.

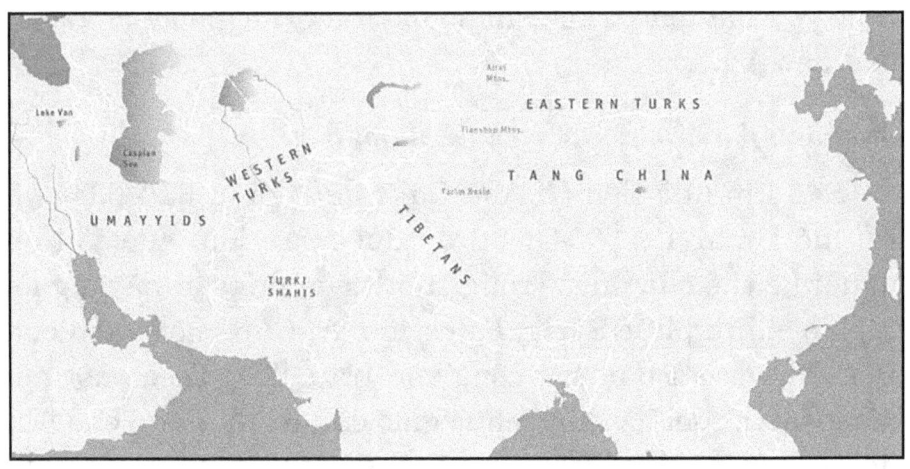

Map Five: Central Asia, Early Umayyad Period

Đế chế Umayyad tấn công vào Bactria

Năm 663, người Ả Rập ở Iran đã phát động cuộc tấn công đầu tiên của họ vào Bactria. Các lực lượng xâm lược đã xâm chiếm khu vực xung quanh Balkh của lực lượng Turki Shahis, bao gồm tu viện Nava Vihara khiến Turki Shahis rút lui về phía nam đến thành trì của họ ở Thung lũng Kabul. Ngay sau đó, người Ả Rập đã có thể mở rộng sự kiểm soát của họ về phía bắc và tạo nên cuộc đột nhập đầu tiên của họ vào Sogdia bằng việc chiếm Bukhara từ Tây Thổ Nhĩ Kỳ.

Chính sách quân sự Ả Rập là tiêu diệt tất cả những người chống đối, nhưng bảo cấp tình trạng cho những ai quy phục một cách hòa bình và đòi triều cống từ tiền hoặc hàng hoá. Họ đã bảo kê sự hòa ước sau cùng xuyên qua một bản hiệp ước pháp lý (Arab. 'ahd) với bất kỳ thành phố nào được ký kết bởi sự thương lượng. Thực hiện đúng theo luật Hồi giáo một khi đã đưa ra, hiệp ước hoặc hợp đồng là sự trói buộc và không thể rút lại được, người Ả Rập đã đạt được sự tin tưởng của các đối tượng tiềm năng mới cho nên ít sự chống đối với sự tiếp quản của họ.

Chính sách tôn giáo y theo chính sách quân sự. Những ai đã chấp nhận quy tắc Ả Rập bằng hiệp ước là được phép duy trì tôn giáo của họ bằng cách trả thuế thu nhập đầu người. Những người chống lại phải đối mặt với sự cải sang Hồi Giáo hoặc là thanh kiếm. Tuy nhiên, nhiều người tự nguyện chấp nhận Hồi giáo. Nhiều người muốn tránh thuế này, trong khi những người khác, đặc biệt là thương nhân và thợ thủ công đã tìm thấy thêm những lợi thế kinh tế từ sự cải đạo.

Mặc dù một số Phật tử ở Bactria và thậm chí là vị trụ trì của Nava Vihara chuyển sang Hồi giáo, hầu hết các Phật tử trong khu vực đã chấp nhận tình trạng được bảo vệ như những đối tượng phi-Hồi giáo trung thành với một nhà nước Hồi giáo và đã trả thuế thu nhập đầu người cho sự bắt buộc đối với người phi-Hồi giáo. Tu viện Nava Vihara vẫn duy trì tình trạng hoạt động. Nhà chiêm bái Nghĩa Tịnh (I-ching) người Hán đã đến thăm Nava Vihara khoảng thế kỷ thứ tám và ghi nhận rằng nó vẫn còn hưng thịnh.

Một tác giả người Umayyad Ả Rập, Omar ibn al-Azraq al-Kermani, đã viết một tài liệu chi tiết của tu viện Nava Vihara ở đầu thế kỷ thứ tám, tài liệu này là tác phẩm được cất giữ trong thế kỷ thứ 10- Book of Lands (tiếng Ả Rập: Kitab al-Buldan) của Ibn al-Faqih al-Hamadhani. Ông ta mô tả nó trong thuật ngữ rõ ràng dễ hiểu đối với người Hồi giáo bằng cách phác họa sự tương đồng với đền Kaaba ở Mecca. Ông giải thích rằng ngôi đền chính có một hòn đá vuông ở giữa, bọc bằng vải nơi mà mọi người đi nhiễu xung quanh. Phiến đá vuông chắc chắn được đề cập đến là nền bục mà trên đó được đặt một bảo tháp thánh tích, thông thường được tìm thấy ở trung tâm của những ngôi chùa tại Bactrian và Tocharian. Miếng vải bọc đó tương ứng với phong tục của người Iran biểu lộ sự tôn kính, được thể hiện như nhau đối với những bức tượng Phật cũng như những bảo tháp, và việc đi vòng quanh là cách thực hành thông dụng của Phật tử đối với nơi thờ phượng. Tuy nhiên, sự mô tả của al-Kermani cho thấy một thái độ cởi mở và tôn trọng của người Ả Rập Umayyad trong việc cố gắng để hiểu các tôn giáo phi-Hồi giáo, chẳng hạn như Phật giáo, mà họ gặp phải trong lãnh thổ của họ khi họ vừa chinh phục được.

Kinh nghiệm trước của đế chế Umayyad với người phi-Hồi giáo tại Iran

Trước cuộc xâm lược Bactria, Ả Rập Umayyads đã hội thảo tình trạng bảo vệ và áp dụng thuế đối với tín đồ Zoroastrian, Kitô giáo Nestorian, Do Thái giáo, và Phật giáo ở Iran. Tuy nhiên, một số quan chức Ả Rập địa phương thì ít khoan dung hơn những người khác đạo. Đôi khi, những đối tượng phi-Hồi giáo được bảo vệ phải mặc quần áo hoặc phù hiệu đặc biệt để xác định tình trạng của họ và còn bị làm nhục bằng cách nhận một cú đánh vào cổ khi họ cúi đầu trong sự phục tùng vào lúc trả thuế. Mặc dù họ được bảo vệ để có tự do thờ phượng, một số quan chức đã ngăn cấm họ xây dựng bất cứ ngôi chùa hoặc nhà thờ mới. Mặt khác, những người đến cầu nguyện vào ngày thứ Sáu tại các đền thờ Hồi giáo thỉnh thoảng nhận được một khoản tiền thưởng. Trong thời gian sau đó, nếu bất kỳ thành viên của một gia đình phi-Hồi chuyển sang Hồi giáo, y sẽ được thừa kế tài sản của tất cả những người trong gia đình. Ngoài ra, nhiều quan chức xâm lược thường xuyên bắt người nước ngoài làm nô lệ, đặc biệt là Thổ Nhĩ Kỳ, nhưng sau đó thả cho họ tự do nếu họ cải đạo.

Mong muốn tránh bất kỳ hạn chế, làm nhục và để nhận được những lợi ích tài chính hay xã hội đã tự động đẩy nhiều người tuyên bố từ bỏ tôn giáo của họ và chấp nhận đức tin mới. Vì vậy, nhiều tín đồ Zoroastrianism ở Iran cuối cùng từ chối tình trạng được bảo vệ và chuyển đổi sang Hồi giáo. Không biết tình huống tương tự có xảy ra đối với Phật tử ở Bactria và Bukhara không, nhưng điều này không phải là không có lý để giả định rằng nó đã xảy ra như thế.

Ở giai đoạn này, tiến trình cải đạo chủ yếu là hình thức bên ngoài, phù hợp với phong tục Murjiah. người ta đơn giản tuyên bố chấp nhận các điều khoản chính của đức tin Hồi giáo và thực hiện các nhiệm vụ tôn giáo cơ bản của việc cầu nguyện 5 lần mỗi ngày, được giảm thuế đối với các người nghèo Hồi giáo, ăn chay trong tháng Ramadan, và làm cuộc hành hương đến thánh địa Mecca một lần trong đời. Trên tất cả, người ta phải quy phục sự cai trị của Đế chế Umayyad, vì điểm chính yếu đòi hỏi là một sự thay đổi chính trị hơn là sự trung thành của tâm linh. Những người đã phá vỡ luật Sharia bị xử tại một tòa án Umayyad và bị trừng phạt, nhưng vẫn còn được duy trì tình trạng công dân Hồi giáo với tất cả các đặc quyền dân sự. Chỉ có Allah có thể quyết định ai là chân thành trong niềm tin tôn giáo của họ.

Tập tục như trên được thiết kế để chiến thắng các đối tượng, nhằm đạt được lòng trung thành và biết vâng lời của họ đối với sự cai trị của Đế chế Ả Rập. Nó tự nhiên thu hút người ta cải đạo một cách đơn giản như thủ đoạn kinh tế xã hội, và chính trị, trong khi bên trong họ vẫn duy trì niềm tin vào tôn giáo riêng của họ. Tuy nhiên, con cháu của những người cải đạo như thế, lớn lên trong môi trường khuôn khổ của Hồi giáo, đã trở nên chân thành hơn rất nhiều so với cha mẹ và ông bà của chúng trong việc chấp nhận đức tin mới. Bằng cách này, dân số Hồi giáo ở Trung Á bắt đầu dần dần phát triển một cách bất bạo động.

Sự chậm tiến của triều đại Umayyids tại miền nam Sogdia

Việc kế tục Umayyad đối với khu vực Sogdia không phải là một vấn đề đơn giản. Ba cường quốc khác cũng đang cạnh tranh để giành quyền kiểm soát khu vực từ người Tây Thổ Nhĩ Kỳ, mục tiêu giành quyền kiểm soát thương mại có lợi với tuyến đường Silk Route (con đường Tơ Lụa) băng qua nó. Nhiều người Tây Tạng từ Kashgar, lực lượng Đường triều Trung Quốc có trụ sở ở các bang Tarim Basin, và cuối cùng là Đông Thổ Nhĩ Kỳ từ Mông Cổ. Cuộc đấu tranh sau đó đã trở nên quá phức tạp. Nó không phải là điều cần thiết để đưa ra tất cả các chi tiết. Chúng ta chỉ đơn giản là tóm tắt các sự kiện quan trọng trong giai đoạn hậu bán của thế kỷ thứ bảy và trong thập niên thứ tám đầu tiên, như thế chúng ta có thể đánh giá được sự cạnh tranh mà người Ả Rập phải đối mặt.

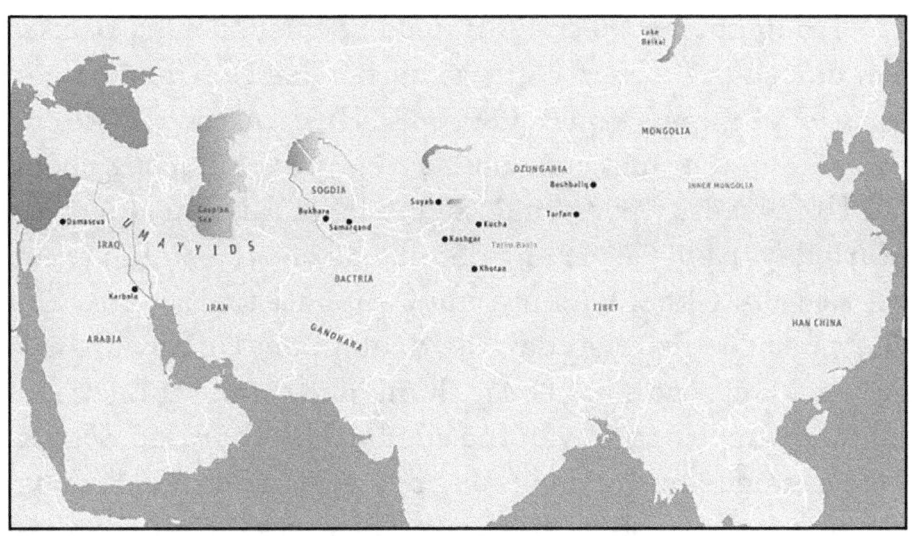

**Map Six: Power Struggles in Central Asia,
End of the Seventh Century**

Đầu tiên, năm 670, những người Tây Tạng đã chiếm các thành phố chính của lưu vực Tarim Basin từ nhà Đường Trung Quốc, bắt đầu với Khotan và nhiều khu vực phía bắc Kashgar. Với thực tế sự lớn mạnh đe dọa của quân sự Tây Tạng, các lực lượng nhà Đường dần dần rút lui đến Turfan từ lưu vực Tarim và người Tây Tạng đã tràn vào chỗ trống. Quân đội Đường đi men theo con đường của người Tây Tạng bằng cách băng qua dãy núi Tianshan từ Turfan đến Beshbaliq và tiến về phía tây, thiết lập một sự hiện diện quân sự ở Suyab, phía bắc của Tây Turkistan vào năm 679. Tuy nhiên, đây là một ngoại lệ đối với xu hướng chung của sự suy tàn tại Đường Quốc. Năm 682, người Thổ Nhĩ Kỳ ở Mông Cổ đã nổi dậy chống lại sự cai trị của nhà Đường và thiết lập Đế chế Second EasternTurk, và năm 684, Triều đại nhà Đường đã bị lật đổ bởi một cuộc đảo chính. Đến năm 705 nó mới được phục hồi, và đến năm 713 nó mới được ổn định.

Trong khi đó, Đế chế Ả Rập đang chiếm đóng ở Bactria bắt đầu suy yếu. Năm 680, vào lúc bắt đầu cầm quyền ngắn ngủi của Caliph Yazid (r. 680-683), Husayn, con trai kế của Ali đã dẫn đầu một cuộc nổi dậy không thành công chống lại Umayyads, và ông ta đã bị giết chết tại trận chiến của Karbala ở Iraq. Cuộc xung đột này đã chuyển sự tập trung về việc chú ý không ngừng của Caliphate từ Trung Á. Sau đó, vào cuối của triều đại Yazid, quân đội Umayyads mất quyền kiểm soát hầu hết các thành phố chính tại Bactrian, nhưng vẫn duy trì quyền thế của họ ở Bukhara tại Sogdia. Vào những năm sau, hồi tưởng đến việc tử đạo của Husayn đã giúp các giáo phái Shiite của Hồi giáo kết chặt với nhau trong sự đối lập đối với phe Sunni đã phát triển từ phong trào Murjiah của hệ thống Umayyad.

Trong lúc Hoàng đế Tây Tạng đang bận tâm với một cuộc đấu tranh quyền lực nội bộ với một hoàng tộc đối địch, do đó, người Tây Tạng bị mất đầu tàu mạnh mẽ của họ trên các lãnh thổ lưu vực Tarim vào năm 692, mặc dù họ vẫn tiếp tục duy trì một sự hiện diện ở đây, đặc biệt là dọc theo bờ rìa phía Nam. Nhà Hán đã có một truyền thống thương mại lâu dài liên hệ với các nước này từ thành trì của họ ở Turfan, lịch sử cổ điển Trung Quốc gọi là "cống phẩm nhiệm vụ". Do vậy, dù nhà Đường hiện tình đã trở thành quyền lực nước ngoài điều động ở nhiều vùng Tarim Basin ngoài Turfan, đây là trên cơ sở thương mại, chứ không phải chính trị hay quân sự kiểm soát, đặc biệt là ở các lãnh thổ phía Nam.

Năm 703, người Tây Tạng đã thành lập một liên minh với Đông Thổ Nhĩ Kỳ chống lại các lực lượng nhà Đường ở cuối phía đông của lưu vực Tarim Basin, nhưng đã không thành công trong việc đẩy họ ra khỏi Turfan. Người Tây Thổ

Nhĩ Kỳ cũng đoàn kết chống lại quân nhà Đường nhưng trên mặt trận phía tây, và họ đã thành công trong việc lật đổ chúng từ Suyab. Tây Thổ Nhĩ Kỳ sau đó đã thành lập lãnh thổ Turgish Turks, một trong những phân tộc của họ là những người cai trị ở phía bắc West Turkistan. Quê hương Turgish là khu vực xung quanh Suyab chính nó.

Lúc này người Tây Tạng nỗ lực liên minh với Shahis Turki của Gandhara, năm 705, họ đẩy lùi các lực lượng Umayyad đã suy yếu từ Bactria. Trong thời gian này, người Ả Rập đã có thể để giữ đất của họ. Tuy nhiên, năm 708, trong thời gian cai trị của Caliph al-Walid I (r. 705-715), hoàng tử Turki Shahi là Nazaktar Khan, trục xuất người Umayyads từ Bactria và thành lập một sự cai trị của triều đại Phật giáo khắc khe trong nhiều năm. Ông thậm chí còn chặt đầu vị sư trụ trì trước đây của Nava Vihara, người đã cải sang đạo Hồi.

Mặc dù mất Bactria, các lực lượng Umayyad tiếp tục nắm giữ vùng Bukhara tại Sogdia. Hướng về phía bắc, người Turgish nắm quyền kiểm soát của lãnh thổ Sogdia và mở rộng hơn, và chiếm Kashgar và Kucha ở phía tây Tarim Basin. Đông Thổ Nhĩ Kỳ, một đồng minh khác của Tây Tạng, tiếp tục bước vào cuộc đấu tranh quyền lực đối với Sogdia và, xuyên qua Dzungaria, họ tấn công Turgish từ phía bắc, cuối cùng đoạt được vùng đất Turgish ở Suyab. Với sự chú ý đến Turgish, họ đã tập trung trên mặt trận phía bắc, quân đội Umayyad đã lợi dụng cơ hội và, từ Bukhara lấn tới Samarkand từ cực nam vươn đến lãnh thổ của Turgish.

Tóm tắt

Sự cai trị ban đầu của Đế chế Ả Rập Umayyad tại Bactria không mạnh lắm, và do đó, sự tiến tới của họ vào Sogdia đã là rất chậm. Họ thiếu sức mạnh để khởi động các cuộc tấn công theo ý muốn, nhưng đã phải chờ đợi đối với những giây phút rối trí quân sự giữa các cường quốc lớn khác tranh giành Sogdia để thực hiện bất kỳ sự tiến hành nào đó. Chắc chắn, họ đã không tham gia vào một cuộc thánh chiến để truyền bá Hồi giáo trên khắp Trung Á, nhưng chỉ là một trong nhiều môi giới quyền lực đấu tranh cho lợi ích chính trị và lãnh thổ. Tướng lãnh Qutaiba người Ả Rập (Arab General Qutaiba) đã xây dựng nhà thờ Hồi giáo đầu tiên của Sogdia tại Bukhara vào năm 712. Thực tế đền thờ kế tiếp không được xây dựng ở đó cho đến năm 771, điều này cho thấy sự chậm chạp như thế nào đối với sự ảnh hưởng của Hồi giáo trong bối cảnh.

4. Sự xâm tràn của những người Hồi giáo đầu tiên vào Tiểu Lục Địa Ấn Độ

Vị thế của tuyến đường thương mại Đông-Tây

Con đường bộ Tơ Lụa từ Trung Quốc sang phương Tây đi từ Đông đến Tây Turkistan, và xuyên qua Sogdia và Iran đến Byzantium và châu Âu. Một tuyến đường đan xen băng từ Tây Turkistan xuyên qua Bactria, Kabul và những vùng Punjabi của Gandhara, rồi đi tàu thuyền trên con sông Indus đến Sindh, và qua những vùng biển Ả Rập và Red Sea (Biển Đỏ). Từ Gandhara, Trung Quốc và thương mại Trung Á cũng tiếp tục đến bắc Ấn Độ.

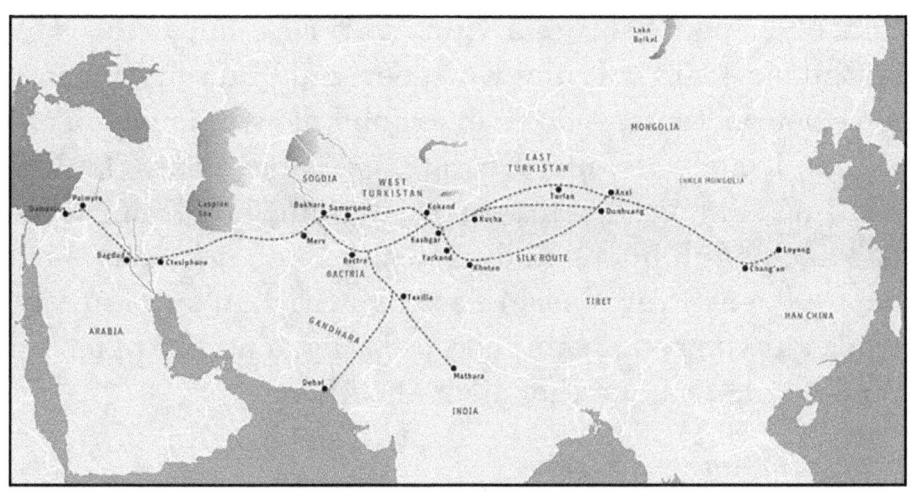

Map Seven: The Silk Route

Nhiều Tu viện Phật giáo nằm rải rác trên con đường Tơ Lụa từ Trung Quốc đến cảng Sindh. Những ngôi chùa này cung cấp những phương tiện dễ dàng và phong tục chủ yếu cho các thương gia. Hơn nữa, họ đón tiếp những Phật tử làm thợ chạm khắc đá ngọc được mang từ Trung Quốc. Các thương gia Phật tử và thợ thủ công đã cung cấp sự hỗ trợ tài chính chủ yếu cho các tu viện. Như vậy, thương mại là cần thiết đối với phúc lợi của cộng đồng Phật giáo.

Trước khi Ả Rập xâm chiếm Iran, Đế chế Sassanids đang cai trị Iran buộc họ phải đóng thuế cửa khẩu cao đối với hàng hóa được vận chuyển bằng đường bộ xuyên qua lãnh thổ của họ. Vì thế người Byzantium ủng hộ thương mại thông qua các tuyến đường biển ít tốn kém hơn thông qua Sindh đến Ethiopia và rồi đến đất liền. Tuy nhiên, năm 551, sự canh tác tơ tằm đã được giới thiệu đến Byzantium và nhu cầu đối với hàng tơ lụa Trung Hoa đã đi xuống. Các chiến dịch quân sự Ả Rập trong thế kỷ thứ bảy tiếp tục ức chế thương mại cho đến khi tuyến đường bộ thương mại xuyên qua Iran có thể được bảo đảm. Bước vào thế kỷ thứ tám, nhà chiêm bái Nghĩa Tịnh người Hán đã báo cáo rằng sự thương mại từ Trung Quốc đến Sindh đã bị cắt giảm khốc liệt tại Trung Á do chiến tranh không ngừng giữa các Đế chế Umayyads, nhà Đường, Tây Tạng, Đông Thổ Nhĩ Kỳ, Turki Shahis, và Turgish. Do đó, hàng hóa Trung Quốc và khách hành hương đi du lịch chủ yếu bằng đường biển qua eo biển Strait của Malacca và Sri Lanka. Như vậy, trước khi Umayyad xâm lược, các cộng đồng Phật giáo tại Sindh đang trải qua thời điểm khó khăn.

Cuộc xâm lược của Sindh

Trong suốt những năm đầu của Chuyên quyền Caliphate, lực lượng Umayyads đã cố gắng nhiều lần để xâm nhập vào tiểu lục địa Ấn Độ. Không còn nghi ngờ gì nữa, một trong những mục tiêu chính của họ là giành quyền kiểm soát tuyến đường thương mại mà chi nhánh chạy xuống thung lũng Indus River đến các hải cảng của Sindh. Vì họ không bao giờ thành công trong việc giật lại Gandhara từ tay của Shahis Turki, họ đã không bao giờ có thể đi qua lãnh thổ của họ để vào tiểu lục địa bằng đèo Khyber Pass. Việc thay thế duy nhất là đi men theo bờ rìa Gandhara, chiếm Sindh với phía nam của nó, và tấn công Gandhara trên hai mặt trận.

Hai nỗ lực đầu tiên để chiếm Sindh đã không thành công. Tuy nhiên, năm 711, tại cùng một thời điểm khi họ đã chiếm Samarkand, cuối cùng, người Ả Rập đạt được mục đích của họ. Vào thời điểm đó, Hajjaj bin Yusuf Sakafi là thống đốc các tỉnh cực đông của Đế chế Umayyad, trong đó bao gồm miền đông của Iran ngày nay, Baluchistan (Makran), và miền nam Afghanistan. Ông ta đã quyết định phái người cháu và con rể của ông, tướng Muhammad bin-Qasim, với 20.000 quân để khởi động một cuộc xâm lược với hai mũi nhọn của Sindh bằng đường bộ và đường biển. Mục tiêu ban đầu là thành phố ven biển của Debal, gần Karachi ngày nay.

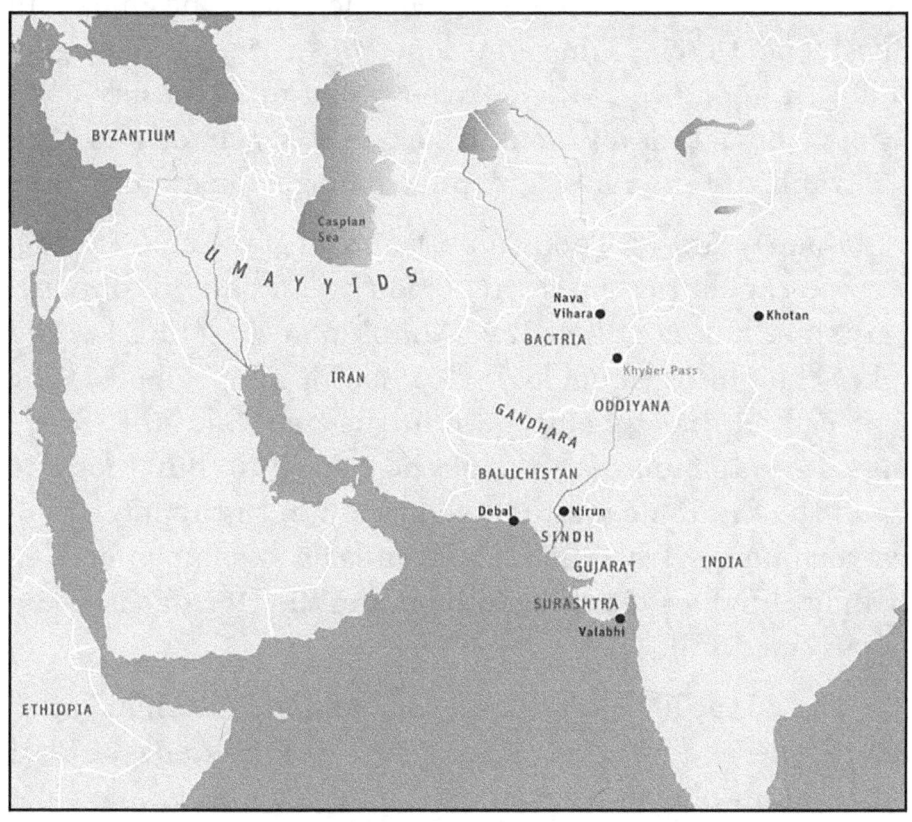

Map Eight: Umayyad Campaigns against Sindh and Bactria

Vào thời điểm này, tỉnh Shindh có một dân số hỗn hợp của người Ấn giáo, Phật giáo và Kỳ Na Giáo. Ngài Huyền Trang đã ghi chép rằng có hơn 400 tu viện Phật giáo với hai mươi sáu nghìn tu sĩ tại đây. Phật tử cư lập phần lớn là tầng lớp thương nhân và nghệ nhân ở đô thị, trong khi người Hindu chủ yếu là người dân nông thôn; khu vực được cai trị bởi Chach, một người Bà la môn Ấn giáo với một cơ sở nông thôn, người đã lấn chiếm sự kiểm soát của chính phủ. Ông ta ủng hộ nông nghiệp và không quan tâm đến việc bảo vệ thương mại.

Người Hindu có một đẳng cấp chiến binh, đi cùng với các nhà lãnh đạo chính trị và tôn giáo của họ, họ chiến đấu lực lượng Đế chế Umayyad lớn. Mặt khác, những người Phật tử không có bất kỳ truyền thống quân sự hay đẳng cấp, và họ bất mãn với chính sách của Chach, đã sẵn sàng để tránh sự tàn phá và quy phục một cách hòa bình.

Đoàn quân của Tướng bin-Qasim đã giành chiến thắng, và báo cáo đã tàn sát số lượng lớn người dân địa phương, gây thiệt hại nặng nề đối với thành phố cũng như là hình phạt cho những người kháng cự họ. Thật khó để biết rằng báo cáo đã được phóng đại như thế nào. Sau khi tất cả, người Ả Rập muốn duy trì một nền tài chính hữu hiệu của lãnh thổ Sindh để gia tăng về lợi nhuận từ thương mại đi xuyên qua nó. Tuy nhiên, Umayyads đã san bằng ngôi đền Hindu chính và xây dựng lại một nhà thờ Hồi giáo trên địa phận của mình.

Sau đó các lực lượng Umayyad bắt đầu lấn chiếm Nirun gần Hyderabad Pakistan ngày nay. Vị lãnh đạo của Phật giáo thành phố tự nguyện đầu hàng. Tuy nhiên, để thiết lập thêm sự tiền lệ, người Hồi giáo chiến thắng cũng đã xây dựng một nhà thờ Hồi giáo ở tại địa phận chính của tu viện Phật giáo mà họ đã có ở thị trấn.

Cả Phật giáo và Ấn giáo đã phối hợp với người Ả Rập, mặc dù nhiều Phật tử đã thể hiện hơn so với người Ấn giáo. Vì vậy, hai phần ba của các thị trấn Sindhi quy phục một cách hòa bình đối với những kẻ xâm lược và thực hiện thỏa thuận hiệp ước. Những người phản đối đã bị tấn công và trừng phạt; những người quy phục hoặc hợp tác mới có được sự an ổn và tự do tôn giáo.

Sự cai trị của Sindh

Với sự đồng ý của Thống đốc Hajjaj, tướng bin-Qasim theo đuổi một chính sách khoan dung. Phật giáo và Ấn giáo đã được chấp nhận với tình trạng của các đối tượng được bảo vệ (dhimmi). Nếu họ vẫn trung thành với vua Caliph Umayyad và trả thuế thu nhập đầu người, họ được phép theo đuổi tín ngưỡng của họ và giữ cho đất và tài sản của họ. Tuy nhiên, nhiều thương gia Phật giáo và các nghệ nhân tự nguyện cải đạo. Sự cạnh tranh đã phát sinh từ các khu Hồi giáo, họ nhìn thấy lợi thế kinh tế trong việc thay đổi tôn giáo và nộp thuế ít hơn. Ngoài thuế đầu người, những thương nhân không cải đạo (dhimmi) phải nộp thuế gấp đôi trên tất cả các hàng hoá.

Mặt khác, dù vị tướng này có sự lợi ích nào đó trong việc tuyên truyền Hồi giáo, điều này đã không phải là điều quan tâm chính của ông. Tất nhiên, ông hoan nghênh việc cải đạo, nhưng mối bận tâm chính của ông là việc duy trì quyền lực chính trị. Ông cần tăng trưởng sự giàu có càng nhiều càng tốt để trả lại Hajjaj về các chi phí lớn của các chiến dịch của mình và tất cả những sự thất bại quân sự trước đây.

Nhà chiến lược Ả Rập này hoàn thành mục tiêu của mình không chỉ trên phương diện về thuế thu nhập, thuế đất và thuế thương mại, mà còn thông qua một sự đánh thuế vào khách hành hương Phật giáo và Ấn giáo buộc phải trả tiền để thăm đền thờ thánh tích của họ. Có lẽ điều này đã cho thấy rằng các nhà sư Phật giáo của Sindh, giống như đối tác của họ tại Gandhara đến phía bắc cũng đã thoái hóa theo phong tục tại thời điểm này về việc lấy tiền khách hành hương đến chùa của họ, và Đế chế Umayyads đã tiếp tục tính thuế thu nhập này. Như vậy, hầu hết, những người Hồi giáo đã không tiêu diệt bất kỳ ngôi đền nào của Phật giáo hoặc Hindu tại Sindh, hoặc các hình ảnh hoặc di tích được ghi nhận trong họ, vì họ muốn thu hút khách hành hương và doanh thu được tạo ra.

Cuộc viễn chinh đến Saurashtra

Trung tâm lớn nhất của Phật giáo hoạt động ở miền tây Ấn Độ vào thời điểm đó là ở Valabhi, nằm trên bờ biển phía đông Saurashtra, ngày nay là Gujarat. Khu vực này đã được cai trị bởi triều đại Maitraka (480-710), nó đã bị mất từ Đế chế Gupta trong những năm cuối cùng của sự suy tàn trước khi người Hung Trắng tiếp quản. Theo Huyền Trang, đã có hơn một trăm tu viện trong khu vực với 6.000 nhà sư.

Lớn nhất của những cơ sở này là Dudda Vihara Complex, một trường đại học tu viện rộng lớn nơi các nhà sư nhận được một nền giáo dục qui mô không chỉ dành cho các đối tượng Phật giáo, nhưng bao hàm cả y học và khoa học thế tục. Nhiều sinh viên tốt nghiệp của nó đã trở thành người phục vụ chính quyền dưới triều đại Maitrakas. Các vị vua của triều đại này luân phiên cấp ban các tu viện ở nhiều vùng ngoại ô cứ mỗi vùng được ban một một tu viện của họ. Nhà Chiêm bái Nghĩa Tịnh người Hán đã đến thăm Valabhi trong những năm cuối cùng của triều đại Maitraka và đã chứng kiến sự vĩ đại tiếp tục của nó.

Năm 710, một năm trước khi cuộc xâm lược Umayyad đối với vùng Sindh, vương quốc Maitraka giải thể, với Đế chế Rashtrakutas (710-775) quản lý hầu hết vùng này.

Các nhà lãnh đạo mới tiếp tục bảo trợ những người tiền nhiệm của các tu viện Phật giáo của họ. Các chương trình đào tạo tại tu viện Dudda Vihara không bị xáo động.

Ngay sau đó, Tướng bin-Qasim đã đưa những cuộc thám hiểm đến Saurashtra, nơi lực lượng của ông đã thực hiện hiệp ước hòa bình với các nhà lãnh đạo Rashtrakuta. Sự giao thương đường biển từ trung tâm Ấn Độ đến Byzantium và châu Âu đã thông qua các hải phận Saurashtran. Người Ả Rập cũng muốn muốn đánh thuế nó, đặc biệt Ấn Độ đã nỗ lực để chuyển hướng thương mại ở đây từ Gandhara để tránh các hải cảng Sindhi.

Các binh sĩ Hồi giáo không gây thiệt hại đối với các cơ sở Phật giáo của Valabhi vào lúc này. Những tu viện này tiếp tục phát triển và đón các nhà sư tị nạn từ Sindh. Trong những năm tiếp theo, nhiều tu viện mới đã được xây dựng ở Valabhi để thích ứng với dòng người nhập cư.

Đánh giá về chiến dịch Sindhi

Đế chế Umayyad phá hủy những tu viện Phật giáo ở Sindh dường như là một sự kiện đầu tiên và hiếm có trong sự chiếm đóng của họ. Các tướng lãnh xâm chiếm đã ra lệnh phá hủy này để trừng phạt hoặc ngăn chặn phe đối lập. Đây không phải là quy tắc. Sau đó, những vùng như Saurashtra khi đã thiết lập hòa bình, lực lượng Umayyad đã không đá động đến những tu viện Phật giáo, Nếu người Ả Rập Hồi giáo có ý định loại bỏ Phật giáo, họ sẽ không để yên Valabhi vào thời điểm này. Vì vậy, chúng ta có thể suy ra rằng các hành vi bạo lực đối với các tu viện Phật giáo, hầu hết đã là động cơ chính trị, không phải là tôn giáo. Tất nhiên, cá nhân tham gia vào các sự kiện có thể vì những động cơ riêng tư của họ.

Chỉ sau ba năm tại Sindh, tướng Bin-Qasim trở lại cung điện Hajjaj, để lại những thuộc hạ của mình trong việc thực thi nhiệm vụ chính sách thực dụng của ông ta khai thác tình cảm tôn giáo của người Hindu và Phật tử để tạo ra doanh thu. Tuy nhiên, những nhà cai trị người Hindu bản xứ đã dành lại chủ quyền hầu hết lãnh thổ của họ, chỉ để lại cho người Ả Rập một vài thành phố chủ yếu tại Shindhi.

Sự tái chiếm Bactria của Umayyad

Năm 715, Thống sứ Hajjaj được người cháu trai của mình tại Sindh động viên thành công, đã gửi Tướng Qutaiba tái chiếm Bactria bằng cách tấn công từ vùng đông bắc Iran. Vị tướng này đã thành công và giáng trận đòn lớn vào tu viện nặng Nava Vihara như là hình phạt cho cuộc nổi dậy trước đó. Nhiều tu sĩ chạy trốn về miền đông Kashmir và Khotan.

Vua Karkota, Lalitaditya (r. 701-738) dưới sự khuyến khích củ Bộ trưởng Phật giáo Bactrian của mình đã xây dựng nhiều tu viện mới ở Kashmir để phù hợp với làn sóng người tị nạn tu học. Điều này đã nâng cao trình độ Phật học tại Kashmiri một cách tầm cỡ.

Tu viện Nava Vihara nhanh chóng hồi phục và sớm được hoạt động như trước, cho thấy rằng sự gây hại của người Hồi giáo đối với những tu viện Phật giáo ở Bactria không phải là một động cơ tôn giáo. Nếu thế, họ đã không cho phép việc xây dựng lại một tổ chức như vậy.

Sau khi Umayyad chiến thắng tại Bactria qua mặt Shahis Turki và các đồng minh Tây Tạng của họ, những người Tây Tạng đã thay đổi phe phái và, vì sự thiết thực chính trị, bấy giờ họ liên minh với người Ả Rập. Họ đã thất bại trong những liên minh khác của mình để lấy lại những thành phố ốc đảo Đông Turkistani rmà họ đã mất 22 năm trước đó, người Tây Tạng đã nắm chắc hy vọng rằng, với Umayyads, họ có thể chinh phục con đường Tơ Lụa và sau đó chia xẻ quyền cai trị của nó. Sự khác biệt tôn giáo dường như không đóng vai trò khi nó tác động đến việc mở rộng quyền lực và tăng ngân quỹ của quốc gia.

Với sự giúp đỡ của những người Tây Tạng, Tướng Qutaiba tiếp tục chiếm Ferghana từ Turgish, nhưng ông ta đã bị giết chết trong trận chiến trong khi chuẩn bị để khởi động một cuộc thám hiểm xa hơn cũng để chinh phục Kashgar từ Turgish. Người Ả Rập không bao giờ tìm thấy một cơ hội khác để tiến vào Đông Turkistan.

Những nỗ lực đầu tiên để truyền bá Hồi giáo

Mặc dù xu hướng chung của sự khoan dung tôn giáo các vua Calip Umayyad trước, vua Umar II (717-720) đã khai trương một chính sách truyền bá Hồi giáo bằng cách gửi các giáo sĩ tinh thần (Arab. Ulama) đến các vùng đất xa xôi. Tuy nhiên, vị trí của ông thì khá yếu và ông không thể thực thi chính sách của mình một cách thích đáng. Ví dụ, vị Caliph này hạ lệnh rằng những vị tù trưởng địa phương có thể cai trị vùng Sindh chỉ khi họ chuyển sang Hồi giáo. Tuy nhiên, kể từ khi Đế chế Umayyads đã bị mất sự kiểm soát chính trị có hiệu quả tại Sindh vào thời điểm đó, ông ta phần lớn lờ đi và không thúc đẩy vấn đề này. Những người cải sang Hồi giáo đã sống hòa hợp với các Phật tử và người Ấn giáo tại Shindhi, một mô hình được tiếp tục ngay cả sau khi sự suy tàn của Đế chế Umayyad. Những bia khắc của Triều đại Pala (750 - cuối thế kỷ 12) từ Bắc Ấn trong các thế kỷ tiếp theo vẫn liên quan đến các nhà sư Phật giáo từ Sindh.

Umar II ra sắc lệnh rằng tất cả các đồng minh của Đế chế Umayyad phải theo Hồi giáo. Như thế, triều đình Tây Tạng đã gửi một đặc phái viên yêu cầu một giáo sĩ đến với vùng đất của mình để rao giảng đức tin mới. Vua Caliph đã gửi ông al-Salit bin Abdullah al-Hanafi đi. Sự thực là giáo sĩ này đã không được ghi nhận thành công trong việc đạt được sự cải đạo tại Tây Tạng. Thực tế, bộ tộc Ả Rập là quan trọng đối với Umayyads hơn là sự thiết lập một xã hội đa văn hóa Hồi giáo. Bất cứ nơi nào họ chinh phục tại Trung Á, họ gieo trồng tôn giáo và văn hóa của họ chủ yếu cho chính mình.

Có những lý do khác tại sao Tây Tạng không tiếp nhận giáo sĩ Hồi giáo. Ở đây không phù hợp với giáo lý của Hồi giáo. Chúng ta hãy xem xét chặt chẽ hơn vào thể chế chính trị.

5. Tây Tạng trước lúc Giáo sĩ Hồi giáo đầu tiên đến

Khi al-Salit bin Abdullah al-Hanafi đến Tây Tạng, nơi đây đã có hai truyền thống tôn giáo được triều đình bảo trợ, được gọi là "Bon" và Phật giáo. Truyền thống xưa là niềm tin bản địa của Tây Tạng, trong khi truyền thống sau này đã được giới thiệu bởi hoàng đế đầu tiên của Tây Tạng-Songtsen Gampo (r. 617-649). Theo các tài liệu của người Tây Tạng truyền thống, có quá nhiều sự cạnh tranh giữa hai bên. Tuy nhiên, sự nghiên cứu hiện đại trình bày một tình huống phức tạp hơn.

Đạo Bon và truyền thống bản địa Tây Tạng

Truyền thống Bon đã không trở thành một tổ chức tôn giáo cho đến sau thế kỷ thứ mười một, lúc bấy giờ nó chia sẻ nhiều tính năng phổ biến với Phật giáo. Trước đó, truyền thống Phật giáo bản địa của Tây Tạng xưa đôi khi cũng được gọi một cách nhầm lẫn là "Bon", bao gồm các nghi lễ chủ yếu để hỗ trợ một sự tín giáo của hoàng gia, chẳng hạn như những cuộc lễ cúng tỉ mỉ dành cho tang lễ của triều đình và cho việc ký kết hiệp ước. Truyền thống này cũng bao gồm hệ thống bói toán, chiêm tinh học, các nghi lễ chữa bệnh để xoa dịu tinh thần bịnh hoạn, và trị liệu với thảo dược.

Trong văn học lịch sử của nó, tổ chức tôn giáo Bon khởi nguồn từ Shenrab (Shen-Rab), một giáo viên từ mảnh đất huyền thoại của Olmo-lungring ('Ol-mo phối-ring) ở biên giới phía đông của Tagzig (Stag-gzig), người đã mang nó đến Zhang-zhung (Zhang-zhung) trong một quá khứ xa xôi, hẻo lánh. Zhang-zhung là một vương quốc cổ đại và thủ đô nằm ở miền tây của Tây Tạng, gần vùng núi thiêng Maunt Kailash. Một số học giả Nga hiện đại, căn cứ vào sự phân tích ngôn ngữ, xác định Olmo-lungring với Elam ở phía tây Iran xưa và Tagzig với Tajik liên quan đến Bactria. Chấp nhận sự khẳng định của Bon rằng Phật giáo của chính nó giống như các khía cạnh đặt trước thời Songtsen Gampo, các học giả này xác định rằng động lực ban đầu cho hệ thống này đến từ một bậc thầy Phật giáo từ Bactria thăm Zhang-zhung, có thể xuyên qua Khotan, Gilgit và Kashmir, trong khoảng thời gian đầu tiên của thiên niên kỷ thứ nhất CE. Truyền thống Zhang-zhung có quan hệ kinh tế và văn hoá chặt chẽ với cả những khu vực lân cận. Đồng ý với các tài liệu Bon, họ giải thích rằng vị thầy này khi ở Zhang-zhung đã kết hợp nhiều tính năng giống với Phật giáo cùng sự thực hành nghi thức bản xứ.

Các học giả khác nhận ra nguồn tư liệu của đạo Bon như là một văn kiện thêm vào của 14 thế kỷ pha trộn nhiều yếu tố. Olmo lungring truyền bá Bon với phía đông của nó, song song với Tây Tạng đưa Đạo Phật đến Mông Cổ, và Tagzig, đúng là "đất của Hổ và Báo", đã là một sự hỗn hợp của miền đất đất hung hãn của Mông Cổ, và sớm hơn là Khitans.

"Tagzig" (phát âm là "tazi" hoặc "tazig"), tuy nhiên là phiên âm của tiếng Tây Tạng từ Phạn ngữ Sanskrit tayi, một tên được sử dụng cho những kẻ xâm lược phi-Ấn Độ trong văn học Kalachakra Tây Tạng. Tiếng Phạn, thuật ngữ tayi là một ngữ âm của tayy trong tiếng Ả Rập và tiếng Aramaic (số nhiều: tayayah, tayyaye) hoặc các hình thức hiện đại của tiếng Ba Tư của nó là tazi. Tayyayah là những bộ lạc mạnh nhất trước bộ lạc Ả Rập Hồi giáo; do đó, từ Tayy'id, và "tayayah" đã được sử dụng trong tiếng Syria và tiếng DoThái như là một tên tổng quát cho người Ả Rập từ thế kỷ thứ nhất. Trong tiếng Ba Tư hiện đại, tazi là thuật ngữ được sử dụng trong tài liệu tham khảo đối với những kẻ xâm lược Ả Rập của Iran, ví dụ, những kẻ cai trị Sassanid cuối cùng, Yazdgird III (r. 632-651) một đương thời Hoàng đế Songtsen-gampo.

Có thể được lập luận rằng Zhang-zhung có nguồn gốc chữ tagzig từ miền trung Ba Tư "tazig", được dùng trong giai đoạn đầu của đế chế Sassanid (226-650), không chỉ mở rộng đến Iran, nhưng cũng Bactria. Sassanids thì hòa toàn trung thành với đạo Zoroastrians và Balkh ở Bactria, là nơi sinh của Zoroaster (Ông tổ đạo Thờ Thần lửa). Hơn nữa, các Đế chế Sassanids đã hòa bình với Phật giáo ở Bactria, nơi mà nó đã được thành lập trong nhiều thế kỷ. Từ đầu đạo Bon có nhiều đặc trưng tương tự như thuyết nhị nguyên của Zoroastrian cũng như Phật giáo, sự khẳng định rằng Bon giống như các hình thức Phật giáo trước

Hoàng đế Songtsen Gampo và xuất phát từ Tagzig có vẻ cũng chính đáng.

Tuy nhiên, điều này hầu như không đủ, trước thời Songtsen Gampo, vùng Zhang-zhung đã tiếp nhận các từ được sử dụng bởi các đế chế Sassanids cho người Ả Rập cho các miền đã được cai trị bởi các Sassanids. Nó thì không dễ dàng rằng Zhang-zhung sử dụng tên Tagzig trong việc tham chiếu đến những người Ả Rập. Chung quy, đế chế Umayyads Ả Rập đã không chinh phục Iran từ Sassanids cho đến năm 651, rồi Bactria cho đến 663, và Bukhara tại Sogdia cho đến một vài năm sau đó. Đây đã là nhiều thập kỷ sau cuộc chinh phục Zhang-zhung của vua Songtsen Gampo. Vì vậy, nếu tên Tagzi được sử dụng trong giai đoạn tiền-Songtsen Gampo Zhang-zhung và về sau được vay mượn thành tiếng Tây Tạng, nó chỉ có thể được sử dụng để chỉ các khu vực văn hóa của người Iran mà sau đó đã được cai trị bởi người Ả Rập hoặc trong những vùng mà những người Tây Tạng về sau đã chống lại người Ả Rập. Điều này không chắc lắm.

Có thể chính xác hơn, trong những năm đầu thế kỷ thứ tám, khi những người Tây Tạng đã tiếp xúc với người Ả Rập ở Bactria và đã có thể học được những tên Tagzig cho họ, phe Bon tại hoàng cung Tây Tạng mượn tên và áp dụng nó vào quá khứ đối với các khu vực Bactrian từ nơi có nguồn gốc tôn giáo của họ. Một lý thuyết như vậy sẽ không loại trừ sự khẳng định rằng tôn giáo Bon bắt nguồn từ các tài liệu Bactrian.

[See: Historical Sketch of Buddhism and Islam in Afghanistan.]

Hơn nữa, nếu lý thuyết về nguồn gốc của tên Tagzig là

đúng, như thế sự tiếp nhận của nó thành tiếng Tây Tạng đã có trước việc sử dụng thuật ngữ này để dịch tiếng Sanskrit tayi trong văn học Kalachakra tiếng Phạn. Những bản dịch văn học đầu tiên của Kalachakra từ tiếng Phạn sang tiếng Tây Tạng đã được thực hiện chỉ vào giữa thế kỷ 11, trong khi các bản dịch Tây Tạng đầu tiên trong văn học đó đã dùng thuật ngữ Tagzig, đã được giới thiệu vào Tây Tạng trong năm 1064.

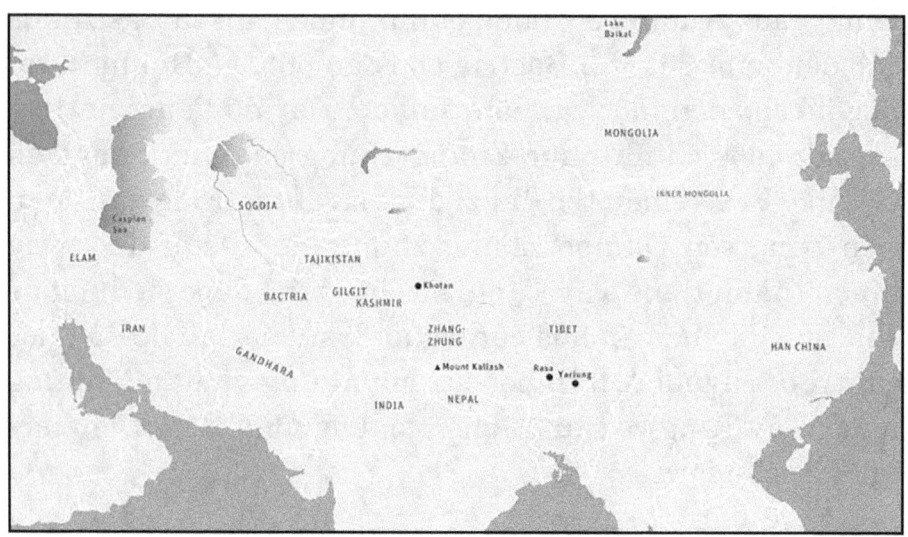

Map Nine: Early Tibet

Quan hệ của Songtsen-gampo với Zhang-zhung

Songtsen Gampo là người cai trị thứ 32 của Yarlung (Yar-klungs), một vương quốc nhỏ ở miền Trung Tây Tạng. Trong quá trình mở rộng lãnh thổ của mình và thiết lập một đế chế rộng lớn trải dài từ biên giới của Bactria đến những vùng của người Trung Quốc và từ Nepal đến những biên giới của Đông Turkistan, ông ta xâm chiếm Zhang-zhung. Theo những tài liệu lịch sử của nó, Zhang-zhung có một thời gian cũng lấn dài toàn bộ cao nguyên Tây Tạng.

Tuy nhiên, vào lúc thất bại, nó chỉ bao gồm miền tây Tây Tạng.

Chúng ta hãy bỏ qua một bên các vấn đề về phạm vi xa hơn của những biên giới Zhang-zhung, sự hiện diện của những tính năng tương tợ Phật giáo tại Zhang-zhung vào lúc cao trào của đế chế của nó, và nguồn gốc hợp lý của chúng. Tuy nhiên, chúng ta có lý với giả định từ bằng chứng được tìm thấy trong các ngôi mộ của các vị vua Yarlung trước Songtsen-Gampo mà ít nhất hệ thống Zhang-zhung của những nghi thức cung đình là bao gồm đối với cả khu vực nhà cửa của Hoàng đế cũng như vùng đất mà ông ta đã chinh phục ở miền tây Tây Tạng. Không giống như Phật giáo, các nghi lễ Zhang-zhung là một hệ thống nước ngoài của sự thực hành và niềm tin, nhưng nó là một phần không thể tách rời di sản pan-Tây Tạng.

Để ổn định liên minh chính trị và vị trí quyền lực của mình, Songtsen-Gampo đã kết hôn với công chúa đầu tiên từ vùng Zhang-zhung, và sau đó, vào cuối triều đại của mình, từ nhà Đường Trung Quốc và Nepal. Sau đám cưới của công chúa Zhang-zhung, ông đã có cha vợ là Lig-nyihya (Lig-myi-rhya), vị vua Zhang-zhung cuối cùng này sau đó bị ám sát. Điều này cho phép sự tập trung hỗ trợ nghi thức bản địa của bè phái hoàng gia để chuyển đổi đối với bản thân ông ta và cho lãnh thổ mở rộng nhanh chóng của mình.

Giới thiệu về Phật giáo

Songtsen Gampo đã giới thiệu Phật giáo với Tây Tạng thông qua ảnh hưởng của những người vợ Trung Quốc và Nepal của ông. Tuy nhiên, điều này đã không có cụ thể, hoặc sự truyền bá đến quần chúng tại thời điểm này. Một số học giả hiện đại đặt câu hỏi về lịch sử về người vợ Nepal, nhưng bằng chứng dựa trên kiến trúc từ thời kỳ này cho thấy ít nhất là một sự bao quát nhất định của ảnh hưởng văn hóa từ Nepal vào lúc này.

Sự biểu hiện chính của đức tin nước ngoài là một sự tập hợp mười ba ngôi chùa Phật giáo mà Hoàng đế đã xây dựng trên các vị trí hình học được chọn lựa đặc biệt xung quanh vương quốc của ông, bao gồm Bhutan. Với Tây Tạng được quan niệm như một con ma nằm ngửa và những địa điểm cho ngôi đền được lựa chọn cẩn thận theo các quy tắc của sự châm cứu Trung Quốc áp dụng đối với hình thù của con ma, Songtsen-Gampo hy vọng vô hiệu hóa mọi sự chống đối cai trị của ông từ những linh hồn ác độc tại địa phương.

Trong 13 ngôi đền Phật giáo, ngôi chùa chính được xây dựng cách 80 miles từ thủ đô đế chế, vị trí này về sau trở thành nổi tiếng như "Lhasa" (Lha-sa, nơi của các thánh thần). Vào thời điểm đó, nó được gọi là "Rasa" (Ra-sa, nơi của các con dê). Các học giả phương Tây suy đoán rằng Hoàng đế đã bị thuyết phục xây dựng ngôi chùa tại thủ đô để không xúc phạm các vị thần truyền thống. Không biết ai lèo lái những ngôi chùa Phật giáo, nhưng có lẽ họ là những nhà sư nước ngoài. Các tu viện Tây Tạng đầu tiên đã không có định chế cho đến gần một thế kỷ rưỡi sau đó.

Mặc dù lịch sử đạo đức mô tả Hoàng đế là một kiểu mẫu của niềm tin Phật giáo, và mặc dù những lễ nghi Phật giáo chắc chắn đã được thực hiện vì lợi ích của ông ta, chúng nó không phải là hình thức độc quyền của buổi lễ tôn giáo được ủng hộ bởi triều đình. Songtsen-Gampo giữ các tu sĩ ở cung điện của mình như truyền thống bản địa với sự ủng hộ cao quý của họ, và đưa những bức tượng của các vị thần bản địa được đặt cùng với những bức tượng Phật giáo trong ngôi đền chính tại Rasa. Giống như người tiền nhiệm của ông, ông ta và những người kế thừa của mình đều được chôn cất tại Yarlung giống như các vị vua Phật tử trước, với những nghi lễ truyền thống cổ pan-Tibetan. Giống như Chinggis Khan gần sáu thế kỷ sau đó, Hoàng đế Tây Tạng hoan nghênh không chỉ truyền thống bản địa của mình, nhưng cả tôn giáo nước ngoài, cụ thể là Phật giáo, đã cung cấp các nghi lễ để tăng sức mạnh của mình và làm lợi cho đế chế của mình.

Sự ứng dụng của chữ viết của người Khotan

Thêm những bằng chứng của chính sách Songtsen-Gampo về việc sử dụng sáng chế từ nước ngoài để tăng cường quyền lực chính trị của mình là sự tiếp nhận của ông ta về một bản thảo chữ viết dành cho ngôn ngữ Tây Tạng. Tận dụng lợi thế về lịch sử lâu dài của Zhang-zhung đối với quan hệ văn hóa và kinh tế với Khotan, Gilgit, và Kashmir, Hoàng đế đã gửi ra một sứ mệnh văn hóa, dẫn đầu bởi Tonmi Sambhota (Thon-mi sambhota) tới khu vực. Tại Kashmir, đã gặp gỡ với nhà giáo người Khotan, Li Chin (Li Byin) - Li, từ Tây Tạng dành cho Khotan, rõ ràng cho thấy nguồn gốc của vị thầy này. Với sự giúp đỡ của ông, sứ mệnh công tác này đã phát minh ra một bảng chữ cái để viết các ngôn ngữ Tây Tạng dựa trên sự thích ứng của người Khotan về chữ viết Gupta Upright Ấn Độ. Tư liệu lịch sử Tây Tạng nhầm lẫn nơi hình thành chữ mới với gốc gác kiểu chữ của nó, và do đó giải thích rằng chữ viết của người Tây Tạng dựa trên bảng chữ cái của người Kashmir.

Các học giả Tây Tạng hiện đại đã phát hiện ra rằng, trước giai đoạn phát triển này, Zhang-zhung đã có một chữ viết và chữ viết này là căn bản đối với các chữ cái **phát thảo** của Tây Tạng. Tuy nhiên, kiểu chữ viết đối với Zhang-zhung cũng là bảng chữ cái của Khotanese.

Songtsen-Gampo chủ yếu sử dụng chữ mới cho sự chuyển dịch mà ông đã ủy nhiệm đối với một bản kinh Phật giáo bằng tiếng Sanskrit đã có ảnh hưởng đến Yarlung như một món quà từ Ấn Độ hai thế kỷ trước. Tuy nhiên, các hoạt động dịch thuật chính tại thời điểm này thì thuộc về văn bản dành cho chiêm tinh Trung Quốc và cả những văn bản y học của Trung Quốc và Ấn Độ, và điều này là khá hạn chế. Hoàng đế đã dùng hệ thống các văn bản chữ viết chủ yếu cho việc gửi các tin nhắn bí mật quân sự cho các tướng lãnh của mình trong lĩnh vực này. Điều này theo phong tục Zhang-zhung bằng việc sử dụng các tin nhắn được viết dưới dạng mật mã (Tib. lde'u) cho các mục đích như vậy.

Cái gọi là phe đối lập của "Bon"

Một phe trong cung điện đế chế Tây Tạng đã chống lại sự bảo trợ của vua Songtsen-Gampo và sự tín nhiệm vào Phật giáo. Họ biết chắc đằng sau quyết định của ông ta vì không có ngôi chùa chính được xây dựng tại kinh đô hay thậm chí trong thung lũng Yarlung Valley. Lịch sử TâyTạng về sau gọi họ là ủng hộ đối với tôn giáo "Bon". Trong hơn một thế kỷ, kể cả thời gian của chuyến thăm của al-Salit, họ được cung cấp sức đề kháng mạnh mẽ đối với chính sách hoàng triều. Việc thiếu giáo sĩ Hồi giáo đối với sự thành công ở Tây Tạng phải được hiểu trong bối cảnh này. Nhưng tín đồ của "Bon", những người chống đối Phật giáo, và sau đó, đã chịu trách nhiệm không do dự cho việc tiếp nhận lãnh đạm đối với Hồi giáo? Và lý do đối với thái độ thù địch của họ là gì?

Theo các học giả Tây Tạng, từ bon có nghĩa là một câu thần chú được sử dụng để kiểm soát những lực lượng tinh thần và ám chỉ đến một hệ thống mười hai phần bao gồm bói toán, chiêm tinh học, các nghi lễ chữa bệnh, và thuốc thảo dược.

Trước giai đoạn cuối thế kỷ thứ 11, Bon không phải là một tổ chức tôn giáo. Theo một vài học giả, từ bon của người Tây Tạng thậm chí chưa được sử dụng tại thời điểm đó, hệ thống tín bản địa tín ngưỡng và niềm tin của tiền-Phật giáo bao gồm bốn nghệ thuật truyền thống của bói toán, chiêm tinh học, nghi lễ chữa bệnh, và thảo dược. Nó chỉ được áp dụng cho một nhóm cụ thể trong triều đình. Mặc dù phe Bon này bao gồm những tu sĩ nào đó (Tib. gshen) của truyền thống bản địa và nhóm quý tộc cụ thể đã liên kết với họ, đặc tính xác định của nhóm này là không phải niềm tin tôn giáo của chính nó, nhưng vị trí chính trị chủ yếu của nó. Có những người theo truyền thống bói toán của bản địa và như vậy cả bên trong và bên ngoài cung điện, thậm chí cả chính Hoàng đế, người không được gọi là "người ủng hộ Bon". Giới quý tộc "Bon" ở triều đình không nhất thiết phải dựa vào bốn nghệ thuật truyền thống này. Ngay cả không có mỗi tu sĩ của truyền thống bản địa là một phần của phe này. Ví dụ, bên trong triều đình đã có những người thực hiện nghi lễ để hỗ trợ sự sùng bái cung đình, và khi Hoàng đế chết, sẽ tiến hành các nghi thức tang lễ triều đình truyền thống. Bên ngoài triều đình, có những người thực hiện nghi lễ bói toán, chữa bệnh để khắc phục tinh thần nguy hại. Không ai trong số họ được xem là "thành viên của Bon".

Nhóm "Bon", sau đó được giới hạn ở một phe chống hoàng gia, bảo thủ, và trên tất cả, bài ngoại của các đảng phái tư lợi ở triều đình. Họ là một phe đối lập muốn tự nắm quyền lực. Với việc chống lại Hoàng đế, họ đã tự nhiên làm trái ngược với bất cứ điều gì có thể thúc đẩy sức mạnh đối với hoàng gia, đặc biệt nếu nó là một phát minh nước ngoài. Như vậy, sự thù địch của phe này đối với các nghi lễ và niềm tin của nước ngoài không chỉ đơn giản là một biểu hiện của sự không dung nạp tôn giáo mà sau này lịch sử Phật giáo Tây Tạng đã hàm ý đề cập đến. Mặc dù họ có thể đã sử dụng cơ sở tôn giáo để biện minh cho chính sách chống Phật giáo của họ - ví dụ, họ cho rằng sự hiện diện của Phật giáo sẽ mang đến tai họa và làm tức giận các vị thần truyền thống - điều này không có nghĩa là họ nhất thiết phải hỗ trợ toàn bộ truyền thống tôn giáo bản địa. Giáo phái "Bon", rốt cuộc không có các tu sĩ, người thực hiện nghi thức bản địa để hỗ trợ cho Hoàng đế.

Tính chất chống Phật giáo của cái cái gọi là phe "Bon" cũng không phải là một dấu hiệu của sự nổi dậy của Zhang-zhung. Các tu sĩ bản địa và giới quý tộc hỗ trợ đã hình thành phe đối lập chắc chắn là từ miền trung Tây Tạng, không phải bên ngoài từ Zhang-zhung. Sau cùng là một lãnh thổ bị chiếm đóng, không phải là một khu vực hợp nhất chính trị của hoàng gia. Điều này không chắc rằng các nhà lãnh đạo của nó đã phục vụ như là thành viên đáng tin cậy của triều đình.

Tóm lại, cái gọi là phe "Bon" chống Phật giáo mà sau đó góp phần làm cho chuyến viếng thăm của giáo sĩ Hồi giáo trở nên vô nghĩa không phải là một nhóm được gọi là tôn giáo hay khu vực nào đó. Nó gồm có các đối thủ với sự cai trị của Hoàng gia tại Yarlung, những kẻ bị thúc đẩy bởi các lý do của quyền lực chính trị. Họ phản đối và cản trở bất kỳ sự liên kết nước ngoài mà có thể tăng cường vị thế chính trị của hoàng đế Tây Tạng, làm suy yếu địa vị của chính họ, và xúc phạm các vị thần truyền thống của họ. Ngay cả sau khi cái chết của vua Songtsen-Gampo, sự bài ngoại của phe này tiếp tục phát triển.

Triều đại của hai Hoàng đế Tây Tạng kế tiếp

Dự tính của phe bài ngoại trong triều đình Tây Tạng đã đã tan rã, trong những năm đầu của triều đại hoàng đế Tây Tạng kế tiếp là Mangsong-mangtsen (Mang-srong mang btsan, r. 649 -. 676), là lúc nhà Đường Trung Quốc xâm chiếm Tây Tạng. Các lực lượng nhà Hán đã lấn tới Rasa và gây ra thiệt hại lớn trước khi họ đẩy lùi và đánh bại đội quân Tây Tạng lần cuối.

Trong những năm tiếp theo của sự cai trị của mình, Mangsong-mangtsen đã bị khống chế bởi một vị công sứ quyền lực từ một phe nhóm khác- người tìm cách mở rộng đế chế xa hơn. Vị công sứ này đã chinh phục Tuyuhun, một vương quốc Phật giáo phía đông bắc của Tây Tạng, nơi đây người ta thực hành theo phong cách Phật giáo của người Khotan và Kashgar, cũng nằm trong trong lĩnh vực văn hóa Khotanese. Năm 670, ông ta chinh phục chính Khotan và nắm quyền kiểm soát của khu vực thuộc về các quốc gia ốc đảo của các lưu vực Tarim Basin ngoại trừ Turfan. Nhà vua Khotan chạy trốn đến cung điện triều Đường, nơi mà hoàng đế Trung Quốc đã ủng hộ cho ông, tuyên dương về sự chống cự của ông ta đối với người Tây Tạng.

Xuyên qua những tư liệu Khotanese, những người Tây Tạng đã gây ra nhiều sự phá hủy trong cuộc chinh phục đối với quốc gia ốc đảo, bao gồm cả việc gây tổn hại những tu viện Phật giáo và các đền thờ. Tuy nhiên, ngay sau đó, họ sám hối hành động của mình và đã quan tâm lớn trong niềm tin Phật giáo. Nhưng tài liệu mộ đạo này có thể là một sự suy diễn của kiểu mẫu vua A Dục, người phá hủy nhiều ngôi chùa và di tích Phật giáo trước khi ăn năn và quy y Phật giáo. Dù vậy, một số học giả phương Tây lần ra nhiều dấu vết nghiêm trọng của Tây Tạng liên quan với Phật giáo từ thời điểm này. Nếu Phật giáo đã thực sự mạnh mẽ đối với người Tây Tạng, họ sẽ lấy làm vinh dự, không tàn phá các tu viện của Khotan.

Sự tiếp nhận phong cách Khotanese đối với sự phiên dịch kỹ thuật từ vựng Phật giáo xuyên qua mỗi từ nguyên của mỗi âm tiết, người Tây Tạng bây giờ bắt đầu đưa vào và dịch một số kinh văn lựa chọn của Phật giáo Khotanese. Sự tiếp xúc văn hóa đã đi đến hai cách khi các học giả cũng dịch một tác phẩm về y tế Ấn Độ thành tiếng Khotan mà trước đây đã được dịch từ tiếng Phạn sang tiếng Tây Tạng. Với sự thiết lập của triều đình về việc liên kết nước ngoài mạnh mẽ như vậy, sự lo sợ của phe đối lập bài ngoại một lần nữa bắt đầu phát triển.

Một cuộc đấu tranh quyền lực giữa hoàng đế Tây Tạng tiếp theo, Tri Dusong-mangjey (Khri 'Dus-srong mang-rje, r. 677 -. 704), và gia tộc của vị công sứ trước đó đã làm suy yếu nghiêm trọng cung điện Yarlung. Tây Tạng bị mất quân đội và quyền thế chính trị của nó trên các tiểu bang Tarim, tuy còn duy trì một sự hiện diện văn hóa tại các ốc đảo phía nam.Tuy nhiên, Đế chế Tây Tạng vẫn còn tham vọng. Năm 703, Tây Tạng liên minh với Eastern Turks chống lại nhà Đường Trung Quốc.

Việc cai trị của các Hoàng hậu

Trong thời gian này, nữ hoàng Trung Quốc Võ Tắc Thiên (r. 684-705) đã dẫn đầu một cuộc đảo chính tạm thời lật đổ triều đại nhà Đường bằng cách tuyên bố rằng bà ta là Đức Di Lặc, một vị Phật tương lai. Mẹ của nữ hoàng Tây Tạng, Trima Lo (Khri-ma Lod), mẹ của Hoàng đế Tri Dusong-mangjey, là từ một gia tộc quyền lực ở Đông Bắc Tây Tạng không chỉ thiên cảm với Phật giáo Khotan do ảnh hưởng Tuyuhun, nhưng cũng liên kết chặt chẽ với nhà Đường Trung Quốc. Bà ta giao tiếp với nữ hoàng Võ Tắc Thiên, và khi con trai của bà, hoàng đế Tây Tạng qua đời năm 704, bà ta phế truất cháu trai của mình và cai trị như là Thái hậu cho đến khi bà qua đời năm 712. Bà ta đã sắp đặt với nữ hoàng Võ Tắc Thiên cho công chúa Hán Trung Quốc Han-Jincheng (Kim Thành) đến Tây Tạng như là một cô dâu với người cháu trai lớn của bà: Mey-agtsom (Mes ag-tshoms), còn được gọi là Tri Detsugten (Khri lDe-gtsug brtan) là một trẻ sơ sinh vào lúc ấy. Công chúa Jincheng là một Phật tử thuần thành và đem một nhà sư người Hán đi với cô ta để dạy dỗ các cung phi tại cung điện Tây Tạng.

Phe bài ngoại của các giáo sĩ và giới thượng lưu bản xứ trở nên cực kỳ giao động ở sự phát triển này. Ảnh hưởng của họ tại cung điện được thử thách một lần nữa bởi thêm nhiều nhà sư Phật giáo Hán như trong thời gian của vua Songtsen Gampo. Tuy nhiên, lúc này mối đe dọa nghiêm trọng hơn kể từ khi những người nước ngoài hiện diện tại thủ đô của chính nó. Với lực lượng siêu nhiên của tôn giáo nước ngoài đã tiếp tục lôi cuốn để thúc đẩy quyền lực đế chế, họ sợ bị trả thù bởi các vị thần bản xứ của họ như đã thể hiện sáu mươi năm trước đó với cuộc xâm lược của nhà Đường tại miền Trung Tây Tạng. Dù vậy, với thời điểm này phe "Bon" chỉ có thể chờ đợi thời gian.

Thái hậu Trima Lo, thân thiện với cung điện Trung Quốc, bây giờ ngoảnh mặt với tham vọng quân sự của Tây Tạng từ sự chỉ đạo và thành lập một liên minh vào năm 705 với đế chế Shahis Turki ở Gandhara và Bactria mà lần này chống lại người Ả Rập Umayyad. Khi Thái hậu qua đời vào năm 712, Mey-agtsom lên ngôi (r. 712-755), ông ta vẫn còn là một trẻ vị thành niên. Hoàng hậu Jincheng, giống như Thái hậu cuối cùng, sau này đã tạo nên một sự ảnh hưởng mạnh mẽ đối với hoàng gia Tây Tạng.

Liên minh Tây Tạng-Umayyad

Trong khi đó, cuộc đấu tranh quyền lực khắp vùng Tây Turkistan đã tiếp tục. Năm 715, sau khi tướng Ả Rập, Qutaiba đã chiếm lại Bactria từ Shahis Turki, Tây Tạng đổi phe và liên minh với các lực lượng Umayyad đang chiến đấu. Các binh sĩ Tây Tạng sau đó đã giúp tướng Ả Rập chiếm Ferghana từ Turgish và chuẩn bị cho một bước tiến chống lại Turgish đang nắm quyền Kashgar. Sự liên minh của Tây Tạng với Turki Shahis và rồi Umayyads chắc chắn là một sự thiết thực để giữ vững một chỗ đứng tại Bactria với hy vọng tái thiết lập sự hiện diện quân sự, kinh tế và chính trị trong lưu vực Tarim basin. Có lợi từ việc thu thuế thương mại trên tuyến đường Tơ Lụa (Silk Route) là hiện tình mãi mãi thu hút đối với hành động của họ.

Điều này có thể được gợi ý để suy đoán rằng sự liên minh trước của Tây Tạng với Shahis Turki để bảo vệ Bactria từ Umayyads là do cái gọi là phe "Bon" đồng nhất nó với Tagzig, quê hương của Bon, và mong muốn ngăn chặn sự mạo phạm đối với tu viện chính của nó, tu viện Nava Vihara. Dù vậy, kết luận này không phát sinh ngay cả khi người ta đã theo hai tiền đề giả tưởng của nó mà Bon lúc này là một tổ chức tôn giáo và phe Bon là một nhóm tôn giáo được xác định. Thậm chí ở đây có thể đã có một nguồn gốc Phật giáo Bactrian với một số khía cạnh của niềm tin Bon, tín đồ của Bon không xác định các tính năng này như Phật giáo. Thực tế, về sau tín đồ của Bon tuyên bố rằng các Phật tử Tây Tạng đã ăn cắp ý tưởng của giáo lý từ họ.

Do đó, phe Bon trong cung điện Tây Tạng đã không dẫn đầu một cuộc "thánh chiến" ở Bactria. Hơn nữa, họ không phải là Phật tử, như được thấy bởi thực tế rằng sau khi Bactria mất và sự tàn phá đối với tu viện Nava Vihara, những người Tây Tạng đã không tiếp tục bảo vệ Phật giáo tại Bactria, nhưng đã thay đổi liên minh và tham gia với người Ả Rập Hồi giáo. Động cơ thúc đẩy chính đằng sau chính sách đối ngoại của người Tây Tạng là chính trị và kinh tế tư lợi, không tôn giáo.

Phân tích sứ mệnh Hồi giáo đến Tây Tạng

Để không mất lòng đồng minh Umayyad và gây nguy hiểm cho mối quan hệ của họ, cung điệnTây Tạng đã đồng ý mời một giáo sĩ Hồi giáo quan trọng của Caliph Umar II vào năm 717. Tuy nhiên, nó không có nhiều tác động với một sự quan tâm thực sự đối với giáo lý của đạo Hồi. Tối đa, nữ hoàng Jincheng có thể đã xem nó giống như là hoàng đế Songtsen-Gampo vốn đã quan tâm tới Phật giáo, cụ thể là như là một nguồn sức mạnh siêu nhiên khác có thể củng cố vị trí hoàng gia. Mặt khác, các giáo sĩ và giới quý tộc bảo thủ tại cung điện Tây Tạng thù địch với giáo sĩ Ả Rập. Họ còn lo sợ sự ảnh hưởng của ngoại bang khác, các nghi lễ của ngoại bang có thể tiếp tục tăng cường sự sùng bái triều đình, làm suy yếu sức mạnh của họ, và gây tai họa đối với Tây Tạng.

Việc tiếp đón nguội lạnh mà các giáo sĩ Hồi giáo đã nhận ở Tây Tạng là bởi do chính bầu không khí chung của sự bài ngoại lan truyền bởi phe đối lập tại cung điện Tây Tạng. Nó không phải là một dấu hiệu của một cuộc xung đột tôn giáo giữa Hồi giáo và Phật giáo hay Hồi giáo và Bon. Trong gần bảy mươi năm, sự thù địch của phe này đã nhắm đến Phật giáo và nó đã tiếp tục nhắm đến như thế. Để hiểu thái độ của họ đối với Hồi giáo phù hợp với môtíp của bài ngoại như thế nào, chúng ta hãy quan sát ngắn gọn ở các biến cố tiếp theo tại Tây Tạng.

Các nhà sư tị nạn từ Khotan tại Tây Tạng

Triều đại nhà Đường đã khôi phục quyền lực của nó vào năm 705 với sự nhường ngôi của nữ hoàng Võ Tắc Thiên. Tuy nhiên, tình hình không được ổn định, cho đến triều đại của cháu trai của nữ hoàng, Xuanzong (Huyền Tông, r.713 -756). Hoàng đế mới với quyền lực này theo đuổi một chính sách chống Phật giáo với nỗ lực làm suy yếu sự hỗ trợ cho phong trào của bà nội của ông. Năm 720, một người ủng hộ chống Phật giáo của Hoàng đế Đường đã lật đổ vị vua Phật tử địa phương của Khotan và soán ngôi. Nhiều sự đàn áp tôn giáo xảy ra sau đó và nhiều Phật tử đã chạy trốn. Kể từ khi một làn sóng lớn của các nhà sư Bactrian tị nạn đến Khotan năm năm trước đó do những nguy hại mà Umayyad đối với tu viện Nava Vihara, nó không phải là bất hợp lý để cho rằng họ là những người (Phật tử) đầu tiên chạy trốn khỏi Khotan, vì sợ lặp lại kinh nghiệm đau thương của họ tại Bactria.

Năm 725, Hoàng hậu Jincheng đã sắp xếp cho các nhà sư Phật giáo tị nạn từ Khotan và Trung Quốc nhận được sự chấp nhận lánh nạn ở Tây Tạng và đã xây bảy tu viện cho họ, trong đó có một tu viện tại Rasa. Bước này đã khiến cho các công sứ bài ngoại tại cung điện còn điên cuồng hơn nữa . Khi Hoàng hậu qua đời năm 739 trong một trận dịch bệnh đậu mùa, họ đã lợi dụng cơ hội để trục xuất tất cả các nhà sư nước ngoài ở lãnh thổ Tây Tạng với Gandhara, nơi được cai trị bởi đồng minh truyền thống Phật giáo của Tây Tạng, Shahis Turki. Họ thuyết phục rằng trời thần của họ đã một lần nữa bị xúc phạm và đã trả thù, các công sứ tuyên bố rằng sự hiện diện của người nước ngoài và các nghi lễ tôn giáo của họ ở Tây Tạng đã là nguyên nhân của dịch bệnh lan rộng. Gandhara là một điểm đến hợp lý cho các tu sĩ từ khi Shahis Turki cũng đã là những nhà cai trị của Bactria, nơi đây nhiều tu sĩ chắc chắn đã được chào đón. Một số lượng lớn cuối cùng định cư tại khu vực miền núi của Baltistan ở phía bắc vùng Oddiyana của Gandhara.

Sức mạnh của phe bài ngoại này lên đến cực điểm mười sáu năm sau, năm 755, họ ám sát hoàng đế Mey-agtsom vì khuynh hướng mạnh mẽ của ông ta đối với nhà Đường Trung Quốc và Phật giáo. Bốn năm trước đó, cùng năm mà các lực lượng nhà Đường đã bị họ ồ ạt đánh bại và bị đẩy ra khỏi West Turkistan, Hoàng đế đã phái một phái đoàn Tây Tạng đến nhà Hán Trung Quốc để tìm hiểu thêm về Phật Giáo, được lãnh đạo bởi Ba Sangshi (sBa Sang-shi), con trai của một cựu đặc sứ Tây Tạng đến cung điện nhà Đường. Khi Hoàng đế Đường Huyền Tông bị lật đổ trong cuộc nổi loạn vào năm 755, phe "Bon" đã lý luận rằng nếu họ đã không ngăn chặn Mey-agtsom từ việc điên rồ tiếp tục của ông ta, và, khi một sự tiếp theo cho sứ mệnh này, chắc chắn ông ta mời các nhà sư Hán đến cung điện Tây Tạng, không chỉ họ sẽ mất quyền lực, nhưng thảm họa cho đất nước chắc chắn sẽ diễn ra khi chỉ có nhà Đường Trung Hoa. Do đó, sau khi ám sát hoàng đế, họ thành lập một cuộc đàn áp kéo dài sáu năm đối với Phật giáo ở Tây Tạng. Tây Tạng không có sự tiếp thu Hồi giáo, sau đó, mặc dù triều đình mời một giáo sĩ Hồi giáo, nhưng là một sự cố trong lịch sử nội bộ của Tây Tạng, sự xung đột chính trị-tôn giáo.

6. Sự mở rộng thêm đế chế Umayyad tại West Turkistan

Phần còn lại của giai đoạn Umayyad trong những năm tiếp theo của tiền bán thế kỷ thứ tám đã được thấy là một sự thay đổi lẫn lộn thường xuyên của liên minh ngay khi có thêm nhiều quyền lực bước vào cuộc cạnh tranh để kiểm soát Tây Turkistan và tuyến đường Tơ Lụa. Thông qua việc quan sát các sự kiện chính, nó sẽ trở nên rõ ràng rằng người Ả Rập Umayyad thì không cực đoan cuồng tín trong việc vận động để truyền bá Hồi giáo đến một quốc gia ngoại đạo, nhưng chỉ là một trong nhiều người đầy tham vọng chiến đấu vì muốn đạt được lợi ích chính trị và kinh tế. Tất cả các quyền lực, bao gồm cả đế chế Umayyads, không ngừng thành lập và phá vỡ các liên minh, không dựa trên tôn giáo, nhưng trên thực tiễn là căn cứ quân sự.

Thay đổi của liên minh và kiểm soát lãnh thổ

Giữa của triều đại của Umar II (r. 717-720), các nhà cầm quyền Umayyads kiểm soát Bactria và những thành phố của Bukhara, Samarkand, và Ferghana tại Sogdia. Người Tây Tạng là những đồng minh của họ. Người Thổ Nhĩ Kỳ Turgish đã giữ phần còn lại của Sogdia, đặc biệt là Tashkent, cũng như Kashgar và Kucha trong lưu vực phía tây Tarim Basin. Lực lượng nhà Đường Trung Quốc là ở Turfan cuối phía đông của Tarim Basin và ở Beshbaliq xuyên qua Tianshan Mountains đến phía bắc Turfan. Đông Turks đã duy trì phần còn lại của Tây Turkistan phía bắc của Sogdia, bao gồm Suyab, trong khi những người Tây Tạng duy trì một sự hiện diện dọc theo tuyến đường Tarim phía Nam. Tuy nhiên, một đồng minh của nhà Đường đang ở trên ngai vàng của Khotan. Đế chế Turki Shahis được giới hạn đến Gandhara. Ngoại trừ đối với người Ả Rập Umayyad, tất cả các nhà trung gian quyền lực khác tại Trung Á đều ủng hộ Phật giáo với các mức độ khác nhau. Dù vậy, Điều này hầu như đã không có ảnh hưởng đối với những biến cố phát sinh về sau.

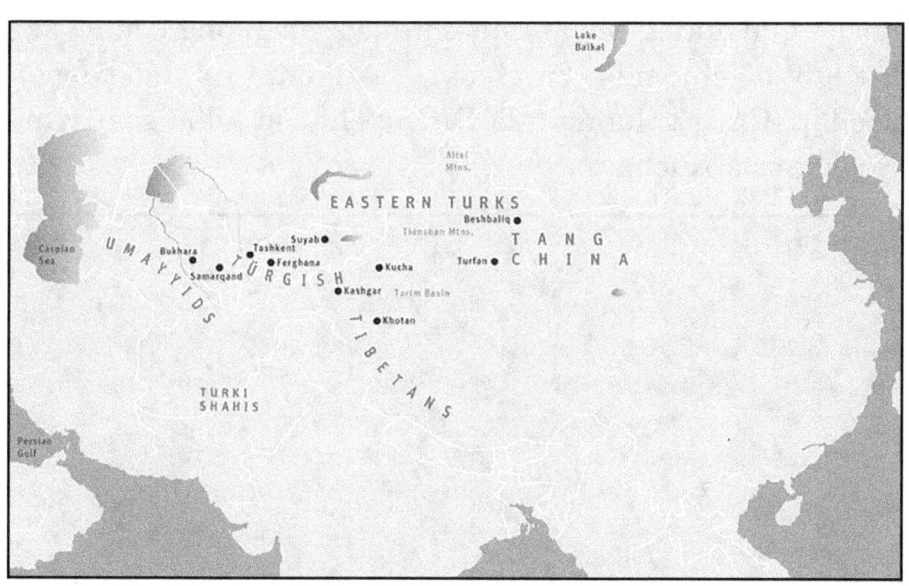

Map Ten: Central Asia, Approximately 720 CE

Lợi dụng cái chết của Tướng Umayyad-Qutaiba, lực lượng Đường triều là những người đầu tiên di chuyển. Thiết lập từ thành trì của họ ở Turfan và xuyên qua Đông Turkistan phía bắc của dãy núi Tianshan Mountains, họ chiếm Kucha và Kashgar từ Turgish, tấn công từ phía sau. Băng ngang sườn núi phía tây của Tianshan vào West Turkistan, sau đó họ chiếm Suyab từ người Eastern Turks, và chiếm Ferghana từ người Umayyads, và chiếm Tashkent cũng từ tay người Turgish.

Lúc này, người Turgish đã tập hợp lại dưới một nhà lãnh đạo khác, và một nhóm mới của Thổ Nhĩ Kỳ đã nổi lên trong bối cảnh này, người Qarluqs (Kharlukh, Tib. Garlog) tại Dzungaria là người bảo trợ của Phật giáo. Qarluqs đã thay thế Eastern Turks trong lãnh thổ phía bắc của West Turkistan vượt khỏi khu vực nhà Đường-lãnh thổ Suyab và tự liên minh với nhà Hán. Turgish lần lượt gia nhập liên minh Ả Rập, Tây Tạng. Người Turgish sau đó đã lấy lại quê hương Suyab của mình, và lực lượng Umayyads lần lượt đã chiếm lại Ferghana. Tashkent tạm thời trở nên độc lập. Các lực lượng nhà Đường chỉ còn kiểm soát vùng Kashgar và Kucha.

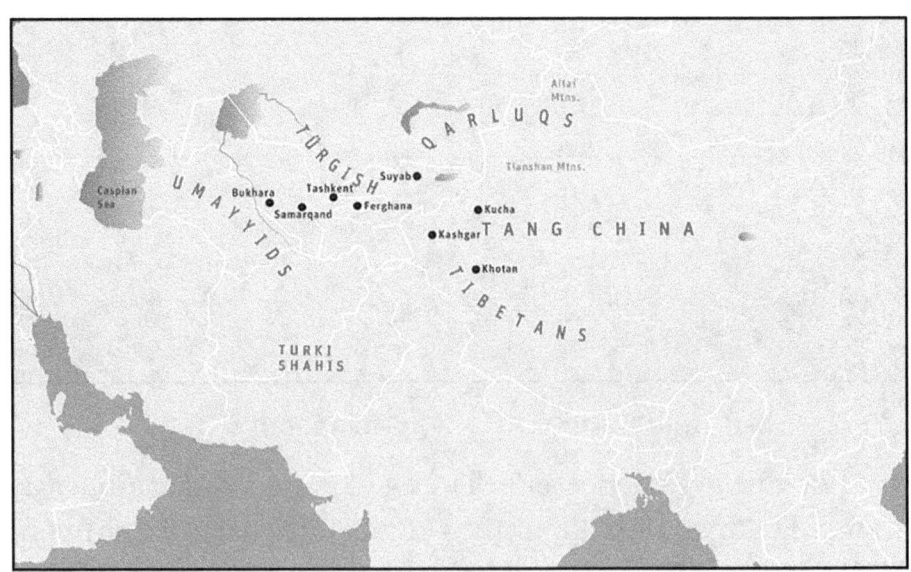

Map Eleven: Central Asia, Approximately 725 CE

Khẳng định về việc cai trị của Umayyad tại Sindh

Năm 724, vua Caliph của đế chế Umayyad mới, Hashim (r. 724-743), đã đưa Tướng Junaid về phía nam để tái khẳng định quyền kiểm đối với Sindh. Lực lượng lãnh đạo Ả Rập đã thành công tại Sindh, nhưng đã thất bại trong nỗ lực của họ để chiếm Gujarat và West Punjab, khi thống sứ của Sindh, Tướng Junaid tiếp tục chính sách của đế chế Umayyad trước về việc đòi hỏi nộp thuế đầu người đối với người Hindus và Phật tử cũng như thuế khách hành hương đến các thánh địa của hai tôn giáo này.

Mặc dù nhà cai trị Hindu Pratihara ở West Punjab có sức mạnh để điều khiển các lực lượng Umayyad từ Sindh, họ đã kềm chế hành động như vậy. Những người Hồi giáo đã đe dọa phá hủy các đền thờ lớn và hình ảnh của Hindu nếu người của Pratihara tấn công họ, và về sau có sự quan tâm bảo quản đối với những nơi thánh địa quan trọng hơn việc giành lại quyền kiểm soát lãnh thổ truyền thống của họ. Đây là một dấu hiệu nữa cho thấy rằng người Ả Rập Umayyad coi sự tàn phá đối với các cơ sở tôn giáo phi-Hồi giáo là hành vi chủ yếu của quyền lực chính trị.

Umayyad mất và giành lại Sogdia

Trong khi đó, với sự tự tin được thúc đẩy mạnh mẽ bởi sự trở lại của quê hương của họ tại Suyab, người Turgish đã kết thúc sự liên minh ngắn hạn của họ với Umayyads. Tận dụng lợi thế của sự phát triển tại Sindh đối với phần lớn của các lực lượng Ả Rập, Turgish chống lại Umayyads, trục xuất họ khỏi Ferghana và những khu vực lân cận trong Sogdia. Người Tây Tạng theo sự lãnh đạo Turgish và cũng đổi phe. Một liên minh mới Turgish-Tây Tạng sau đó đánh bật đế chế Umayyads, và đến năm 729, họ chiếm

chiếm hầu hết vùng của Sogdia và Bactria. Người Ả Rập còn lại chỉ nắm quyền kiểm soát vùng Samarkand.

Người Umayyads sau đó liên minh tạm thời với nhà Đường Trung Quốc để chống lại liên minh mạnh mẽ Turgish-Tây Tạng. Họ đánh bại Turgish tại Suyab vào năm 736. Với cái chết của nhà vua của họ hai năm sau đó, các bộ lạc Turgish đã phân chia và trở nên rất yếu. Nhà Hán Trung Quốc đã bám lấy Suyab và tiếp tục cuộc chiến tranh của họ chống lại người Tây Tạng, trong khi Umayyads quay trở lại vào Bactria và vùng Sogdia. Điều này đã thúc đẩy những người Tây Tạng để kích hoạt lại liên minh truyền thống của họ với Turki Shahis bằng một chuyến viếng thăm của hoàng đế Tây Tạng đến Kabul vào năm 739 để kỷ niệm một liên minh thắt chặt giữa Kabul và Khotan.

Nhà Đường bây giờ đã bắt đầu chính sách hỗ trợ những người bất đồng chính kiến tại các thành phố Umayyad cầm quyền ở Sogdia. Ở một điểm, họ thậm chí quét xuống từ Suyab và cướp phá Tashkent, nơi mà trước đó họ đã cai trị một thời gian ngắn. Quan hệ Hán-Ả Rập trở nên căng thẳng. Tuy nhiên, cuộc xung đột không dựa trên cơ sở tôn giáo, nhưng hoàn toàn là động cơ chính trị. Chúng ta hãy kiểm xét chặt chẽ hơn.

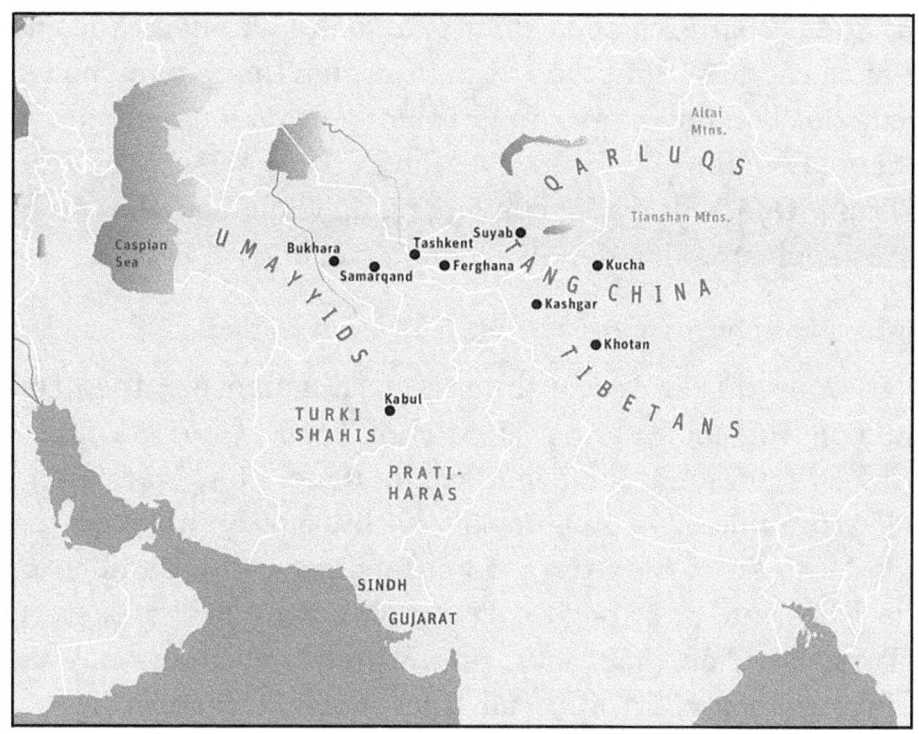

Map Twelve: Central Asia, Approximately 740 CE

Phân tích về những cuộc tấn công của nhà Đường vào nhà cầm quyền Umayyad tại Sogdia

Bằng việc khám phá một số các chính sách của Xuanzong (Huyền Tông), vị hoàng đế nhà Đường đương triều, chúng ta có thể hiểu rõ ràng hơn rằng các triều đại Umayyads thời cuối đã không tích cực tìm kiếm những sự cải đạo sang Hồi giáo, và sự hỗ trợ của các hoàng đế nhà Đường dành cho những nhà bất đồng chính kiến chống đế chế Umayyad tại Sogdia là không phải vì sự một ác cảm của người Phật giáo đối với Hồi giáo.

Hai sự kiện thiết lập tầng mức cho các chính sách của Hoàng đế. Thứ nhất, khi bà nội của Huyền Tông là Võ Tắc Thiên đã lật đổ triều đại nhà Đường bằng cách mở ra một thời đại hoàng kim của Phật giáo, bà ta đã miễn thuế cho tất cả các tu sĩ Phật giáo để giành chiến thắng từ sự hỗ trợ của họ. Thứ hai, ngay sau khi Hoàng đế đã lên ngôi, nhiều người Sogdians đã định cư ở Mông Cổ đổ xô đến vùng Hán Trung Quốc. Sự trả lời của Hoàng đế với hai sự phát triển này cuối cùng dẫn đến hành động của ông tại Sogdia.

Mời người Sogdians đến Mông Cổ và sau đó đuổi họ

Mặc dù đã có các thương gia Sogdian dọc theo con đường Tơ Lụa và trong vùng Hán Trung Quốc với nhiều thế kỷ trước, một làn sóng lớn của người nhập cư Sogdian đến khu vực này vào giữa thế kỷ thứ sáu. Sự nhập cư của họ là do sự đàn áp tôn giáo của hoàng đế Sassanid Iran là Khosrau I (r.531-578). Trong giai đoạn đế chế Eastern Turk đầu tiên (553-630), những người Sogdians này đã duy trì một vị trí được ưa thích đối với Eastern Turks. Nhiều người đã được mời đến Mông Cổ từ cộng đồng của họ ở Turfan và là công tác trong việc dịch kinh sách Phật giáo sang ngôn ngữ Old Turk (tiếng Thổ Nhĩ Kỳ Cổ). Chính phủ đã sử dụng ngôn ngữ và chữ viết Sogdian cho việc kinh doanh tài chính của nó. Tuy nhiên, trong quá trình của thời kỳ thứ hai của EasternTurk (682-744), một vị công sứ quyền lực, Tonyuquq, đã đề nghị những nhà cai trị một phương án chống phá Phật giáo.

Tonyuquq đổ lỗi cho sự thất bại của triều đại EasternTurk đầu tiên dưới nhà Đường là do ảnh hưởng tiêu cực của Phật giáo đối với người Thổ Nhĩ Kỳ. Phật giáo dạy hiền hòa và bất bạo động nên cướp đi tinh thần quân sự của Thổ Nhĩ Kỳ. Ông kêu gọi quay trở lại với giáo phái truyền thống gốc Thổ Nhĩ Kỳ của các chiến binh du mục, mong ước sử dụng đặc tính mạnh mẽ của mình để đoàn kết tất cả các bộ lạc gốc Thổ Nhĩ Kỳ đằng sau ông ta và chiến đấu chống lại nhà Hán Trung Quốc.

Người Đông Thổ Nhĩ Kỳ là chủ sở hữu của vùng Otukan (Turk. Ötukän), ngọn núi thuộc về Mông Cổ đã thiêng liêng đối với tất cả Phật tử Tengrian trước và những tín ngưỡng của họ. Tonyuquq lập luận rằng các nhà cai trị mà ông đã phục vụ là do nghĩa vụ đạo đức để duy trì văn hóa và các giá trị gốc Thổ Nhĩ Kỳ. Liên hợp người Sogdians với Phật giáo và người Hán, ông đã ảnh hưởng Qapaghan Qaghan (r. 692-716) để giảm việc sử dụng chữ viết Sogdian, và vì các mục đích hành chính, dùng thay cho ngôn ngữ Old Turk Old được viết trong một kiểu chữ Runic-style. Khi dân số Sogdian của Mông Cổ đã ngày càng tăng ngoài ước muốn, họ đã di cư ồ ạt đến miền bắc Trung Quốc vào năm 713, định cư đặc biệt ở Trường An (Ch'ang -an) và Lạc Dương (Lo-yang), các thành phố ở cứ điểm cuối của con đường Tơ Lụa.

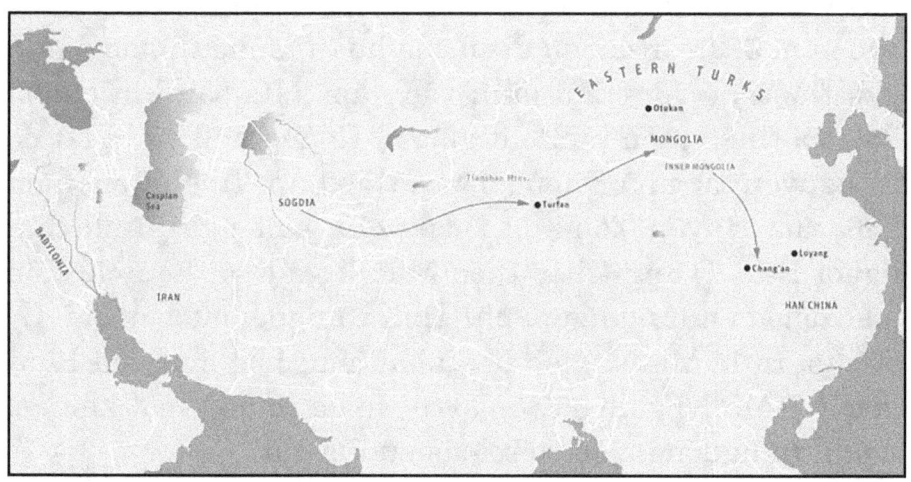

Map Thirteen: Sogdian Migrations

Yếu tố Ma Ni giáo

Cộng đồng Sogdian ở Mông Cổ đã không có độc quyền Phật giáo. Thực tế, phần đông theo Ma Ni giáo (Manichaeism). Tôn giáo này của Iran, được thành lập tại Babylon bởi Mani (217 - 276 CE), là một niềm tin được tiếp nhận với nhiều đặc trưng của các tín ngưỡng địa phương mà nó gặp phải khi nó truyền bá. Nó có hai hình thức chính - một là hướng tây ở Tiểu Á nó hòa hợp với Zoroastrianism (đạo thờ thần lửa) và Kitô giáo, và sau đó là hướng đông dọc theo con đường Tơ Lụa nó đã tiếp nhận mạnh mẽ những yếu tố Phật giáo. Tiếng Syria và sau đó tiếng Parthia là ngôn ngữ chính thức của nó xưa kia, trong khi đó ngôn ngữ Sogdian đóng một vai trò tương tự sau này.

Ma Ni giáo đã có một phong trào truyền giáo mạnh mẽ và những tín đồ Sogdian thuộc về tổ chức tại hướng đông của nó, một lần ở nhà Hán Trung Quốc, giáo phái này tuyên bố nó là một một hình thức của Phật giáo để thu hút tín đồ. Những tín đồ này đã giới thiệu nó trong kiểu mới này với nữ hoàng Võ Tắc Thiên tại triều đình Trung Quốc vào năm 694, và sau sự di cư của họ từ Mông Cổ, họ đã tái giới thiệu nó với triều đình vào năm 719, sau khi chiếm đoạt cả thiên niên kỷ Phật giáo vì Hoàng hậu đã bị lật đổ và nguyên tắc nhà Đường đã tái thiết lập. Tuy nhiên, năm 736, vua Huyền Tông đã thông qua một nghị định cấm người Hán Trung Quốc theo Ma Ni giáo và hạn chế tôn giáo đối với những người phi-Hán và người nước ngoài. Lý do đưa ra là Ma Ni giáo là sự bắt chước bề mặt của Phật giáo, và Ma Ni giáo đã từng truyền bá như là một kẻ mạo danh tín ngưỡng trên cơ sở của sự lừa gạt.

Tuy nhiên, Hoàng đế Đường không có cảm tình với Phật giáo, và những lời chỉ trích này không phải là vì ước muốn của mình để duy trì giáo lý thuần túy Phật giáo bằng cách làm sạch nó đối với dị giáo. Có nhiều người Hán Trung Quốc không hài lòng với những chiến dịch tham vọng tại Trung Á của Hoàng đế vì sự đòi hỏi kết quả cao đối với họ trên các khoản thuế và nghĩa vụ quân sự. Huyền Tông chắc chắn mong muốn tránh xa sự quan hệ một tôn giáo ngoại bang, tương tợ như Phật giáo sẵn có đối với người Hán có thể hành động như là một điểm củng cố cho việc tập trung bất đồng chính kiến của họ và cuộc nổi loạn có thể.

Thái mẫu của hoàng đế đã lật đổ hệ thống Đường triều bằng cách kêu gọi giáo phái của Đức Phật Di Lặc. Từ trong các kinh sách của người Sogdian, Mani là thường được đồng nhất với Đức Di Lặc, và bà nội của ông đã vận dụng lợi thế đối với Ma Ni giáo, những nỗi sợ hãi của một cuộc nổi loạn thời đại tương tự nhắm vào ông ta chắc chắn thúc

Về ba tôn giáo của các thương nhân người Sogdian ở Hán Trung - Ma Ni giáo, Nestor Kitô giáo, và Phật giáo, tôn giáo đầu tiên là không ngoài mục tiêu xâm lược để đạt được sự cải đạo. Một vài thập kỷ trước đó, các thương gia Hồi giáo người Ả Rập và Iran cũng đã bắt đầu đi du lịch đến Hán Trung. Họ chủ yếu đến bằng đường biển, không đi đường bộ xuyên qua con đường Tơ Lụa, và định cư tại các thành phố ven biển đông nam Trung Quốc. Một giáo sĩ Hồi giáo, Sa'ad bin Ali wa QAS (mất 681) thậm chí đã đi với họ. Tuy nhiên, vua Huyền Tông không bao giờ ban hành một sắc lệnh tương tự như cấm người Hán theo đạo Hồi. Trong thực tế, không có hoàng đế Trung Quốc sau đó là Phật giáo hay là đạo khác đã làm như thế. Họ luôn luôn đi theo một chính sách khoan dung tôn giáo đối với Hồi giáo. Điều này cho thấy rằng ngay cả việc nếu người Hồi giáo đầu tiên tại Trung Quốc đã lôi kéo trong sự cố gắng để truyền bá tôn giáo của họ, điều này không phải là một nỗ lực lớn và không bao giờ bị coi như là một mối đe dọa.

Việc trục xuất những nhà sư Phật giáo phi-Hán của nhà Đường

Trong nhiều năm, Chính phủ Đường ngày càng trở nên cần vốn để tài trợ cho chiến dịch mở rộng hơn bao giờ hết của Hoàng đế ở Trung Á. Tình trạng được miễn thuế đối với các tu viện Phật giáo từ thời điểm tiếm quyền của nữ hoàng Võ Tắc Thiên đã hạn chế tài khoản của triều đình một cách nghiêm trọng. Vì vậy, vào năm 740, Huyền Tông đã quay sang hỗ trợ mạnh mẽ hơn nữa đối với Đạo giáo, đánh thuế thu nhập trên các tu viện Phật giáo, và hạn chế số lượng của Tăng Ni người Hán ở lãnh thổ của mình. Ông cũng trục xuất tất cả các tu sĩ Phật giáo không phải là người Hán như là một sự hao tổn kinh tế không cần thiết đối với quần chúng.

Sự ủng hộ của Huyền Tông đối với các nhà bất đồng chính kiến chống Umayyad tại Sogdia sau đó, rõ ràng là động cơ chính trị và kinh tế và không có gì tác động với sự liên hệ Hồi giáo-Phật giáo. Hoàng đế lại không phải là một Phật tử và trục xuất các nhà sư Sogdian từ Trung Quốc chắc chắn không phải là một động thái gửi họ trở về Sogdia để tăng cường một phong trào chống Hồi giáo xuyên qua Phật tử Sogdian. Ông ta trục xuất những tăng sĩ không phải dân tộc Hán, không chỉ có người Sogdians. Nhà Đường Trung Quốc quan tâm duy nhất là việc chiếm được nhiều lãnh thổ ở Trung Á tại các nơi đất đỏ của đế chế Umayyads và kiểm soát thêm lợi nhuận từ con đường thương mại Tơ Lụa.

Những biến cố cuối cùng của thời đại Umayyad

Sự kiện lớn cuối cùng của thời kỳ Umayyad quan trọng đối với tương lai quan hệ giữa Hồi giáo và Phật giáo ở Trung Á xảy ra năm 744. Người Duy Ngô Nhĩ (Uyghur) Thổ Nhĩ Kỳ ban đầu sống ở vùng núi phía tây bắc Mông Cổ, với một số bộ lạc của họ lang thang chẳng hạn như người Tocharian-cai trị vùng Turfasn đến phía nam và khu vực Lake Baikal của Siberia đến phía đông bắc. Họ là đồng minh truyền thống của người Hán Trung Quốc chống lại người Eastern Turks đã kiểm soát nhiều khu vực Mông Cổ xen kẹp giữa họ.

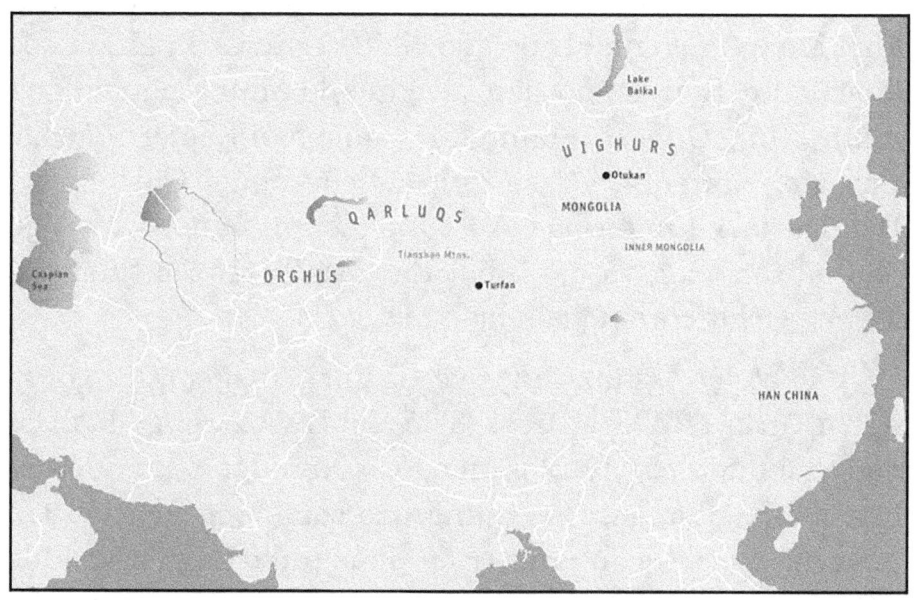

Map Fourteen: Turkic Tribes, End of the Umayyad Period

Năm 605, khi người Hán Trung Quốc đầu tiên di chuyển vào lưu vực Tarim Basin trong hơn bốn thế kỷ, vua Văn Đế (Wendi) nhà Tùy đã giúp người Duy Ngô Nhĩ chinh phục Turfan, trung tâm của Phật giáo Old Turk. Người Duy Ngô Nhĩ nhanh chóng tiếp nhận niềm tin Phật giáo, đặc biệt là trong ánh sáng của vua Văn Đế đã tuyên bố mình là một vị Vua Phật giáo Thế Giới. Năm 629, một trong các hoàng tử người Duy Ngô Nhĩ đầu tiên lấy pháp danh là "Bồ Tát" (Bodhisattva), danh hiệu này cũng được sử dụng bởi các nhà lãnh đạo tôn giáo Đông Turk. Trong những năm 630, Đường Trung Quốc chiếm Turfan từ người Duy Ngô Nhĩ, nhưng về sau họ tiếp tục giúp người Hán chấm dứt triều đại EasternTurk Đầu tiên trong một thời gian ngắn.

Một nửa thế kỷ sau đó, Triều đại Esatern Turk (Đông Thổ Nhĩ Kỳ) Thứ hai đã chinh phục quê hương Uighur với chính sách quân sự pan-Turkic tấn công của nó. Tuy nhiên, năm 716, ngay sau khi người Sogdians đã chạy trốn khỏi Mông Cổ, người Duy Ngô Nhĩ (Uighurs) đã giành độc lập của họ. Sau đó, họ tiếp tục giúp đỡ những người đồng minh Trung Quốc của mình quấy rối người Eastern Turks. Bây giờ, năm 744, với sự giúp đỡ của người Qarluqs tại Dzungaria và miền bắc West Turkistan, người Duy Ngô Nhĩ đã tấn công và đánh bại Eastern Turks rồi thiết lập Đế chế Orkhon riêng của họ ở Mông Cổ.

Các bộ lạc Oghuz thuộc về Eastern Turks, được gọi là người Turks of White Dress (Thổ Nhĩ Kỳ Áo trắng) đã di cư vào thời điểm này từ Nội Mông Cổ hiện đại đến góc đông bắc của Sogdia, gần Ferghana. Họ sớm đóng một vai trò quan trọng trong sự phát triển phức tạp ở Sogdia vào lúc bắt đầu của thời kỳ Abbasid. Hơn nữa, một khi nắm quyền lực, người Duy Ngô Nhĩ thường xuyên chiến đấu với các chư hầu của họ, bộ tộc Qarluqs. Người Duy Ngô Nhĩ và Qarluqs lúc này thừa kế vai trò của cạnh tranh lãnh đạo của những chi nhánh phía đông và phía tây của các bộ lạc Turks. Dù vậy, Người Duy Ngô Nhĩ đã có uy thế từ khi họ kiểm soát Otukan, ngọn núi linh thiêng của người Thổ Nhĩ

Kỳ ở miền trung Mông cổ gần thủ đô Orkhon, Ordubaliq. Sự cạnh tranh của hai bộ tộc Thổ Nhĩ kỳ này cũng đã thiết lập bệ đài cho những phát triển tương lai.

Như vậy, thời đại Umayyad đã kết thúc vào năm 750 với sự mất rồi chiếm lại Bactria và Sogdia một lần nữa của người Ả Rập. Sự kiểm soát của họ về khu vực vẫn còn bấp bênh và những sự liên hệ của họ với các Phật tử, cả trong các đối tượng, các đồng minh và kẻ thù thay đổi không ngừng của họ, vẫn chủ yếu dựa trên tính thiết thực của chính trị, quân sự, và kinh tế như trước.

Phần II: Đầu thời kỳ Abbasid (750 - Giữa Thế Kỷ 9 CE)

7. Sự vượt lên của đế chế Abbasids và sự suy tàn của nhà Đường Trung Quốc

Bối cảnh khu vực

Trước khi thảo luận về sự phát triển lịch sử trong thời gian đầu Abbasid Caliphate, chúng ta hãy xem xét ngắn gọn tình hình chính trị ở Trung Á trước thời kỳ bình minh của giai đoạn này. Đế chế Umayyads cai trị Sogdia và Bactria, trong khi quân đội nhà Đường chiếm đóng khu vực phía bắc và phía tây tại Suyab, Kashgar, và Kucha, đang đe dọa xâm lược. Những lực lượng Đường triều cũng đã đóng quân tại Turfan và Beshbaliq. Người Oghuz Turks of White Dress vừa mới di cư từ miền nam Mông Cổ đến một góc đông bắc xa xôi của Sogdia. Khu vực của miền bắc West Turkistan và Dzungaria được kiểm soát bởi người Qarluqs, và Mông Cổ vừa mới ở dưới sự kiểm soát của người Duy Ngô Nhĩ.

Người Đường Trung Quốc và người Duy Ngô Nhĩ là đồng minh. Người Tây Tạng ở một vị trí yếu, nhưng vẫn duy trì một sự hiện diện ở các lãnh thổ miền Nam Tarim, mặc dù vua Khotanese quý mến hoàng gia nhà Đường. Các đồng minh củaTây Tạng trước kia, đế chế Turgish, hầu như đã bị loại. Liên minh duy nhất còn lại với Tây Tạng là Turki Shahis tại Gandhara, trên danh nghĩa liên minh bằng việc sát nhập với Khotan.

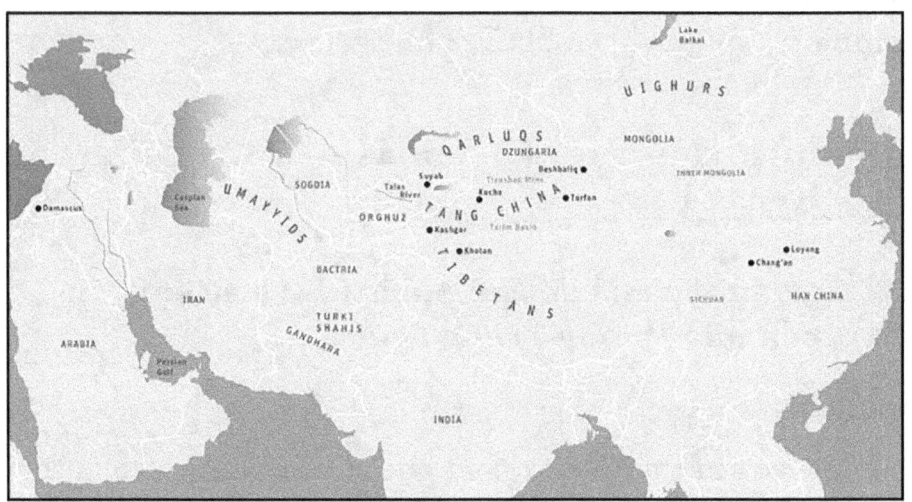

Map Fifteen: Central Asia, Eve of the Abbasid Period

Thành lập đế chế Abbasid Caliphate

Mặc dù hai giáo phái Hồi giáo chính Sunni và Shia đã không chính thức kết hợp cho đến thế kỷ thứ mười một, để dễ dàng thảo luận chúng ta hãy nói về tiền nhân của họ với những phạm vi này. Phong trào Murjiah, Được duy trì bởi người Umayyads là tiền thân của phái Sunni. Nó ủng hộ hệ thống truyền thừa của caliphate từ người anh rể của nhà Tiên tri Prophet là Mu'awaiya, vị vua Calip đầu tiên của đế chế Umayyad. Phái Shia đã tiến triển từ phe đối lập, nó tuyên bố rằng tính hợp pháp của sự kế thừa đã bắt nguồn từ người anh em họ và người con rể tên là Ali của nhà Tiên tri Prophet. Từ đó phần lớn người Ả Rập ủng hộ đế chế Umayyads và theo Hồi giáo Sunni, hầu hết người Hồi giáo phi-Ả Rập thì thích phái Shia hơn.

Các vua Calip Umayyad là người Ả Rập đến từ vùng Arabian Peninsula (Bán Đảo Ả Rập). Họ ủng hộ người Ả Rập trong tất cả các khía cạnh, nhiều hơn so với người Hồi giáo nói chung. Họ đã ngăn cấm những quân đội Hồi giáo phi-Ả Rập, ví dụ, việc chia sẻ chiến lợi phẩm thu được từ chiến thắng trong trận chiến. Cách khác, phi-Hồi giáo Ả Rập, chẳng hạn như người đạo Cơ đốc hay người Do Thái từ Arabia (bán đảo Ả Rập), được được đối xử ưu việt hơn những người Hồi giáo phi-Ả Rập (không phải người Ả Rập). Một số người thậm chí còn được bổ nhiệm làm thống đốc của khu vực phi-Ả Rập trong triều đại Caliphate. Chính sách đảng phái này gây ra sự bất mãn rất lớn, đặc biệt là đối với những người Hồi giáo Iran tự coi mình là văn hóa cao hơn người Ả Rập.

Abu Muslim là người Bactrian cải sang Hồi giáo Shia từ Balkh. Ông ta đã trở thành một thành viên của Abu l'Abbas, một hậu duệ Ả Rập của Abbas, một uncle của của nhà Tiên tri Prophet, có lúc cả hai đã bị giam cầm tại Bactria (Khorasan) vì các hoạt động chống Umayyad. Dựa vào sự bất mãn và rối loạn của người Iran và Trung Á, Abu Muslim sau đó đã dẫn đầu một cuộc nổi loạn lật đổ đế chế Umayyad vào năm 750. Sau khi chinh phục Damascus, thủ đô của Umayyad, ông tuyên bố rằng Abu l'Abbas, được biết như là as-Saffah (r. 750-754), là vị vua Calip đầu tiên của hệ thống Abbasid. Như một phần thưởng, as-Saffah đã bổ nhiệm Abu Muslim làm thống sứ của Bactria. Đế chế Abbasid Caliphate kéo dài cho đến năm 1258, nhưng chỉ cai trị Bactria và Sogdia cho đến giữa thế kỷ thứ chín.

Từ khi Abbasid Calips là những người Ả Rập bắt nguồn từ một khu vực văn hóa Iran, người Hồi giáo Iran và Trung Á ban đầu hỗ trợ sự chiếm đoạt quyền lực của họ. Nghĩ rằng những người Abbasids thì ở hơi xa từ vùng Bán đảo Ả Rập (Arabia) sẽ không có thành kiến chủng tộc như các đế chế Umayyads, họ hy vọng triều đại mới sẽ không còn đối xử với họ như là những công dân hạng hai.

Thất bại của nhà Đường và cuộc nổi loạn của An Lộc Sơn

Năm 751, l'Abbas Abu gia nhập lực lượng với Qarluqs và quay lưng lại với các lực lượng nhà Đường Trung Quốc đang đe dọa cả hai. Họ đánh bại quân đội Đường tại sông Talas River ở miền nam Kazakhstan ngày nay, quyết định kết thúc sự hiện diện của Trung Quốc ở Tây Turkistan. Điều này đánh dấu sự lật ngược xu hướng, sau đó sự chiếm đóng và cai trị của người Hán Trung Quốc đối với ĐôngTurkistan dần dần thu hẹp và rồi kết thúc.

Sự thất bại và những phí tổn nặng nề của nhà Đường đối với tất cả chiến dịch vô ích của vua Huyền Tông ở Trung Á cuối cùng dường như đã trở thành quá áp lực cho người dân Trung Quốc phải chịu đựng dài hơn nữa. Năm 755, An Lộc Sơn (An Lu-shan), con trai của một người lính Sogdian phục vụ triều đường và mẹ là một người EasternTurk đã dẫn đầu một cuộc nổi loạn nổi tiếng ở thủ đô Đường-Trường An. Mặc dù Hoàng đế triệu tập nhiều quân đội của mình từ Kashgar, Kucha, Beshbaliq, và Turfan, chỉ để lại một lực lượng nòng cốt trấn giữ, và đã nhận được sự viện trợ quân lực từ vua Khotan, ông ta đã không thể dẹp được loạn quân này. Ông ta buộc phải chạy trốn trong sự bẽ mặt đến vùng núi của Tứ Xuyên. Các lực lượng nhà Đường cuối cùng đã thành công chỉ bằng cách cầu cứu những người Duy Ngô Nhĩ ở Mông Cổ đến cứu hộ.

Trong khi chiến đấu với quân nổi dậy ở Trường An và Lạc Dương, người Duy Ngô Nhĩ đã cướp bóc và phá hủy cả hai thành phố này, bao gồm nhiều ngôi chùa Phật giáo và những tu viện được tìm thấy trong thành phố. Tuy nhiên, như là một kết quả của việc tiếp xúc với những cộng đồng thương gia Sogdian ở đây, Bogu Qaghan, hoàng đế của người Duy Ngô Nhĩ, đã tiếp nhận tín ngưỡng Manichaean (Ma Ni giáo) được duy trì bởi hầu hết các thương nhân. Sau đó, ông ta tuyên bố nó là tôn giáo của quốc gia thuộc về dân tộc Duy Ngô Nhĩ vào năm 762. Mặc dù An Lộc Sơn đã được một nửa Sogdian, rõ ràng là các phiến quân nổi loạn hầu hết là người Trung Quốc và không phải từ trong cộng đồng phi-Hán. Nếu không thì Bogu Qaghan đã có được sự chiến đấu chống lại người Sogdians và vì vậy sẽ không tiếp nhận tôn giáo của họ.

Trong suốt nhiều thế kỷ, người Duy Ngô Nhĩ đã thay đổi tôn giáo quốc gia của mình từ Shaman giáo đầu tiên đến Phật giáo, sau đó là Ma Ni giáo, và sau đó trở lại với Phật giáo trước khi cải sang đạo Hồi cuối cùng. Trước đó Đông Thổ Nhĩ Kỳ đã đến với Phật giáo từ Shaman giáo và sau đó trở lại với Shamanism. Chúng ta hãy kiểm tra một số lý do có thể đối với sự thay đổi tôn giáo này giữa hai dân tộc gốc Thổ Nhĩ Kỳ. Nó có thể giúp chúng ta hiểu tốt hơn các cơ chế đằng sau việc chuyển đổi về sau của hầu hết các bộ lạc gốc Thổ Nhĩ Kỳ từ Phật giáo hoặc Shaman giáo sang Hồi giáo.

8. Sự cải đạo của người Eastern Turks (Đông Thổ Nhĩ Kỳ)

Những tiếp xúc đầu tiên với Phật giáo

Sau sự sụp đổ của triều Hán năm 220 CE, Phật giáo trở nên mạnh mẽ ở miền bắc Trung Quốc đã bị chia cắt và cai trị bởi một sự thừa kế thuộc về dân tộc và quốc gia phi-Hán Trung. Người bảo trợ lớn nhất của Phật giáo của họ là Toba, triều đại Bắc Ngụy (386-535), kéo dài Nội Mông Cổ và miền bắc Trung Quốc.

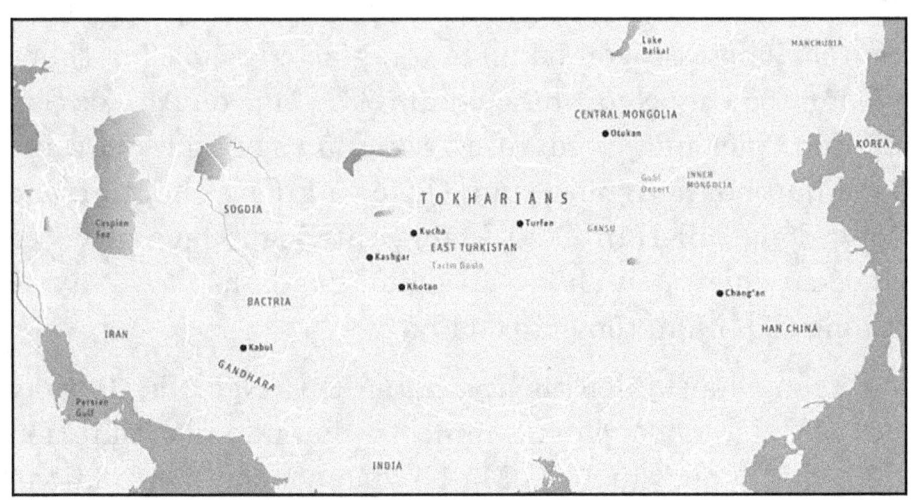

Map Sixteen: Early Mongolia

Người Old Turks, được ghi nhận là nhóm sớm nhất đã nói ngôn ngữ gốc Thổ Nhĩ Kỳ, họ rõ nét trên các trang của lịch sử như là một tầng lớp làm kim loại sống ở các thành phố của lĩnh địa Toba. Tuy nhiên, nguồn gốc của họ chắc chắn là một bộ lạc du cư từ các đồng hoang đến phía bắc kể từ khi ngọn núi thiêng liêng của họ, Otukan, được xác định tại trung tâm Mông Cổ ở phía bên kia của sa mạc Gobi từ những vùng đất Toba cai quản.

Người Old Turks theo một tôn giáo truyền thống pha trộn Shamanism với những gì mà các học giả phương Tây đã đặt tên "Tengrism", một tín ngưỡng Thiên Đàng (Turk. Tengri) như vị Thượng đế tối cao và tôn kính ngọn núi nào đó như là chỗ ngồi của quyền lực. Tengrism không bao giờ là một tôn giáo có tổ chức và đã xuất hiện trong nhiều hình thức và hầu như trong tất cả các dân tộc của các thảo nguyên Trung Á, như Thổ Nhĩ Kỳ, Mông Cổ, và Tangut. Trong hình thức Thổ Nhĩ Kỳ của nó, nó hỗ trợ cấu trúc xã hội Thổ Nhĩ Kỳ được xây dựng trên cơ sở của một hệ thống phân cấp của các bộ lạc. Một bộ lạc có ưu thế và lãnh tụ của nó là nguồn gốc của một hệ thống kế thừa của những nhà cầm quyền đối với tất cả.

Hình thức Tengrism giáo của Thổ Nhĩ Kỳ lúc ấy quan hệ đến vị thủ lãnh Thổ Nhĩ Kỳ kiểm soát Otukan như nhà cai trị tối cao (Turk. qaghan) của tất cả các bộ lạc gốc Thổ Nhĩ Kỳ và là hiện thân về vận may của xã hội. Nếu vận may của xã hội Thổ Nhĩ Kỳ đã suy sập, qaghan (vị thủ lãnh) là người chịu trách nhiệm và thậm chỉ có thể bị hy sinh. Con trai của ông sau đó sẽ kế tiếp vị trí của ông ta.

Với một hệ thống tín ngưỡng như thế, người Thổ Nhĩ Kỳ lần đầu tiên đã bắt gặp Phật giáo tại các thành phố Toba. Đặc biệt Phật giáo hình thức ở phía bắc Trung Quốc đã làm nổi bật sự thiết tha của công chúng và sự phục vụ của các tu sĩ với nhà nước. Phong cách xã hội này của Phật giáo đã dễ dàng phù hợp với những tư tưởng Tengrian giáo của người Thổ Nhĩ Kỳ của hệ thống phân cấp bộ lạc.

Không hài lòng với sự cai trị của Toba, phần lớn người Thổ Nhĩ Kỳ di chuyển về phía tây Cam Túc, dưới sự thống trị của nhà nước Ruanruan (400-551). Đế chế Ruanruans cai trị những sa mạc, đồng cỏ, và các khu vực rừng từ

Kucha đến biên giới của Hàn Quốc, bao gồm một phần lớn của Mông Cổ. Khi Ruanruan đã dần dần tiếp nhận các hình thức Phật giáo của người Tocharian và Khotanese được xuất hiện trong những thành phố ốc đảo Đông Turkistani mà họ kiểm soát và truyền bá nó khắp vương quốc của họ, người Old Turks cũng đã gặp phải hình thức ảnh hưởng Phật giáo này của người Iran. Trong một môi trường Zoroastrian (tín đồ đạo thờ lửa), Đức Phật đã trở thành một vị "vua của các vị vua", một vị "Thượng đế của các Thượng đế".

Bumin Khan lật đổ Ruanruan vào năm 551. Cho rằng vì sự bảo vệ khu vực Mount Otukan, ông ta tuyên bố mình là qaghan và thành lập Đế chế Old Turk. Hai năm sau, nó tách ra thành một khu vực miền đông và một khu vực miền tây.

Đế chế Eastern Turk (553-630), được thành lập bởi con trai của ông ta, Muhan Qaghan (553-571) và tập trung tại Mông Cổ, đã thừa kế di sản tinh thần Shamam và Tengrism giáo gốc Thổ Nhĩ Kỳ. Vì truyền thống tôn giáo này thiếu một cơ cấu tổ chức, nó không đủ sức mạnh trong việc cung cấp một lực lượng thống nhất để xây dựng một quốc gia mới. Nhìn đến các mô hình của những quốc gia Ruanruan và Toba Wei, Qaghan nhận ra rằng Phật giáo đủ khả năng đối với nhiệm vụ. Vì vậy, khi người Thổ Nhĩ Kỳ đã thực sự làm quen được với các hình thức của Phật giáo miền bắc Trung Quốc và Tocharian/Khotanese, vua Qaghan đã hăng hái thiết lập thêm sự liên lạc với đức tin này và làm cho nó phù hợp với vỏ bọc của truyền thống tín ngưỡng Thổ Nhĩ Kỳ. Cũng như nhà sư Phật giáo cầu nguyện cho các phúc lợi của các quốc gia Phật giáo miền bắc Trung Quốc, họ có thể làm tương tự cho đế chế Đông

Turk. Thêm nữa, giống như đoàn tùy tùng của Đức Phật được mở rộng để bao gồm tất cả các vị thần Zoroastrian, và Đức Phật như là vị vua của họ, thì nó cũng có thể phóng to để thích ứng với nhiều vị thần gốc Thổ Nhĩ Kỳ (tengri).

Sau sự tan rã của đế chế Bắc Ngụy, người kế nhiệm của các nước nhỏ của nó vẫn tiếp tục bảo trợ Phật giáo miền bắc Trung Quốc. Hai trong số họ là Bắc Tề (550-577) và Bắc Chu (557-581) đã trở thành những nước chư hầu của đế chế Eastern Turks. Như một dấu hiệu của tình hữu nghị, vị bộ trưởng Bắc Tề đã xây dựng một ngôi chùa Phật giáo theo phong cách miền bắc Trung Quốc cho sáu nghìn người Thổ Nhĩ Kỳ đang sống ở Trường An. Muhan Qaghan sẵn sàng đáp lại cử chỉ bằng cách mời nhiều nhà sư người bắc Hán đến thành trì của ông ta ở Mông Cổ để hướng dẫn cho người dân của mình.

Tiếp nhận ngôn ngữ Sogdian cho việc sử dụng hành chánh thế tục

Với tư cách là những người thừa kế đế chế Ruanruan, người Eastern Turks (Đông Thổ Nhĩ Kỳ) đã cai trị vùng ốc đảo Tocharian của Turfan. Nhiều nhóm dân tộc du mục trước đây từ những thảo nguyên Mông Cổ hoặc các vùng ven sa mạc, chẳng hạn như Toba Wei đã tiếp nhận văn hoá Hán Trung và sau đó bị mất đi đặc tính của họ. Nhận thức được tiền lệ này, Muhan Qaghan muốn tránh điều này xảy ra tương tợ với người dân của mình. Vì vậy, ngay sau khi thành lập Đế chế Eastern Turk của mình, ông ta đã hướng về cộng đồng thương gia Sogdian của Turfan để qui định cho nó với một ngôn ngữ riêng (không phải chữ viết của Trung Quốc) dành cho các mục đích hành chính và tài chính.

Qaghan đã chọn chữ viết Sogdian, vì nó là ngôn ngữ Trung Á duy nhất của lưu vực Tarim Basin và đến lúc để có một hình thức bằng văn bản. Việc sử dụng của nó thì được giới hạn với lãnh vực thế tục, ban đầu là kinh doanh, và điều này đã được tìm thấy không chỉ ở Turfan, mà còn dọc theo con đường tơ lụa. Nó là ngôn ngữ địa phương, chẳng hạn như người Tocharian và Khotanese vẫn hoàn toàn nói bằng tiếng Sogdian vào thời điểm đó.

Cuộc khủng bố Tôn giáo tại Trung Quốc và Sogdia

Giữa năm 574 và 579, vào triều đại thứ hai Eastern Turk qaghan, Tapar (trị vì 572-581), là những nước chư hầu của BắcTề và Bắc Chu thuộc về đế chế Eastern Turk đã thành lập một cuộc đàn áp Phật giáo. Nguyên nhân chủ yếu là do sự tác động của lòng ganh tị đối với sự ủng hộ của chính phủ đối với những chùa viện của những những người Đạo giáo làm bộ trưởng. Nhiều nhà sư Trung Quốc và bốn nhà phiên dịch từ Kabul đến thăm viếng Gandhari Buddhist, dẫn đầu bởi ngài Jinagupta (528-605), chạy trốn khỏi Trường An đến cung điện Eastern Turk. Ở đây, họ gia nhập với mười Tăng sĩ Hán Trung vừa trở về từ Ấn Độ với 260 bộ kinh văn Phật giáo dành cho việc phiên dịch và những vị sư này, giống như họ, cũng đã nhận được sự tị nạn.

Vào khoảng thời gian tương tự khi sự phát triển này ở phía bắc Trung Quốc, hoàng đế Sassanid, Khosrau I (r. 531-578), đã đàn áp khốc liệt Ma Ni giáo với điều mà ông ta coi như những phái Zoroastrian dị giáo ở Iran và Sogdia. Điều này gây ra một làn sóng mới di cư của người tị nạn tôn giáo đến các thành phố ốc đảo Đông Turkistan. Do những nỗ lực của các nhà truyền giáo Manichaean, Mar

Shad Ohrmizd (mất 600), người đi cùng những người nhập cư Sogdians - đặc biệt là ở Turfan - bắt đầu cho việc dịch thuật kinh sách đầu tiên của phái Ma Ni giáo sang ngôn ngữ của họ từ phiên bản gốc Parthia và Syria được sử dụng tại quê hương của họ. Hầu hết họ đã dùng bước này bởi vì họ đã được thuyết phục về sự cần thiết cho cộng đồng tôn giáo của họ là độc lập đối với những đổi thay của chính trị ở quê hương và để trở thành tự chủ.

Phiên dịch kinh điển Phật giáo đầu tiên sang ngôn ngữ Tocharian

Tại khu vực Đông Turkistan cho đến vào thời gian này, kinh điển Phật giáo được viết, nghiên cứu, và đọc tụng chủ yếu trong các ngôn ngữ gốc Ấn Độ thuộc về tiếng Sanskrit hay tiếng Gandhari Prakrit, hoặc đôi khi trong bản dịch của Trung Quốc. Không có bằng chứng về kinh văn Phật giáo được dịch sang các ngôn ngữ Trung Á đến lúc này, không có nhiệm vụ ghi chép. Các dấu hiệu đầu tiên của hoạt động như vậy chỉ xuất hiện vào giữa thế kỷ thứ sáu.

Những tài liệu của Tocharian sớm nhất xác định từ thời kỳ này và là các bản dịch kinh sách Phật giáo từ tiếng Sanskrit vào phương ngữ Turfanese. Có lẽ những Phật tử Tocharian của Turfan đã có cảm hứng từ người Ma Ni giáo Sogdians ở giữa họ để thực hiện bước này, cũng để đảm bảo bản sắc văn hóa độc lập và tự chủ của họ. Mặc dù trước đó những Đạo sư Phật giáo người Tocharian, chẳng hạn như ngài Cưu Ma La Thập (Kumarajiva, 344-413) đã tích cực tham gia trong việc phiên dịch kinh văn Ấn Độ sang Trung Quốc, người Tocharians đã tiếp tục duy trì hình thức riêng của họ về Phật giáo dựa trên kinh điển tiếng Sanskrit. Bởi vì họ xem các ốc đảo dọc theo vùng ven phía bắc của Tarim

Basin như là quê hương của họ và không tiếp xúc với gốc rễ châu Âu của họ, và bởi vì các thành phố của họ đã được cai trị bởi sự kế thừa của các triều đại nước ngoài, vấn đề của việc duy trì một bản sắc văn hóa độc lập sẽ là quan trọng đối với họ. Các cuộc đàn áp Phật giáo tại Trung Quốc chắc chắn đã châm thêm trọng lượng cho sự quyết định để mô tả ngôn ngữ của họ và phiên dịch kinh điển của họ.

Người Sodian bỏ qua việc dịch kinh điển Phật giáo sang ngôn ngữ riêng của họ vào lúc này.

Tuy nhiên, cộng đồng Phật giáo Sogdian của Turfan không theo Ma Ni giáo Sogdian hoặc kiểu mẫu của phật giáo Tocharian về việc dịch kinh điển của họ sang ngôn ngữ của họ và việc giao phó mình đối với văn bản. Họ đã không dùng sự di chuyển này cho thế kỷ khác đối với một sự phức tạp của các lý do hợp lý. Chúng ta hãy thiết định một số điều khoản của họ.

Thứ nhất, người Sogdians của Đông Turkistan là các thương gia và thương nhân, và không giống như ngườiTocharians, có lẽ đã không cảm thấy lòng trung thành đặc biệt đối với các quốc gia thành phố-nơi họ sinh sống. Họ không bao giờ coi chúng như là quê hương của họ, nhưng thay vào đó họ chỉ nhìn đến quốc gia Sogdia. Họ thiết lập một bản sắc cá nhân, vì quê hương bị chiếm đóng, ở nơi mà họ hiện đang sống là không thích hợp đối với họ.

Thứ hai, cộng đồng của người Sogdian yêu nước ở Đông Turkistan là đa tôn giáo. Họ đã được thống nhất bởi nghề nghiệp của họ và ngôn ngữ bằng văn bản được sử dụng cho thương mại của họ. Không giống như người Tocharians, họ không cần phải sử dụng tôn giáo cho mục đích này. Hơn nữa, không giống như người Ma Ni giáo Sogdians không có phương hướng để hướng đến cho sự ủng hộ tôn giáo ngoại trừ quốc gia Sogdia và lãnh thổ của đế chế Sassanid, Phật tử Sogdian của Turfan có thể hướng về phía người Hán Trung Quốc. Họ dường như không có tham gia đặc biệt đối với ngôn ngữ của kinh văn tôn giáo của mình. Họ có vẻ cảm thấy thoải mái với phiên bản tiếng Sanskrit và Gandhari Prakrit được sử dụng tại quê hương của họ, cũng như các bản dịch tiếng Trung Quốc mà họ cũng đã được trợ giúp để chuẩn bị. Mặc dù cuộc đàn áp Phật giáo tại Hán Trung và tình hình tôn giáo không ổn định tại Sogdia, họ dường như không thấy bất kỳ lý do gì để phiên dịch các kinh văn của họ sang ngôn ngữ riêng của họ vào thời điểm này.

Nếu Phật tử Sogdian của Đông Turkistan muốn có sự khoảng cách từ sự bất ổn tôn giáo tại quê hương của họ, họ có thể sử dụng nhiều tiếng Trung Quốc trong việc thực hành tôn giáo của họ. Mặt khác, người Ma Ni giáo đồng bào của họ lúc này phải đối mặt với một tình huống tương tự khi không có sự lựa chọn nhưng để thiết lập truyền thống của chính họ trong tiếng mẹ đẻ của mình. Trong việc sử dụng ngôn ngữ Trung Quốc cho mục đích tôn giáo, Phật tử Sogdian dường như không cảm thấy bản sắc văn hóa của họ bị đe dọa, khi bản sắc được dựa vào các yếu tố từ đời sống thế tục của họ. Trong thực tế, xu hướng của Phật tử Sogdian ở Đông Turkistan dựa nhiều hơn vào các ngôn ngữ và truyền thống Trung Quốc trong đời sống tôn giáo của họ hầu như hoàn toàn tiếp nhận sự thúc đẩy từ làn sóng người tị nạn Sogdian Manichaean vào giữa họ. Những người mới đến cũng bác bỏ ngôn ngữ tôn giáo của nơi mà họ sinh ra.

Phiên dịch kinh điển Phật giáo sang ngôn ngữ Old Turk

Tuy nhiên, Tapar Qaghan có những sự ưu tiên khác nhau với người Sogdians. Là nhà cai trị của một đế chế mới được thành lập, ông ta không muốn đối tượng của mình, người Eastern Turk dựa vào ngôn ngữ Trung Quốc trong bất kỳ mọi cách. Người tiền nhiệm của ông đã theo chính sách sử dụng tiếng nước ngoài trong lĩnh vực thế tục bằng cách áp dụng cả tiếng Sogdian và chữ viết Sogdian. Khi người Sogdians không có quốc gia riêng của họ, không có gì đe dọa trong sự thay đổi này. Với một làn sóng của các nhà sư Hán Trung tị nạn vào lĩnh địa của ông ta, tuy nhiên, Tapar giờ cảm thấy nhu cầu bức thiết để thiết lập một bản sắc cho sự độc lập của dân tộc mình từ người Hán cũng như trong môi trường tôn giáo. Vì thế, ông đã chọn một sự hòa trộn của Ấn Độ, bắc Trung Quốc, và mô hình Tocharian / Khotanese của Phật giáo, mở rộng để bao gồm các khía cạnh của người Tengrian. Các cuộc đàn áp Phật giáo ở miền bắc Trung Quốc gợi nhớ về cuộc đàn áp đối với Ma Ni giáo tại Sogdia đủ để thuyết phục ông ta theo những kiểu mẫu Phật giáo Tocharian và Ma Ni giáo Sogdian tại Turfan. Vì thế, ông ta thành lập một cơ sở dịch thuật ở thủ đô của mình tại Mông Cổ để chuyển dịch kinh điển Phật giáo thành một hình thể ngôn ngữ Trung Á duy nhất.

Để phù hợp với lĩnh vực thế tục và thiết lập một nền văn hóa thống nhất cao đối với người dân của mình, Qaghan muốn dùng ngôn ngữ Sogdian cho mục đích tôn giáo. Tuy nhiên, Kinh điển Phật giáo với ngôn ngữ Sogdian không tồn tại vào thời điểm đó. Người Sogdians thì ngày càng dựa trên các phiên bản Trung Quốc cho việc sử dụng cá nhân của mình. Nếu Qaghan không thể có kinh văn Phật giáo trong ngôn ngữ Sogdian và nếu dùng các bản dịch mới của ngôn ngữ Tocharian chỉ dẫn đến sự rối rắm hơn nữa đối với người dân của ông ta khi chưa học ngôn ngữ của nước khác, chỉ có giải pháp khả thi cho việc thiết lập sự thống nhất văn hóa là có kinh văn Phật giáo bằng tiếng Turk Old, nhưng được viết bằng chữ viết thường tục của Sogdian. Do đó, ông ta mời những người Sogdians đến Mông Cổ và yêu cầu họ ứng dụng bảng chữ cái của họ đối với các nhu cầu đặc trưng của kế hoạch và giúp đỡ các nhà sư tị nạn người Hán Trung tại sở dịch thuật hoàn thành nhiệm vụ này.

Một bậc thầy của Gandhari, ngài Jinagupta, đã đến với người Trung Quốc và là vị sư đầu tiên lãnh đạo hội đồng phiên dịch này, điều này có thể dễ dàng đánh giá cao quyết định của Qaghan, trước đó ông ta đã có kinh nghiệm lâu dài tại Khotan và do đó không bị ràng buộc với các hình thức nghiêm ngặt của Trung quốc. Những bản dịch ngôn ngữ Old Turk (cổ ngữ Thổ Nhĩ Kỳ), rồi pha trộn ngôn ngữ Ấn Độ, bắc Trung Quốc và những yếu tố Phật giáo Tocharian / Khotanese và các khía cạnh của Tengrism giáo, là điều Qaghan đã mong muốn. Kế hoạch đã thành công như vậy, Phật giáo đã nhanh chóng trở thành phổ biến trong quần chúng bình dân và thậm chí cả những người lính của vùng Đông Turk.

Phân tích và tóm tắt

Một tính năng phổ biến của lịch sử Trung Á là những người sáng lập của các triều đại mới tiếp nhận một tôn giáo nước ngoài có thành lập, có tổ chức như là tín ngưỡng nhà nước hợp pháp để thống nhất người dân của họ. Điều này hầu hết thường xuyên xảy ra khi các truyền thống tôn giáo bản địa của họ hoặc hoàn toàn được phân quyền, hoặc được dẫn đầu bởi phe bảo thủ có ảnh hưởng đã đối kháng với quy tắc mới. Các thế lực nước ngoài theo tôn giáo mà họ đã tiếp nhận, tuy nhiên, không thể là quá mạnh, nếu không triều đại mới phải đối mặt với mối đe dọa mất bản sắc và sự độc lập của nó.

Đông Turks do đó đã chuyển sang Sogdians, và không để người Trung Quốc giúp họ thống nhất đế quốc của mình. Một lý do khác cho sự lựa chọn này là chắc chắn rằng các thương nhân người Sogdian đô thị đã giải thích cho người du mục Turk về những thảo nguyên, ý nghĩa của con đường Tơ Lụa trên lãnh thổ mà họ đã chinh phục và đã thuyết phục họ về tầm quan trọng của nó. Các nhà lãnh đạo Turk nhanh chóng nhận ra rằng sự hợp nhất với Sogdians sẽ có lợi ích kinh tế rất lớn cho chính họ.

Hơn nữa, mặc dù tôn giáo chính của người Sogdians là Ma Ni giáo, không phải Phật giáo mà Đông Thổ Nhĩ Kỳ đã chuyển sang sau này, nó không phải gốc xưa, nhưng là tôn giáo thống nhất của họ. Điều này có lẽ bởi vì, dù sự trì trệ tạm thời của Phật giáo ở miền bắc Trung Quốc trong thời gian từ năm 570, Phật giáo là tôn giáo mạnh nhất của khu vực vào thời điểm đó.

Sự khôn ngoan của việc lựa chọn của người Đông Thổ Nhĩ Kỳ về các tôn giáo mới đã được củng cố, đến năm 589, vua Văn Đế (Wendi), người sáng lập triều đại nhà Tùy (Sui) đã thành công trong việc tái thống nhất đất Hán bằng chiến thắng tập hợp đằng sau các biểu ngữ của Phật giáo. Tôn giáo Ấn Độ qua đó đã chứng tỏ quyền năng siêu nhiên của nó trong việc củng cố nhưng với ngôi nhà triều đại mới khác. Sự khôn ngoan của người Thổ Nhĩ Kỳ trong việc quyết định thực hành tôn giáo này bằng ngôn ngữ riêng của họ và trong chữ viết của người Sogdian đã tái củng cố lần nữa khi họ quản lý để không bị tiêu tan trong sự tập hợp của quân đội nhà Tùy xuyên qua miền bắc Hán Quốc.

Hơn một trăm năm sau, khi Tonyuquq thuyết phục triều đại Thứ Hai Eastern Turk từ bỏ Phật giáo và trở lại với phong tục và sự thực tiễn của phái Tengrim và truyền thống Turkic Shaman, lý do chính là Phật giáo đã chứng tỏ tự thân yếu đuối bằng cách để cho nhà Đường Trung Quốc kết thúc triều đại Thứ Nhất Eastern Turk từ năm 630. Sự thành công trong việc cung cấp năng lượng siêu việt vì lợi ích quân sự và chính trị, theo đó dường như đã là tiêu chuẩn chính được sử dụng bởi người Thổ Nhĩ Kỳ và người Mông Cổ và những người gốc Thổ Nhĩ Kỳ khác cho việc chọn lựa một tôn giáo.

9. Việc chuyển đổi Tôn giáo của người Duy Ngô Nhĩ (Uighurs)

Sự chọn lựa Phật giáo ban đầu

Người Duy Ngô Nhĩ đã sử dụng cùng một tiêu chuẩn để thích nghi với những tôn giáo nước ngoài như Đông Thổ Nhĩ Kỳ đã làm. Lần đầu tiên họ chọn Phật giáo là quốc giáo của họ khi các lực lượng của nhà Tùy Trung Quốc đã giúp họ chinh phục Turfan vào năm 605. Hiển nhiên họ đã gây được ấn tượng như người Eastern Turks bởi sự thành công quân sự của nhà Tùy trong việc thống nhất người Hán dưới sự bảo vệ tinh thần của Phật giáo. Khi vị vua sáng lập nhà Tùy gọi mình là Hoàng Đế Phật Giáo Thế Giới (Skt. Chakravartin), cả hai nhà lãnh đạo người Duy Ngô Nhĩ và Đông Thổ Nhĩ Kỳ tự gọi mình là "Hoàng

Tử Bồ Tát". Tuy nhiên, cũng như người ĐôngThổ Nhĩ Kỳ, người Duy Ngô Nhĩ chủ yếu tiếp nhận một kiểu Phật giáo của Trung Á, không phải của Trung Quốc để thoát khỏi sự đồng hóa vào nền văn hóa Hán Trung. Cơ bản họ theo hình thức Phật giáo Tocharian / Khotanese được tìm thấy ở Turfan, pha trộn nó với những yếu tố truyền thống Thổ Nhĩ Kỳ và bắc Trung Quốc, như Đông Thổ Nhĩ Kỳ đã làm.

Những nghi ngờ về Phật giáo trong diện mạo phát triển của triều Đường và Tây Tạng

Triều đại nhà Đường (618-906) thay thế nhà Tùy cai trị chỉ có 29 năm. Mặc dù những hoàng đế nhà Đường sớm phục hồi hệ thống thi cử của Nho học cho sự phục vụ chính phủ và ưu đãi Khổng giáo, họ cũng ủng Phật giáo như thế. Trong thực tế, thời kỳ nhà Tùy và đầu nhà Đường là điểm cao cho sự phát triển và truyền bá của hầu hết các giáo phái Phật giáo Trung Quốc. Mặc dù người Eastern Turks đã xem Phật giáo như là nguyên nhân gây ra sự mất mát đối với triều đại đầu tiên của họ, người Duy Ngô Nhĩ lúc này rõ ràng đã không nhìn thấy sự đầu hàng của nhà Tùy đối với nhà Đường trong năm 618 hoặc sự thất bại của Turfan đối với lực lượng nhà Đường, cũng trong năm 630 và sau đó, như là một sai lầm của Phật giáo. Họ vẫn duy trì sự liên minh trung thành với nhà Đường và tiếp tục với Phật giáo.

Kể từ thời chiếm ngôi của triều đại nhà Đường bởi hoàng hậu Võ Tắc Thiên giữa năm 684 và 705, quyền lực quân sự nhà Đường mặc dù rất thành công theo nhiều cách, nó đã bị đục khoét liên tục bởi sự bất lực của Huyền Tông để xây dựng dự thảo Tăng sĩ vào quân dịch hoặc lấy thuế các tu viện để giúp đỡ tài chính chiến dịch của mình. Năm 740, Hoàng đế đã hạn chế số lượng tu sĩ người Hán, trục xuất tất cả các tu sĩ nước ngoài đến từ Đường Quốc, và thu hồi tình trạng miễn thuế từ các tu viện. Có lẽ vì những bước này, quân đội nhà Đường đã bị đánh bại trên sông Talas River tại west Turkistan vào năm 751, và đến năm 755, Huyền Tông đã bị hạ bệ bởi cuộc nổi loạn An Lộc Sơn.

Nhà cai trị người Duy Ngô Nhĩ, Bogu Qaghan, với sự lật đổ đế chế của Eastern Turks vào năm 744, đã kế thừa vai trò của người bảo vệ của ngọn núi linh thiêng của người Thổ Nhĩ Kỳ, Otukan. Do đó, tình hình của ông ta là hoàn toàn khác biệt từ các nhà lãnh đạo người Duy Ngô Nhĩ trước đó. Về mặt trách nhiệm đạo đức đối với tất cả các bộ lạc gốc Thổ Nhĩ Kỳ, Qaghan chắc chắn biết được sự phê bình của Tonyuquq về Phật giáo như việc dẫn đến một sự tổn thất không thể tránh khỏi của các giá trị cụ thể của pan-Turk. Sự phê phán Phật giáo này đã được chứng minh bằng những thất bại nhục nhã gấp đôi của Huyền Tông ở Tây Turkistan và tại thủ đô của ông, Trường An. Từ quan điểm Thổ Nhĩ Kỳ, Hoàng đế Đường rõ ràng đã không tiến xa hơn trong việc loại bỏ nguồn gốc Phật giáo bởi sự yếu kém quân sự của mình.

Ngoài ra, một vài tháng trước cuộc nổi loạn An Lộc Sơn, hoàng đế Tây Tạng, Mey-agtsom đã bị ám sát vì khuynh hướng ủng hộ Phật giáo của ông ta. Tây Tạng, quyền lực chủ chốt khác trong khu vực, lúc này đã ở giữa giai đoạn của sự đàn áp Phật giáo. Vì vậy, trong việc lựa chọn một tôn giáo để thống nhất dân tộc của mình, Bogu Qaghan đã không thể theo Phật giáo và có bất kỳ sự tin cậy nào như lãnh đạo của tất cả các người Thổ Nhĩ Kỳ. Mặt khác, ông đã bị cản trở từ việc lựa chọn sự pha trộn của giáo phái Tengrism và Shamanism, vì đó là tín ngưỡng của bộ tộc Đông Thổ Nhĩ Kỳ mà ông đã đánh bại để đạt được vị trí của mình. Tôn giáo truyền thống rõ ràng đã không có sức mạnh để duy trì một quốc gia quân sự hùng tráng.

Lý do chọn lựa Ma Ni giáo (Manichaeism): mong muốn duy trì quan hệ thân thiện với nhà Đường

Với một thế kỷ rưỡi, đế chế Duy Ngô Nhĩ (Uighur) đã là liên minh ít hoặc nhiều của nhà Đường Trung Quốc. Họ đã chứng minh ưu thế quân sự của họ đối với lực lượng nhà Đường bằng cách đàn áp cuộc nổi loạn An Lộc Sơn, khi mà sau này họ đã sai lầm để làm như vậy. Tuy nhiên, đế chế Uighur qaghans trong lúc này vẫn còn ước muốn duy trì mối quan hệ thân thiện với nhà Đường. Mặc dù sự đóng chốt của người Duy Ngô Nhĩ tại Trường An và Lạc Dương, triều Đường cũng mong muốn như thế.

Năm 713, Bộ trưởng quyền lực của Eastern Turk, Tonyuquq, đã thuyết phục Qapaghan Qaghan (r. 692-716) trục xuất cộng đồng Sogdian từ Mông Cổ khi ông ta chỉ đạo đế chế hướng tới một sự hồi sinh của các truyền thống Shamanic và Tengrian của nó. Cộng đồng bao gồm cả Phật tử và tín đồ Ma Ni giáo, và cung điện Đường đã cho phép tất cả họ tham gia với người Sogdians đã định cư ở Trường An và Lạc Dương. Tuy nhiên, năm 732, Huyền Tông đã cấm tất cả người Trung Quốc từ việc theo Ma Ni giáo và đã hạn chế nó đối cộng đồng nước ngoài. Tám năm sau, ông ta đã trục xuất tất cả các Tăng sĩ Phật giáo nước ngoài, nhưng vẫn dung nạp những dân tộc khác đã theo Ma Ni giáo mà hiện đang ở Trung Quốc. Nếu người Duy Ngô Nhĩ đã tiếp nhận tôn giáo sau này, họ có thể duy trì quan hệ thân thiện với Trung Quốc mà không vi phạm chính sách tôn giáo của nó. Tuy nhiên có những lý do bổ sung cho sự lựa chọn này.

Lợi ích kinh tế và địa lý chính trị

Người Uighurs có ý định mở rộng thêm lãnh thổ của họ, đặc biệt là đến các lưu vực Tarim Basin, nơi họ có thể kiểm soát tuyến đường thương mại Tơ Lụa có lợi. Trung Quốc chỉ có một sự hiện diện yếu ớt ở Turfan tại Beshbaliq, và cùng các chi nhánh phía bắc của tuyến đường ở Kucha và Kashgar. Người Tây Tạng cũng chỉ có một sự hiện diện nhỏ dọc theo chi nhánh phía Nam của con đường Tơ Lụa. Tuy nhiên, các thương gia người Sogdian đã có mặt trong tất cả các quốc gia với những thành phố ốc đảo, chủ yếu là Turfan.

Sau khi chiến thắng cuộc nổi loạn An Lộc Sơn, trong khi các hoàng đế nhà Đường đã bị buộc phải bỏ chạy trong sự sỉ nhục, người Duy Ngô Nhĩ bây giờ là những anh hùng của thời đại. Chính phủ nhà Đường đã không chỉ bị mất mặt, mà còn ở trong một vị trí yếu hơn trước để thực hiện kiểm soát hiệu quả đối với Turfan hoặc bất cứ nơi nào khác trong lưu vực Tarim Basic. Mặc dù nhà Đường đã cho người Sogdians tị nạn chính trị năm 713, nhưng bằng việc trục xuất các tu sĩ Phật giáo của họ, nên chắc chắn bị mất niềm tin của cộng đồng Sogdian. Nếu người Duy Ngô Nhĩ đã chấp nhận một tôn giáo lớn Sogdian, họ sẽ dễ dàng được tiếp nhận như là người bảo vệ và chúa tể của Turfan Sogdians. Điều này sẽ cung cấp cho họ một chỗ đứng trong lưu vực Tarim Basin vì việc mở rộng hơn nữa và có thể kiểm soát con đường Tơ Lụa.

Chuyển sang Ma Ni giáo

Chắc chắn với những suy nghĩ bên trong mà Bogu Qaghan đã tuyên bố Ma Ni giáo là quốc giáo của người Duy Ngô Nhĩ (Uighur) vào năm 762, kể từ khi Phật giáo đã không còn là một sự lựa chọn khả thi vào thời điểm này. Hơn nữa, với sự căng thẳng của nó bằng các lực lượng của ánh sáng đạt được sự chiến thắng trên quyền lực của bóng tối, Ma Ni giáo có thể tạo ra ấn tượng với nhiều phù hợp hơn Phật giáo về quân sự quốc gia. Sau các bài học kinh nghiệm từ lần thứ nhất và thứ hai của triều đại Eastern Turks, đế chế Qaghan đã vay mượn bảng chữ cái Sodian, nhưng không phải là tiếng Sogdian, và sửa đổi nó để viết với ngôn ngữ Uighur (Duy Ngô Nhĩ). Ông ta sử dụng nó cho cả mục đích hành chính cũng như tôn giáo, thuê người Sogdians dịch kinh văn Ma Ni giáo sang ngôn ngữ Uighur.

Kinh nghiệm vốn có từ việc dịch thuật kinh điển Phật giáo sang tiếng Old Turk, người Sogdians đã bắt đầu dịch kinh điển Phật giáo sang ngôn ngữ riêng của họ trong khoảng giai đoạn giao thời (630-682) từ triều đại thứ nhất và triều đại thứ hai Eastern Turk. Khoảng thời gian này không chỉ có Mông Cổ và Turfan, mà còn toàn bộ lưu vực Tarim Basin đã bị cai trị bởi Đường Quốc. Các nhà dịch giả Sogdian đã sử dụng chủ yếu nguồn tài liệu chữ Hán, với truyền thống và ngôn ngữ mà họ quen thuộc nhất. Với Trung Quốc trong một vị trí chính trị chi phối như thế, Phật tử Sogdian cuối cùng có thể đã cảm thấy bản sắc của họ bị đe dọa đủ để thực hiện bước này để giữ khoảng cách chính mình từ sự có thể hấp thụ văn hóa Hán Quốc. Kể từ khi hoạt động phiên dịch kinh sách Phật giáo này vẫn tiếp tục vào thời điểm mà đế chế Duy Ngô Nhĩ ra lệnh các nhà dịch giả Sogdian chuẩn bị kinh văn Ma Ni giáo của người Duy Ngô Nhĩ , và kể từ khi người Sogdians đã làm việc với ngôn ngữ Turk Old có liên quan đến Uighur, tiếng Sogdians đã vay mượn một cách tự nhiên đa phần thuật ngữ Phật giáo cho cách dùng mới của họ.

Sự đề kháng của quần chúng đối với việc cải đạo

Như là kết quả quyền lực Uighur của Turfan từ năm 605 đến năm 630 và sau đó, nhiều người Duy Ngô Nhĩ đã tiếp nhận hình thức của Phật giáo Eastern Turk, đặc biệt là các chiến binh và những thường dân. Tuy nhiên, sau khi người Duy Ngô Nhĩ đàn áp cuộc nổi loạn An Lộc Sơn, Bogu Qaghan đã dẫn binh lính của mình phá hủy tất cả các tu viện và chùa chiền Phật giáo trong khi cướp bóc tại Trường An và Lạc Dương. Ông ta đã hạ lệnh phá hủy tiếp những tu viện Phật giáo trong các vùng khác thuộc về lĩnh thổ của mình, cũng như những nơi xa hơn như Semirechye ở miền bắc West Turkistan. Trong khi làm như vậy, chắc chắn ông ta đang cố gắng để tái khẳng định truyền thống quân sự pan-Turk và biện minh cho sự lựa chọn Ma Ni giáo bằng việc chứng minh hơn nữa sự yếu đuối của Phật giáo.

Tuy nhiên, nhiều binh sĩ Duy Ngô Nhĩ vẫn còn theo một tôn giáo pha hợp của Phật giáo, Tengrism và Shamanism giáo gốc Thổ Nhĩ Kỳ vào thời điểm này. Điều này cho thấy rằng Bogu Qaghan ép buộc người dân chấp nhận Ma Ni giáo. Ông đã sắp đặt họ thành các đơn vị của mười người, và một người chịu trách nhiệm cho sự tuân thủ tôn giáo của một nhóm. Tuy nhiên, tôn giáo chủ yếu của người Sogdian này không bao giờ trở thành phổ biến trong quần chúng Duy Ngô Nhĩ. Nó được giới hạn chủ chốt đối với giới quý tộc, với những người mà nó kêu gọi vì sự chú trọng ưu đãi một tầng lớp tôn giáo, tinh khiết và sạch sẽ về mặt đạo đức tốt hơn cái gọi là "đống dơ" (dirty masses). Không còn nghi ngờ gì nữa, Phật giáo tiếp tục trong những quần chúng bình dân được coi là "đống dơ" xuyên suốt giai đoạn cai trị của Uighur tại Mông Cổ.

Hơn nữa, chính giới quý tộc Duy Ngô Nhĩ không chỉ chuyển sang Ma Ni giáo độc nhất. Hai mươi năm sau sự cải đạo của chính quyền, Alp Qutlugh (r. 780-790) đã ám sát Bogu Qaghan vì sự vượt mức tài chính của ông ta trong việc ủng hộ đối với tôn giáo mới này. Nhân danh qaghan, ông ta đã yêu cầu PatriarchTimotheus (r. 780-819) nhường lại đô thị Nestorian Christian cho lĩnh địa của ông ta. Tuy nhiên, hình thức này thuộc về Kitô giáo, nhưng Ma Ni giáo vẫn còn là tín ngưỡng cơ bản của người Sogdian. Sự bảo trợ của nó hợp lý trong phạm vi chiến lược của Uighur chung dành cho sự chiến thắng lòng trung thành của người dân của lưu vực Tarim Basin như đã điều động kinh tế bởi các thương nhân Sogdian.

Tóm tắt về mô hình cải đạo Trung Á

Những ví dụ về sự cải đạo Đông Thổ Nhĩ Kỳ và Duy Ngô Nhĩ như trên là để minh họa về các hiện tượng của Trung tâm quốc gia Thổ Nhĩ Kỳ Trung Á thay đổi tôn giáo. Khi những việc thay đổi như vậy đã được thực hiện bởi các nhà cai trị trên cơ sở tự nguyện, hầu hết chúng là một phần của một chiến lược chính trị có tính toán để đạt được quyền lực và sự ủng trợ hoặc lợi thế kinh tế, chứ không phải là sự quyết định thuộc về tinh thần.

Tuy nhiên, người ta không phải quá hoài nghi trong việc giao phó hoàn toàn cho động cơ chủ nghĩa xảo quyệt với những sự chuyển đổi này, và hoàn toàn giải thể bất kỳ lý do tôn giáo nào đó. Điều này phải là những yếu tố trong tôn giáo được tiếp nhận cộng hưởng với tâm lý của văn hóa địa phương, nếu không, không ai có thể liên quan đến tín ngưỡng đó. Mặt khác, người ta cũng không có lý tưởng và tưởng tượng rằng những nhà cai trị Trung Á, những người với truyền thống quân sự mạnh mẽ đã tạo nên quyết định của mình về các vấn đề như vậy hoàn toàn dựa trên sự đánh giá của họ về sự vượt trội của sự phức tạp siêu hình tinh xảo của một tôn giáo trên tôn giáo khác. Họ bị ấn tượng khi một tôn giáo cung cấp sức mạnh siêu nhiên dẫn đến chiến thắng quân sự, và thay đổi tôn giáo quốc gia để tìm kiếm sự hỗ trợ tương tự cho những nỗ lực bành trướng của mình.

Điều này không chỉ đúng trong những trường hợp đó với người Eastern Turks và Uighurs, nhưng cũng là trường hợp với sự quan tâm của Hoàng đế Tây Tạng Songtsen-Gampo của Đạo Phật ở giữa thế kỷ thứ bảy. Nó cũng giải thích lý do tại sao vị vua trẻ Mey-agtsom của hoàng gia Tây Tạng đã cởi mở với việc cân nhắc đối với Hồi giáo vào đầu thế kỷ thứ chín, khi nó có thể giúp họ đạt được thêm lãnh thổ thông qua liên minh của họ với đế chế Abbasids, và tại sao, khi lợi thế như vậy đã không còn triển vọng họ mất hết sự quan tâm với tín ngưỡng Hồi giáo.

10. Tranh chấp của bè phái Hồi giáo và Tuyên ngôn của chiến tranh Hồi giáo

Bất hòa giữa các bè phái Hồi giáo vào đầu thời kỳ Abbasid

Đế chế Abbasids đã thành công trong việc trục xuất các lực lượng nhà Đường từ Tây Turkistan và các cuộc nổi loạn An Lộc Sơn tại Trung Quốc và đã làm suy yếu nghiêm trọng sự lèo lái của nhà Đường ở Kashgar, Kucha, Turfan, và Beshbaliq. Tuy nhiên, không phải là người Ả Rập, nhưng người Qarluqs và người Tây Tạng đã lợi dụng khoảng trống quyền lực. Người Qarluqs di chuyển về phía nam, chiếm Suyab, Ferghana, và cuối cùng là Kashgar, trong khi người Tây Tạng tái củng cố quyền lực của họ đến các thành phố chính phía nam của Tarim Basin, đặc biệt là Khotan, khu vực họ tái chiếm vào năm 790. Người Tây Tạng cắt đứt mọi liên lạc giữa hoàng gia Khotanese và cung điện nhà Đường. Tuy nhiên, nhà Đường đã duy trì một tiền đồn nhỏ ở Kucha và đã chiến đấu với một cuộc chiến tranh ba chiều kéo dài với người Tây Tạng và người Duy Ngô Nhĩ đến vùng Turfan và Beshbaliq.

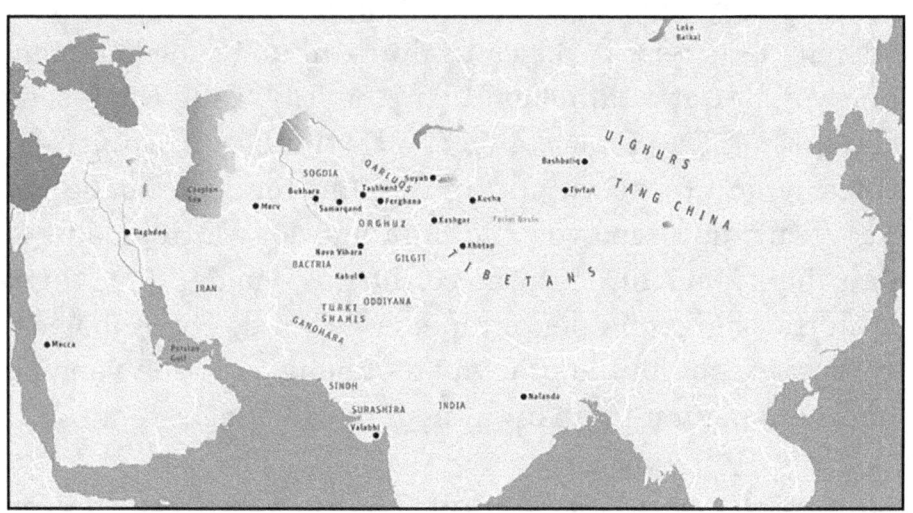

Map Seventeen: Central Asia, Late Eighth Century

Các đế chế Abbasids chưa bao giờ có thể mở rộng đến bất kỳ khu vực nào tại Tây Turkistan mà trước đó thuộc về sự cai quản của Nhà Đường bởi vì họ gần như đã trở thành bị lôi kéo trực tiếp vào cuộc chiến đấu phe phái Hồi giáo tại Sogdia. Khi vua caliph thứ hai, al-Mansur (r. 754-775) lên ngôi, ông ta có Abu Muslim (nhân vật lãnh đạo Hồi giáo) người Shiite Bactrian đã giúp các đế chế Abbasids thành lập triều đại của họ, và dẫn đến cái chết. Mặc dù người tiền nhiệm của ông ta là Abu l'Abbas, đã thể hiện lời hứa của sự cai trị phi đảng phái đối với tất cả các đối tượng phi-Ả

Rập trong lĩnh địa rộng lớn của ông ta, al-Mansur đã phục hồi quyền ưu tiên cho dân tộc Ả Rập phái Sunni của Hồi giáo Umayyad. Sau đó, các địch thủ Sogdian với quyền lực Abbasid đã lập nên sự bảo vệ nền văn hóa Iran của họ sau khi Abu Muslim chết để chống lại sự thống trị của Ả Rập. Sử dụng việc tử đạo của ông ta để tập hợp các cuộc nổi loạn của họ xung quanh việc trả thù cho cái chết của ông ta, cuối cùng họ xem Abu Muslim là một nhà tiên tri.

Abu Muslim ban đầu đã sử dụng cờ hiệu của mình bằng một lá cờ màu đen tượng trưng cho ngôi nhà của Ali. Các đế chế Abbasids theo tiền lệ này và dùng màu đen cho cả cờ hiệu và trang phục của họ. Các phiến quân Hồi giáo Abu, Những người phản đối Abu Muslim, với sự bảo vệ, đã sử dụng màu trắng cho các biểu ngữ và quần áo của họ, màu này xuất hiện cũng là màu sắc linh thiêng của tín đồ Ma Ni giáo (Manichaeans) và được sử dụng cho áo choàng của họ. Hình dung từ Syriac đối với Ma Ni giáo là "Những người với áo choàng trắng" (Those With White Growns).

Ma Ni giáo đã có nhiều hình thức, pha trộn với Zoroastrianism (đạo thờ Thần lửa), Thiên Chúa giáo, hay Phật giáo để cộng hưởng với các dân tộc từ các nền văn hóa khác nhau. Ý tưởng tinh vi của nó đã lôi cuốn nhiều công chức trí thức trong cung điện Abbasid, những người đã phát triển một giáo phái Hồi giáo được kết hợp Ma Ni giáo với Hồi giáo Shia. Các nhà chức trách Abbasid, như người bảo hộ của chính thống, cuối cùng xem các giáo phái Manichaean Shiite như là một mối đe dọa. Dán nhãn dị giáo cho nó, họ nghi ngờ những tín đồ của nó có quan hệ đồng cảm với những kẻ nổi loạn Abu Muslim chống Abbasid tại Sogdia, và do đó đã bức hại họ. Mặc dù Manichaean Shia đã không tồn tại như một giáo phái Hồi giáo riêng biệt, nhiều tín đồ của nó về sau đã hấp thụ vào giáo phái Ismaili của Shia. Cuối cùng, nó cũng đã trở thành một đối tượng của sự khủng bố tàn khốc bởi các đế chế Abbasids.

Trong thời gian của triều đại caliph kế tiếp, al-Mahdi (r. 775-785), hầu hết người Sogdia đã chịu ảnh hưởng kiểm soát của phiến quân mặc áo choàng trắng, dưới sự lãnh đạo của al-Muqanna, "Veiled Prophet (nhà Tiên tri che mạng)", một thành viên của Abu Muslim. Oghuz Turks, những người cũng mặc màu trắng, đã viện trợ quân sự cho phiến quân nổi loạn, mặc dù họ chưa bao giờ tiếp nhận Hồi giáo. Lúc này, các phiến quân Sogdian theo một giáo phái Hồi giáo mới, Musalemiyya, pháp lệ của giáo phái này đã khác hẳn với nhiều truyền thống chính thống, chẳng hạn như cầu nguyện năm lần một ngày. Vì vậy, các chiến dịch Abbasid trấn dẹp phiến quân Sogdian và đồng minh Oghuz Turk của họ cũng trở thành những chiến dịch để bảo vệ sự thuần khiết của Hồi giáo.

Việc phá hủy những tu viện tại Valabhi của đế chế Abbasid

Năm 780, lực lượng Abbasid đè bẹp một cuộc nổi loạn ở Bukhara, nhưng những cuộc nổi dậy khác tiếp tục. Đế chế Abbasids trở nên lo lắng với sự đàn áp những cuộc nổi loạn và với việc giữ gìn sự tinh khiết của Hồi giáo chống lại các giáo phái Musalemiyya và Manichaean shia. Sự cấp bách và tính khắc nghiệt của họ trong việc đối phó với dị giáo liên quan đến những phần tử Manichaean có lẽ được củng cố bởi các cựu giáo sĩ Zoroastrian, những người đã chuyển đổi sang Hồi giáo và tư vấn cho chính phủ để thực thi theo mô hình Sassanid của chủ nghĩa độc quyền trong vấn đề tôn giáo.

Vào đầu những năm 780s, các nhà lãnh đạo Abbasid tại Sindh tấn công Saurashtra và phá hủy cục diện lớn của tu viện Phật giáo tại Valabhi. Sau sự sụp đổ của triều đại Rashtrakuta năm 775, các tổ chức tôn giáo không có sự bảo trợ của hoàng gia và bị tổn thương trầm trọng. Tuy nhiên, sự hủy diệt này phải được hiểu trong bối cảnh của các cuộc nổi dậy ở Sogdia và sự đàn áp những phong trào Musalemiyya và Manichaean Shia.

Valabhi không chỉ là trung tâm nghiên cứu Phật giáo, nó cũng là một những nơi thiêng liêng nhất của giáo phái Shvetambara của Kỳ Na Giáo. Nó có rất nhiều ngôi đền Kỳ Na giáo (Jain), và những binh lính của Abbasid san bằng chúng không chỉ có đền chùa Phật giáo. Trong thực tế, những ngôi đền Kỳ na giáo rất có thể ở trong tất cả các mục tiêu quân sự chính của họ. "Shvetambara" có nghĩa là "Những người trang phục với màu trắng", như nhà sư của truyền thống này mặc áo choàng màu sắc này. Không còn nghi ngờ đặc tính không đồng nhất mà các thành viên của giáo phái Kỳ Na giáo như là đồng minh của phe che mạng trắng của phiến quân Abu Muslim Musalemiyya, những người ủng hộ Orghuz Turk và người phái Manichaean Shiites, những người lãnh đạo Ả Rập Sindhi tự nhiên có cảm nhận chúng như là một mối đe dọa và đã cảm thấy chúng phải được loại bỏ. Tại Valabhi, họ không có phân biệt được các ngôi đền Kỳ Na giáo từ các tu viện Phật giáo, và do đó họ đã phá hủy tất cả mọi thứ.

Lịch sử phổ biến thường xuyên trích dẫn sự tàn phá Valabhi như là một ví dụ của Hồi giáo cực đoan đối với các tín ngưỡng khác, chúng ta hãy xem xét chính sách tôn giáo của đế chế Abbasid như một tổng thể để đánh giá khách quan hơn bản án quyết định của các nhà sử học.

Chính sách khác biệt đối với Ma Ni giáo và các tôn giáo phi-Hồi giáo khác

Mặc dù cuộc thánh chiến của họ chống lại các giáo phái Musalemiyyas và Manichaean Shiite, và tại Saurashtra chống đối với tín đồ Kỳ Na giáo và Phật tử-những người mà họ rất có thể nhầm lẫn như người ủng hộ của các giáo phái đó, các đế chế caliph Abbasid đầu tiên đã tiếp tục chính sách Umayyad khoan dung đối với các tôn giáo phi-Hồi giáo. Họ hầu hết được thừa nhận bảo vệ tình trạng dhimmi (giữ đạo) Phật giáo, Zoroastrian, Ki Tô Nestorian, và Do Thái giáo của chính mình. Chỉ có người phi-Hồi giáo trong lĩnh địa của họ bị khủng bố là những người đã tuyên bố tín ngưỡng Manichaean (tín đồ Ma Ni giáo).

Một cách vô ý, người Ả Rập đã tiếp tục chính sách chống Ma Ni giáo của những người tiền nhiệm của họ tại Sodia, đế chế Sassanids, và nhà Đường, nhưng vì những lý do khác nhau. Thứ nhất, tín hữu Ma Ni giáo chắc chắn đã định hình trong tâm trí của người Ả Rập với giáo phái Manichaean Shiite. Thứ hai, với phong trào truyền giáo mạnh mẽ của nó và để vượt qua được bóng tối và vũng lầy của thế giới này, Tín đồ Ma Ni giáo tiếp tục thách thức sự lôi cuốn của Hồi giáo chính thống giữa các phái Hồi giáo phức tạp trong triều đình Abbasid. Bất kỳ tín đồ Hồi giáo nào đã nghiêng người về phía Ma Ni giáo vì vấn đề tâm linh đều bị buộc tội là một người của phe Manichaean Shiite, nói cách khác, một kẻ nổi loạn chống đế chế Abbasid.

Sự quan tâm lớn của đế chế Abbasids đối với văn hóa Ấn Độ

Không chỉ là những đế chế Abbasids đầu tiên chấp nhận tình trạng đối tượng được bảo vệ đối với tín hữu phi-Ma Ni giáo giáo và phi-Hồi giáo trong lĩnh địa của họ, họ đã có sự quan tâm rất lớn trong nền văn hóa nước ngoài, đặc biệt là Ấn Độ. Mặc dù người Ả Rập và Ấn Độ đã có rất nhiều sự quan hệ về kinh tế và văn hóa từ trước thời Hồi giáo, với các thương gia và người định cư từ mỗi nhóm sống trong các khu vực khác, cuộc chinh phục của Umayyad, và sự chiếm đóng thường xuyên của Sindh thậm chí đã kích thích sự trao đổi lớn hơn. Ví dụ, năm 762, Caliph al-Mansur (r. 754-775) đã hoàn thành sự xây dựng thành phố Baghdad, thủ đô mới của đế chế Abbasid. Không chỉ là những kiến trúc sư và kỹ sư Ấn Độ thiết kế thành phố, thậm chí họ đã đặt tên cho nó từ tiếng Phạn Bhaga-dada, có nghĩa là "Món quà của Phạm thiên."

Năm 771, một nhiệm vụ chính trị từ Sindh đưa tài liệu về thiên văn học Ấn Độ đến Baghdad, đánh dấu đầu tiên sự quan tâm của người Ả Rập trong lãnh vực này. Vua caliph Abbasid nhận ra tầm quan trọng của việc tính toán thiên văn và địa lý chính xác hơn cho mục đích tôn giáo, cụ thể là để xác định chính xác phương hướng Mecca và thời gian của mặt trăng mới. Ông cũng đánh giá cao nền văn minh Ấn Độ đã phát triển cao nhất về khoa học trong khu vực, không chỉ trong những lãnh vực này, nhưng còn trong toán học và y học. Thực tế rằng các ngành khoa học này đã phát triển trong một bối cảnh phi-Hồi giáo và không loại trừ tất cả sự mở rộng của người Ả Rập đối với chúng.

Vua caliph kế tiếp, al-Madhi (trị vì: 775-785) người đã cho binh lính phá hủy tu viện Valabhi, xây dựng một văn phòng dịch thuật (Arab. Baitu'l Hikmat) với các học giả từ tất cả các nền văn hóa và tôn giáo khu vực dịch thuật tài liệu, đặc biệt là về các chủ đề khoa học sang tiếng Ả rập. Một số lượng lớn của những tác phẩm này có nguồn gốc Ấn Độ, và không phải những nhà phiên dịch Sindhi của họ hoàn toàn là người Hồi giáo, nhiều người Ấn giáo và Phật tử. Đế chế Abbasids rõ ràng thực tiễn và quan tâm đến kiến thức. Về cơ bản, họ không chống đối người Ấn Độ hoặc các tôn giáo nước ngoài phi-Manichaean. Các vua caliph của họ dường như thực thi nghiêm túc pháp lệnh Hadith của nhà Tiên tri để "tìm kiếm kiến thức, ngay cả nếu nó là ở Trung Quốc".

Chính sách không giáo phái, phóng khoáng đối với việc tìm kiếm kiến thức không phải là một trào lưu nhất thời, nhưng vẫn tiếp tục với đế chế caliph tiếp theo, Harun al-Rashid (r. 786-809) đã mở rộng hơn nữa. Ví dụ, bộ trưởng của ông ta, Yahya ibn Barmak, là một cháu trai của người Hồi giáo cũng là một trong những người đứng đầu hành chính Phật giáo (Skt. pramukha) của tu viện Nava Vihara. Dưới sự ảnh hưởng của ông ta, vua Caliph mời thêm nhiều học giả và các vị đạo sư từ Ấn Độ đến Baghdad, đặc biệt thêm nhiều Phật tử. Ở đây, các học giả Phật giáo chắc chắn đã biết được xu hướng đối với giáo phái Manichaean Shia trong giới trí thức của triều đình Abbasid và các mối đe dọa với các nhà cầm quyền nhận thức về chúng.

Có kinh nghiệm chuyên môn trước đó trong các văn bản khoa học, văn phòng dịch thuật bấy giờ đã bắt đầu ấn hành những tác phẩm cũng thuộc về tính chất tôn giáo. Ví dụ, một phiên bản tiếng Ả Rập xuất hiện vào thời gian này thuộc về tư liệu tiền kiếp của Đức Phật, có tên là Kitab al-Budd, dựa trên hai văn bản tiếng Sanskrit: Jatakamala và Buddhacharita của Ashvaghosha. Những phần của nó đã được kết hợp vào thiên sử thi Kitab Bilawhar wa Budhasaf của Aban al-Lahiki (750-815), một nhà thơ của Baghdad. Mặc dù phiên bản của ông ta không còn hiện hữu, sau đó có nhiều người đã viết trong nhiều ngôn ngữ. Phiên bản tiếng Ả Rập sớm nhất còn sót là của Ibn Babuya Qum (mất 991). Tác phẩm này thông qua từ các tài liệu Hồi giáo đến văn chương Kitô giáo và Do Thái như là huyền thoại của Barlaam và Josaphat, vẫn có chứa đựng nhiều giáo lý Phật giáo. Một ví dụ khác về sự tiếp thu cái mới của đế chế Abbasia đối với Phật giáo là Kitab al-Fihrist, một bản chương mục của cả văn bản Hồi giáo và phi-Hồi giáo được chuẩn bị trong thời gian này, trong đó bao gồm một danh sách các tác phẩm Phật giáo.

Sự phát triển của Hồi giáo giữa những thành phần phi-Hồi giáo tại West Turkistan

Harun al-Rashid là nhà lãnh đạo tuyệt nhất và đã mở mang hầu hết đế chế Abbasid caliphs. Dưới sự trị vì của ông ta, thơ ca, văn học, triết học, khoa học, y học, và nghệ thuật Ả Rập đều được phát triển. Trong suốt thời gian của mình, nền văn hóa Hồi giáo đã có một sự phát triển mời gọi chưa từng có đối với người phi-Hồi giáo, thành phần quí tộc phi-Hồi giáo, địa chủ, và cư dân thành phố Tây Turkistan, những người mà tâm tính hoàn toàn khác nhau từ các chiến binh du mục thảo nguyên. Do đó, những người này dần dần cải sang tín ngưỡng Hồi giáo ngày càng tăng. Các tôn giáo phi-Hồi giáo được bảo vệ, chẳng hạn như Phật giáo, vẫn còn mạnh mẽ là giữa các tầng lớp nông dân nghèo ở nông thôn, tầng lớp này đã thực hành giáo lý Phật giáo thậm chí còn nghiêm ngặt hơn trước khi họ bắt đầu trở thành nhân chứng và tôn giáo thiểu số. Đặc biệt là họ đổ xô đến các đền thờ thánh tích để thực tập tu dưỡng.

Đánh giá về sự phá hủy Valabhi

Tiếp đến, việc tiêu hủy các tu viện Phật giáo tại Valabhi của đế chế Abbasid phải được nhìn nhận trong bối cảnh của bức tranh lớn hơn này. Hồi giáo trong tình trạng chiến thắng sự cải đạo ở Sogdia và Bactria tại thời điểm này, không phải bởi thanh kiếm, nhưng sự hấp dẫn của nó mức độ cao của nền văn hóa và học tập. Phật giáo đương nhiên tràn đầy những học giả và văn hóa uyên bác. Tuy nhiên, để hiểu nó, người ta cần phải nhập vào một tu viện. Tu viện Nava Vihara, mặc dù vẫn còn hoạt động trong thời gian này, danh tiếng đã giảm và chỉ là một cơ sở học tập nghiên cứu, và có nhiều Phật tử. Các trường đại học lớn nhất của Phật giáo trong thời gian này, chẳng hạn như Nalanda, cách xa trung tâm của miền bắc Ấn Độ. Vì vậy, mạnh mẽ hơn và dễ dàng tiếp cận với văn hóa và nghiên cứu Hồi giáo ở Trung Á, nó lấn khuất Phật giáo trong những tầng lớp ở đô thị, tuy nhiên nó là một cơ chế hòa bình.

Việc tiêu hủy tại Valabhi là một ngoại lệ đối với xu hướng tôn giáo nói chung và chính sách của nhà cầm quyền thời kỳ đầu của Abbasid. Có hai cách giải thích chính đáng với điều này. Đó là hoặc hành động riêng của kẻ cuồng tín thông thường, hoặc là một mệnh lệnh sai lầm do người Ả Rập nhầm lẫn địa phương của người Kỳ Na giáo "Whiteclad" (che mạng trắng) và những người ủng hộ Abu Muslim và rồi không phân biệt được đâu là Phật tử đâu là Kỳ Na giáo. Nó không phải là một phần của một cuộc thánh chiến đặc biệt đối với Phật giáo.

Theo nghĩa đen Ả Rập từ Jihad (thánh chiến) có nghĩa là "phấn đấu", cụ thể là để phục vụ Allah. Nó không có nghĩa là các cuộc thánh chiến nhằm mục đích chuyển đổi kẻ ngoại đạo bằng vũ lực đối với đức tin duy nhất. Đúng hơn, nó là hành động quân sự để bảo vệ tín hữu Hồi giáo những người đang bị tấn công trong việc thực hành Hồi giáo thuần túy hoặc bị ngăn chặn một vài cách từ đời sống tinh thần của họ. Các Phật tử của Valabhi không đe dọa Hồi giáo và do đó nhầm lẫn mục tiêu bởi cuộc thánh chiến chính đáng.

[See: Holy Wars in Buddhism and Islam: The Myth of Shambhala.]

Sự xâm lược của đế chế Abbasid đối với Gandhara

Mặc dù lực lượng Qarluqs và Abbasids đã đánh bại nhà Đường Trung Quốc tại Talas River năm 751, Qarluqs đã mở rộng đến Suyab, Ferghana và Kashgar, sau đó phá vỡ liên minh của họ với người Ả Rập và gia nhập với người Tây Tạng và chư hầu của họ, bộ tộc Turki Shahis thủ đô Kabul. Họ cũng gia nhập với người White-Clad Oghuz, những người đã và đang hỗ trợ cho các phiến quân Abu Muslim trong nỗ lực phối hợp để giành quyền kiểm soát của Abbasid Sogdia và các Bactria. Do đó, khối liên minh ủng hộ hơn nữa cho các cuộc nổi loạn của phái Abu Muslim chống lại đế chế Abbasids, chẳng hạn như người lãnh đạo Rafi bin-Layth tại Samarkand từ năm 806-808. Lực lượng kết hợp của họ thậm chí bao vây Samarkand để hỗ trợ các phiến quân.

Caliph al-Rashid qua đời năm 808 trên con đường dập tắt cuộc nổi loạn. Sau khi chết, đế chế của ông ta được phân chia cho hai người con trai theo mong ước của ông ta. Tuy nhiên, hai người con trai này duy trì hòa bình tạm thời với những người Tây Tạng và các đồng minh của họ để họ có thể chiến đấu với cuộc nội chiến nhằm đạt được toàn quyền kiểm soát toàn bộ của sự thừa kế hoàn toàn của cha mình. Al-M'amun chiến thắng và trở thành vua Caliph tiếp theo (r. 813-833). Chắc chắn vì việc đổ lỗi cho liên minh Tây Tạng-Turki Shahi-Qarluq-Oghuz đối với cái chết của cha mình, và sự liên kết nhiều với những cuộc nổi loạn Abu Muslim Musalemiyya tại Sogdia, ông ta đã tuyên bố một cuộc thánh chiến và đưa Tướng al-Fadl bin-Sahl phát động một cuộc tấn công quy mô vào lãnh thổ Turki Shahi tại Gandhara.

Năm 815, người Abbasids đã đạt được chiến thắng, và nhà cai trị Turki Shahi, được gọi là Shah Kabul, đã buộc phải đến trình diện với vua caliph ở Merv và cải sang Hồi giáo thuần túy. Như là một bằng chứng về sự quy phục của nước mình, ông ta đã gửi một bức tượng Phật bằng vàng đến Mecca, nơi nó được cất giữ trong hai năm tại ngân khố Kaaba. Nó được hiển thị cho công chúng với sự thông báo rằng Allah đã dẫn Vua Tây Tạng đến với Hồi giáo. Với điều này người Ả Rập đã gây nhầm lẫn vua Tây Tạng với chư hầu của ông ta, là Turki Shah của Kabul. Năm 817, người Ả Rập đã nấu chảy bức tượng Phật này tại Kaaba để đúc thành những đồng tiền vàng.

Sau khi thành công trong việc chống lại đế chế Turki Shahis, lực lượng đế chế Abbasids đã tấn công khu vực thuộc quyền kiểm soát của Tây tạng tại Gilgit và trong một thời gian ngắn cũng đã sáp nhập nó. Họ đã gửi một chỉ huy Tây Tạng bị bắt làm tù binh trở về Baghdad trong sự sỉ nhục. Mặc dù đánh đuổi người Tây Tạng và chiếm Ferghana từ người Quarlugs thành công, những người chỉ huy quân sự của Ả Rập đã thúc dục những chiến thắng của họ không tiến xa hơn về phía đông hoặc phía bắc. Đây là vì người Abbasids đang nhanh chóng mất thế lèo lái của mình đối với Tây Turkistan và đông Iran khi những nhà lãnh đạo quân sự địa phương đang bắt đầu kế tục như các thống đốc của các khu vực này và cai trị chúng như các tiểu bang tự trị Hồi giáo.

Khu vực đầu tiên tuyên bố quyền tự chủ của nó là Bactria, nơi mà tướng Tahir đã thành lập triều đại nhà Tahirid (819-873). Khi lực lượng Abbasids rút lui từ Kabul và Gilgit, chuyển sự chú ý của họ đến những vấn đề cấp bách hơn, những người Tây Tạng và Turki Shahis lấy lại quyền kiểm soát trước đây của họ. Mặc dù sự ép buộc cải đạo của các nhà lãnh đạo đối với những vùng đất này, lực lượng Abbasids đã không đàn áp Phật giáo ở đây. Thực tế, người Ả Rập duy trì thương mại với những người Tây Tạng trong suốt thời gian này, sự nhập khẩu chủ yếu là xạ hương. Ngay cả tín hữu Hồi giáo và Phật tử đã thành lập sự liên kết văn hóa với nhau. Ví dụ, Fazl Ullah đã dịch những tác phẩm cổ điển Ba Tư sang tiếng Tây Tạng trong thời gian này, như Gulistan và Bostan.

Phân tích về chiến dịch và chiến thắng của Abbasid

Caliph al-Ma'mun đã tuyên bố chiến dịch của ông chống lại khối liên minh Tây Tạng-Turki Shahi-Qarluq-Oghuz bằng cuộc thánh chiến (jihad). Ông ta đã bảo vệ đối tượng Hồi giáo của mình từ những kẻ mà ông ta cho là cuồng tín dị giáo, đang cản trở sự thực tập của đức tin tinh khiết với các chiến dịch khủng bố và nổi loạn. Đó cũng là lý do tại sao khi ông đã giành được chiến thắng, ông không chỉ khăng khăng đòi Kabul Shah cải sang chính thống Hồi giáo, lại còn gửi lại bức tượng Đức Phật được trình bày ở Kaaba như là bằng chứng chiến thắng của Hồi giáo.

Gợi nhớ những gì đã truyền cảm hứng không do dự từ sự phá hủy Valabhi của đế chế Abbasid, tuy nhiên al-Ma'mun có thể xác định nhầm kẻ thù chinh phục của mình như là thành viên của các giáo phái Musalemiyya và Shia Manichaean. Cuộc thánh chiến của ông chống lại họ có thể chỉ đơn giản là một phần mở rộng của chiến dịch nội địa trước đây của cha mình. Nhưng, mặc dù các thành viên của liên minh nước ngoài này ủng hộ các phiến quân Abu Muslim, họ không có nghĩa là theo đức tin đó hoặc Manichaean Shia. Nếu họ theo như vậy, điều này trở nên không có ý nghĩa mà trong suốt thời gian này những người Tây Tạng và Qarluqs cũng đang chiến đấu với người Duy Ngô Nhĩ, những người vô địch thế giới Sogdian Manichaean.

Người Tây Tạng đã chắc chắn không biết gì về chủ ý của Hồi giáo của các cuộc nổi loạn Sogdian. Hơn nữa, giống nỗ lực tương tự như nhà Đường Trung Quốc sáu mươi năm trước, Tây Tạng cố gắng để gây mất ổn định sự cai trị của Abbasid tại Sogdia không phải là phần của một phương án để thu hút tín đồ Phật giáo. Nó hoàn toàn là một động thái chính trị và kinh tế để đạt được quyền lực, lãnh thổ, và thuế từ các con đường tơ lụa thương mại. Các nhà lãnh đạo tôn giáo Tây Tạng vào thời điểm bận rộn với sự ổn định Phật giáo trong phạm vi biên giới của mình và duy trì sự tự do từ việc kiểm soát lâu dài và tham nhũng nội bộ. Mặc dù các nhà lãnh đạo tham gia trong chính phủ, phạm vi ảnh hưởng của họ không mở rộng đến các vấn đề quân sự. Mối quan tâm của họ đối với các vấn đề bên ngoài đã được tập trung hoàn toàn vào sự liên hệ văn hóa với Pala Ấn Độ và nhà Đường Trung Quốc cũng như tương lai của Phật giáo tại Tây Tạng.

Những người Abbasids chắc chắn cũng không biết gì về tín ngưỡng của người Turki Shahi và Tây Tạng. Những gì họ nhìn thấy chỉ đơn giản là lực lượng nước ngoài hỗ trợ một giáo phái của phiến quân tôn giáo cuồng tín và không chỉ can thiệp vào sự thực hành Hồi giáo của tín đồ của họ, nhưng có lẽ quan trọng hơn, là đang cố gắng để lật đổ quyền lực chính trị của họ. Thực tế, thánh chiến được nhắm vào người Turki Shahi và nền chính trị Tây Tạng, không phải Phật giáo của họ.

Al-Ma'mun thì không có ý khép kín, cuồng tín tôn giáo. Giống như cha mình, Harun al-Rashid, ông ta có sự phóng khoáng trong văn hóa và tiếp tục bảo trợ sự dịch thuật các tài liệu Ấn Độ. Triều đại của ông không chỉ nhìn thấy một tầm cao mới trong thời khoa học của người Abbasids, nhưng cũng phổ biến thông tin tích cực về nền văn minh Ấn Độ tăng trưởng chưa từng thấy xuyên qua những người Ả Rập. Ví dụ, năm 815, cùng một năm khi sự thất bại của vua Caliph về Shah Kabul, al-Jahiz (sinh 776) đã công bố tại Baghdad Fakir as-Sudan ala l'Bidan (người Đen ưu việt hơn người trắng), điều này bao gồm sự ca ngợi những thành tựu văn hóa lớn của Ấn Độ. Có những cảm xúc tích cực về Ấn Độ, và giữa người Abbasids trong thời điểm này, và điều này chắc chắn đã mở rộng đến tất cả người Ấn Độ của tất cả các tôn giáo, bao gồm cả Phật giáo.

Nếu cuộc thánh chiến của al-Ma'mun chống lại chính Phật giáo, ông ta đã nhắm vào nó không chỉ đơn thuần là liên minh Tây Tạng-Turki Shahi-Qarluq-Oghuz, nhưng tại Tiểu lục địa Ấn Độ, nơi mà Phật giáo hưng phát và có sự thiết lập tốt hơn. Tuy nhiên, sau khi chiến thắng ở Kabul, lực lượng của Caliph tấn công Gilgit và Ferghana, không phải Oddiyana. Họ có những mục tiêu khác trong dự định.

Chúng ta hãy kiểm tra tình hình tại Tây Tạng ngay trước những chiến thắng của al-Ma'mun ở Gandhara và Gilgit để đánh giá tình hình đầy đủ hơn. Điều này cũng có thể giúp chúng ta hiểu lý do tại sao sự phục tùng của nhà chỉ huy quân sự Shah Kabul và Tây Tạng hầu như không có bất kỳ tác dụng đối với việc truyền bá Hồi giáo đến Tây Tạng hay các quốc gia chư hầu của nó.

11. Ý đồ chính trị - tôn giáo của Tây Tạng vào cuối thế kỷ thứ 8

Quan hệ của Tây Tạng với Trung Quốc

Tây Tạng và Trung Quốc lần đầu tiên đã thiết lập quan hệ ngoại giao năm 608 khi cha của vua Songtsen-gampo, Namri-lontsen (gNam-ri slon-mtshan) đã gửi đặc sứ đến cung điện Trung Quốc vào thời đại nhà Tùy. Kế tiếp, Songtsen-Gampo đã gửi một đặc sứ đến cung điện nhà Đường năm 634 và đã kết hôn với công chúa Văn Thành nhà Hán vào năm 641. Bốn năm sau, ông đã hạ lệnh làm một ngôi chùa Tây Tạng đầu tiên trên Wutaishan (Ngũ Đài Sơn. Tib. Ri-bo rtse-Lnga), ngọn núi thiêng của Phật giáo Trung Quốc nằm phía tây nam của Bắc Kinh. Kể từ đó, Tây Tạng đã gửi định kỳ thêm những công sứ đến cung điện Đường, mặc dù chiến tranh thường xuyên giữa hai quốc gia.

Một thế kỷ sau, hoàng đế Mey-agtsom đã quan tâm đặc biệt về Phật Giáo Trung Hoa, chắc chắn là do ảnh hưởng người vợ Phật tử của mình. Mặc dù tình trạng suy yếu của Phật giáo ở thời Đường sau các sự hạn chế áp đặt lên nó bởi vua Huyền Tông vào năm 740, Mey-agtsom đã gửi một đặc sứ đến đây vào năm 751 để tìm hiểu thêm về tôn giáo. Sự quan tâm đến Phật giáo mà người con trai trẻ của ông, hoàng đế sau này của Tây Tạng, Trisong detsen (Khri Srong-lde-btsan-Xích Tùng Đức Tán-742-798) cũng đã cho thấy mục đích đã thúc đẩy đại biểu công sứ của ông ta. Điều này được hướng dẫn bởi Ba Sangshi (sBa Sang-shi), con trai của một đặc sứ Tây Tạng trước kia với nhà Đường.

Năm 755, những vị công sứ đối lập thuộc chủ trương bài ngoại ám sát hoàng đế Mey-agtsom. Đây là cùng một phe mười sáu năm trước đó đã trục xuất người Trung Quốc và những nhà sư người Khotanese từ Tây Tạng mà hoàng hậu Tấn Thành dân tộc Hán đã mời đến. Vụ ám sát xảy ra trong cùng một năm với cuộc nổi loạn An Lộc Sơn, và như trước đó, các công sứ có thể đã lo ngại rằng khuynh hướng của hoàng đế đối với Phật giáo và nhà Đường sẽ mang lại tai họa cho Tây Tạng. Cũng có lẽ, sự lật đổ triều đại Umayyad Caliphate vào năm 750 và cuộc nổi loạn An Lộc Sơn đã khuyến khích bước đi táo bạo của họ. Gợi nhớ sự tấn công đàn áp Phật giáo nhà Hán được gây ra bởi An Lộc Sơn, các công sứ bài ngoại đã xúi giục đàn áp Phật giáo ở Tây Tạng kéo dài đến sáu năm. Tuy nhiên, mục tiêu của nó nhắm đến rất có thể là phe ủng hộ nhà Đường tại cung điện.

Mời ngài Shantarakshita (Luận sư Tịch Hộ) đến Tây Tạng

Đoàn đại biểu đến Trung Quốc, dẫn đầu bởi Ba Sangshi, trở về Tây Tạng năm 756, mang theo những kinh văn Phật giáo với họ. Ba Sangshi tạm thời giấu các kinh văn này bởi vì bầu không khí chống Phật giáo đang xảy ra, nhưng ông ta đã khuyến khích Trisong detsen, vẫn còn là vị thành niên vào lúc đó, bằng định hướng của Phật giáo.

Năm 761, Trisong Detsen đến tuổi trưởng thành và khi lên ngôi, chính thức tuyên bố mình là một Phật tử. Sau đó ông ta đã gửi một phái đoàn đến đế chế Pala vừa mới thành lập (750 - cuối thế kỷ thứ 12) ở miền bắc Ấn Độ. Ông ta giao phó cho đặc sứ, đứng đầu là ngài Selnang (gSal-snang) mời vị Hòa thượng Phật giáo Shantarakshita, Tu viện trưởng của Na Lan Đà, đến Tây Tạng lần đầu tiên.

Ngay sau khi vị viện trưởng của tu viện Ấn Độ đến, một dịch bệnh đậu mùa đã nổ ra ở Tây Tạng. Phe nhóm bài ngoại tại cung điện đã đổ lỗi cho nhà sư nước ngoài gây ra bệnh dịch và trục xuất ngài khỏi Tây Tạng, giống như họ đã làm với các nhà sư người Trung Quốc và Khotan tại Tây Tạng khi một đại dịch tương tự đã nổ ra vào năm 739.

Hoàng đế Trisong Detsen không bị cản trở ý định của mình để tăng cường vị trí của Phật giáo trong vương quốc của ông. Ông là một nhà lãnh đạo cực kỳ mạnh mẽ và nhiều hoài bão. Trong suốt triều đại của ông, Tây Tạng theo một chính sách bành trướng lấn lướt. Lợi dụng sự suy yếu của nhà Đường sau cuộc nổi loạn An Lộc Sơn, ông ta đã chiếm lại phần lớn những vùng đông bắc Tây Tạng mà

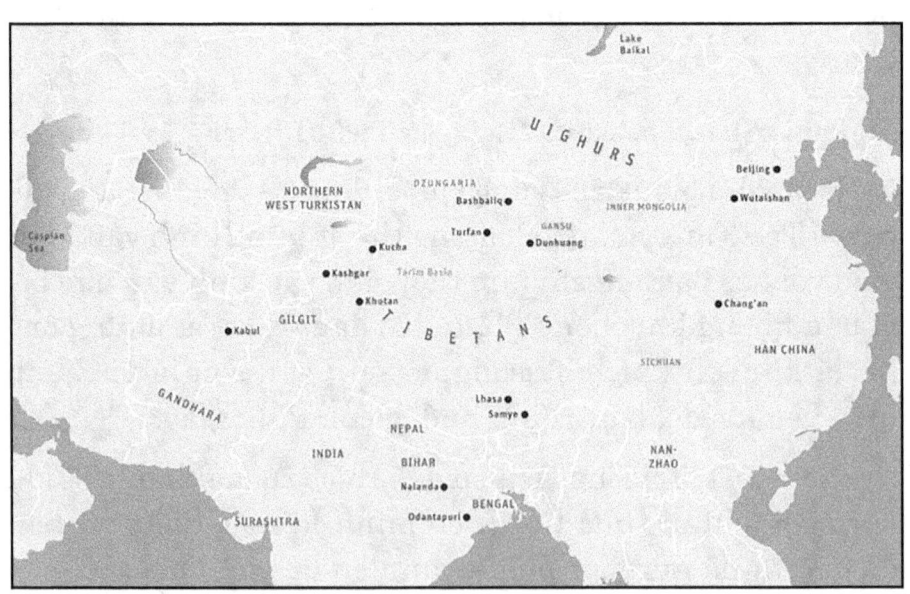

Map Eighteen: Tibet in the Early Ninth Century

nhà Đường Trung Quốc đã chiếm trước đây. Thậm chí ông ta đã kiểm soát thủ đô Trường An của nhà Đường trong một thời gian ngắn vào năm 763, sau năm cải sang Ma Ni giáo của người Duy Ngô Nhĩ quaghan, Bogu.

Tiếp đến, TrisongDetsen dời đến Gansu Corridor để ngăn chặn sự xuất nhập trực tiếp của nhà Đường với con đường Tơ Lụa, chi nhánh chính phía bắc nằm giữa tiền đồn nhà Đường ở Turfan và Kucha. Điều này đã buộc thương mại Trung Quốc phá vỡ lãnh thổ mà Tây Tạng đang kiểm soát bằng cách đi băng qua phía bắc thông qua các vùng đất của người Duy Ngô Nhĩ ở vùng Nội Mông. Người Tây Tạng sau đó bước vào một cuộc chiến tranh kéo dài ba chiều đối với người Duy Ngô Nhĩ và nhà Đường Trung Quốc để kiểm soát Turfan và Beshbaliq, nơi mà các chính quyền nhà Đường duy trì quyền hạn chỉ trên danh nghĩa. Sự thương mại của Trung Quốc chuyển hướng xuyên qua Nội Mông, có nhu cầu đi qua hai thành phố này để tiếp cận với con đường Tơ Lụa chính ở phía bắc.

Với sự tự tin và quyền lực được củng cố bởi chiến thắng quân sự của mình, Trisong Detsen một lần nữa phái Selnang đến Ấn Độ để tái mời thỉnh ngài Shantarakshita. Lúc này ngài viện trưởng của Ấn Độ mang theo ảnh Đức Liên Hoa Sanh (Guru Rinpoche), để chế ngự các lực lượng thần linh ở Tây Tạng làm hại đến sự thành lập Phật giáo.

Xây dựng tu viện Samyay

Các tu viện đại học Phật giáo lớn tại Ấn Độ của Bihar, chẳng hạn như Na Lan Đà, cơ sở chính của Shantarakshita, đã được hưởng sự hỗ trợ nhà nước không ngừng trong nhiều thế kỷ, thậm chí qua những đổi thay của các triều đại chính trị. Hoàng đế Harsha (606-647) của triều đại

Gupta trước đó đã cấp dưỡng một nghìn nhà sư Nalanda tại cung điện của mình và thậm chí đã chạm vào chân của nhà sư Huyền Trang Trung Quốc như là một cử chỉ của sự kính trọng.

Triều đại Pala lúc này đã bảo trợ Phật giáo thậm chí một mức độ còn lớn hơn. Hoàng đế đầu tiên của nó, Gopala (750-770) đã sáng lập các trường đại học tu viện Phật giáo Odantapuri, trong khi hoàng đế thứ hai của nó, Dharmapala (770-810), đã thành lập Vikramashila và Somapura. Mặc dù Dharmapala đã mở rộng đế chế của mình đến các biên giới của Gandhara ở phía tây và Bengal ở phía đông, ông ta đã không bao giờ gây liên lụy đến các tu viện Phật giáo trong những thăng trầm chính trị và quân sự của quốc gia; ông ta cũng không cố gắng để điều chỉnh chúng. Các tu viện của miền Bắc Ấn Độ được hưởng hoàn toàn sự tự do để theo đuổi sự hoằng truyền Phật Pháp.

Năm 766, vua Trisong Detsen lấy cảm hứng từ mô hình của Hoàng đế Ấn Độ Gopala, đã hạ lệnh xây tu viện Samyay trên mẫu hình của Odantapuri. Nó là tu viện Phật giáo đầu tiên của đất nước dành cho việc sử dụng chủ yếu của người Tây Tạng. Trong quá trình xây dựng nó, bảy người Tây Tạng bản xứ đầu tiên được thụ phong làm Tăng sĩ, và đến lúc hoàn thành vào năm 775, có hơn 300 người bản xứ đã tham gia hàng ngũ của họ. Trước đó, chỉ có những ngôi chùa Phật giáo ở Tây Tạng và một vài cơ sở tu viện nhỏ được xây dựng cho các nhà sư nước ngoài, chẳng hạn như người Khotan và người Hán tị nạn năm 720.

Mặc dù các nhà sư Tây Tạng đã được thụ phong theo truyền thống Ấn Độ, vua Trisong Detsen theo đuổi một chính sách tổng hợp văn hóa. Tuy nhiên, một phần động cơ của ông ta đối với chính sách này có thể đã là sự thiết thực chính trị. Ông ta cần cân bằng nhu cầu từ ba thế lực cạnh tranh trong cung điện của mình -Tây Tạng bản xứ, ủng hộ Ấn Độ, và ủng hộ Trung Quốc. Vì vậy, ông ta đã có ngôi chùa chính ở Samyay được xây dựng trong ba tầng, mỗi tầng có phong cách kiến trúc văn hóa Tây Tạng, bắc Ấn Độ, và các nền văn hóa Hán. Điều này đã nhắc nhở người sáng lập triều đại của ông ta, vua Songtsen-Gampo đã giữ thế cân bằng tương tự bằng cách kết hôn với công chúa từ Zhang-zhung, Nepal, và nhà Đường Trung Quốc vì mục đích chính trị của mình.

Liên hệ văn hóa với Trung Quốc

Mặc dù vua Trisong Detsen chiến đấu chống lại Trung Quốc để giành quyền kiểm soát ở cuối phía tây của con đường Tơ Lụa, ông dường như thiếu sự thiên vị văn hóa để chống lại Trung Quốc, đặc biệt là liên quan đến Phật giáo. Động cơ quân sự của ông chủ yếu là chính trị và kinh tế.

Sau khi cuộc nổi loạn An Lộc Sơn đã được dập tắt và quyền cai trị của triều đình đã phục hồi, các hoàng đế nhà Đường tiếp theo không chỉ dỡ bỏ những hạn chế đánh vào Phật Giáo bởi hoàng đế Huyền Tông, nhưng cũng bảo trợ các tôn giáo. Tuy nhiên, không giống như trường hợp ở Pala Ấn Độ, Phật tử Hán tiếp tục hỗ trợ nhà nước hơn nữa. Điều này không biết bắt nguồn từ sáng kiến riêng của Phật tử hay từ chính sách nhà nước nhằm khai thác tính quần chúng của Phật giáo để tăng cường hỗ trợ cho sự cai trị của nó. Vế thứ hai này xem ra có thể đúng hơn, đưa ra những tiền lệ của người sáng lập triều đại nhà tùy với việc tuyên bố mình là một hoàng đế Chakravartin (Vua Phật giáo), và nữ hoàng Võ Tắc Thiên nhà Đường tuyên bố chính mình là Đức Phật Di Lặc.

Năm 766, Hoàng đế Thái Tông (r. 763-780) thành lập một tu viện mới trên Ngũ Đài Sơn có tên là "Kim Các Tự" mục đích Hộ vệ chống lại các thế lực Ma quỷ và Bảo vệ Quốc gia. Và một bộ kinh mới của Phật giáo Trung Quốc xuất hiện, The Sutra of the Bodhisattva King Who Defends the Nation (Kinh Bồ Tát Vương Hộ Quốc). Hoàng đế nhà Đường chống lại Ma Ni giáo vào năm 768 và năm 771, để bảo vệ sự "tinh khiết" của Phật giáo vì tôn giáo này mang nhãn hiệu giả Phật giáo.

Những sự phát triển theo mô hình của Phật giáo bắc Trung Quốc trong gian đoạn Lục Triều (280-589). Vào thời điểm đó, các nhà cai trị phi-Hán ở miền bắc Trung Quốc kiểm soát gắt gao các tu viện Phật giáo và đã tài trợ những tu viện này thực hiện các nghi lễ cho sự thành công quân sự của họ. Các tăng sĩ tiếp tục yêu cầu sự bảo vệ của hoàng gia để tồn tại trong thời gian nguy hiểm, và họ đã buộc phải thừa nhận các nhà lãnh đạo như những vị Phật, phục vụ chính phủ của họ và làm ảnh hưởng đến sự tinh khiết của giáo lý Phật giáo để thừa nhận ngay cả những chính sách khắc nghiệt nhất của họ.

Hoàng đế Trisong Detsen đã quan tâm tìm hiểu thêm về những sự phát triển trong giai đoạn này ở Trung Quốc, với sự phù hợp chính sách của ông theo đuổi xu hướng văn hóa tổng hợp của Tây Tạng, Ấn Độ, và nhà Đường Trung Quốc. Như vậy, vào cuối những năm 760s, ông không chỉ gửi Ba Sangshi đi sứ, mà còn Selnang là một đặc sứ thứ hai đến Trung Quốc. Vào ngày họ trở về, hoàng đế đã xây dựng ngôi chùa Phật Giáo Lhakang (Nang Lha-khang) tại Dragmar (Brag-dmar). Vị trí này gần cung điện triều đình, và gần với tu viện Samyay đang được xây dựng. Ngôi chùa này được mô phỏng theo chùa Kim Các Tự-Bảo vệ chống lại các thế lực ma quỷ và Hộ trì Quốc gia. Hàm ý rằng Phật giáo sẽ có một vị trí thứ hai đối với nhà nước, như ở Trung Quốc, và có nghĩa vụ để phục vụ lợi ích của quyền lực triều đình Tây Tạng mãi mãi phát triển.

Việc hoàn thành tu viện Samyay

Samyay được hoàn thành vào năm 775 và Hoàng đế đã bổ nhiệm ngài Shantarakshita là trụ trì đầu tiên của nó. Tuy nhiên, Padmasambhava đã bỏ quên nó trong thời gian ngắn trước khi nó được hoàn thành. Ông ta cảm thấy những người Tây Tạng chưa hiểu rõ giáo lý sâu sắc của Phật giáo, đặc biệt là liên quan đến học thuyết Dzogchen (rdzogs-chen, Đại Viên Mãn). Vì vậy, ông ta đã dấu những kinh văn về đề tài này trong các bức tường và trụ cột của tu viện, về sau chúng được phục hồi khi thời gian đã tốt hơn.

Các bậc thầy của cả bắc Ấn và Trung Quốc đã được mời đến Samyay trong thời gian này để giúp phiên dịch và giảng dạy kinh điển Phật giáo. Tuy nhiên, ban đầu tu viện Samyay không dành riêng cho Phật giáo. Hoạt động của nó bao gồm các nền văn hóa. Các nhà truyền giáo bản địa pan-Tây Tạng cũng đã có mặt, để dịch các tài liệu từ ngôn ngữ Zhang-zhung thành Tây Tạng. Cũng trong phạm vi này, Samyay đã phản ánh chính sách quyền uy của sự tổng hợp văn hóa.

Năm 779, Hoàng đế tuyên bố Phật giáo thành Quốc giáo của Tây Tạng. Ông ta đã giảm thuế cho một số gia đình giàu và giao cho họ thay thế sự hỗ trợ tài chính của cộng đồng tu viện đang phát triển nhanh chóng. Hai trăm gia đình là cung cấp các nguồn lực để cúng dường những ngôi chùa chính ở Lhasa, và ba gia đình là cung cấp các thực phẩm hỗ trợ cho mỗi tu sĩ.

Hoàng đế Trisong Detsen có lẽ có cảm hứng để tạo ra sự thay đổi này bằng kiểu mẫu của vua Shivadeva II (704-750) của triều đại Nepali Licchavi. Năm 749, vị vua người Nepal này mặc dù không tuyên bố Phật giáo là quốc giáo, ông ta đã giao toàn bộ trách nhiệm cho một ngôi làng để hỗ trợ tu viện riêng của mình là Shivadeva Vihara. Mặc dù vua Maitraka và vua Rashtrakuta của Saurashtra có một chính sách hộ trì tương tự dành cho các tu viện của Valabhi, điều này không chắc rằng vua Trisong Detsen nhận thức được tiền lệ này.

Hòa bình với Trung Quốc và thành lập Hội đồng Tôn giáo Tây Tạng

Hoàng đế Tây Tạng vẫn theo đuổi xu hướng tổng hợp văn hóa, năm 781, yêu cầu hoàng đế mới của nhà Đường, Dezong (Đức Tông, ruled. 780-805) gửi hai nhà sư hằng năm từ Trung Quốc đến Samyay để hướng dẫn người Tây Tạng. Hai năm sau, năm 783, nhà Đường và Tây Tạng, sau nhiều thập niên chiến tranh ở Turfan và Beshbaliq, đã ký một hiệp ước hòa bình, để lại các lực lượng đường triều kiểm soát hai thành phố ở Đông Turkistani.

Ngài Shantarakshita, vị trụ trì Samyay của Ấn Độ đã mất ngay sau đó, cũng trong năm 783. Trước khi viên tịch, ngài cảnh báo vua Trisong Detsen rằng, trong tương lai, Phật giáo Tây Tạng sẽ suy yếu bởi vì ảnh hưởng Trung Quốc. Ngài khuyên các Hoàng đế mời những đệ tử của mình từ Ấn Độ, như ngài Kamalashila, nhằm giải quyết vấn đề vào thời điểm đó.

Hoàng đế Trisong Detsen bổ nhiệm ngài Selnang kế thừa viện chủ Samyay của Tây Tạng khi ngài Shantarakshita viên tịch. Trong cùng một năm, 783, Hoàng đế đã thành lập một Hội đồng Tôn giáo được lãnh đạo bởi vị viện trưởng Samyay để quyết định tất cả các vấn đề tôn giáo. Đây là sự khởi đầu của hình thức chính phủ Tây Tạng mà kết quả gồm có cả cư sĩ và và các chức sắc Phật giáo. Hiểu biết sự tiến hóa của nó trong bối cảnh chính trị của giai đoạn có thể giúp chúng ta hiểu lý do tại sao Hồi giáo không lây lan sang Tây Tạng hay các quốc gia chư hầu của nó sau khi dâng nộp Shah Kabul và nhà chỉ huy quân sự Tây Tạng với đế chế Abbasids ba thập kỷ sau đó.

Phân tích chính sách của Hội đồng Tôn giáo Tây Tạng

Có ba thế lực chính tại triều đình Tây Tạng vào thời điểm này-- ủng hộ Ấn Độ, ủng hộ nhà Đường, và bài ngoại--mỗi bên có những đảng phái đặc biệt ủng hộ. Ngài Selnang là một thành viên của nhóm lãnh đạo phe ủng hộ Ấn Độ. Đứng đầu cơ quan đại diện hoàng triều Pala Ấn Độ và cả nhà đường Trung Quốc, ngài biết làm thế nào thuận lợi tình thế của Phật giáo trước sau. Tại Pala Ấn Độ, các tu viện nhận được sự tài trợ nhà nước và được hưởng quyền tự trị toàn bộ mà không có bất kỳ nghĩa vụ nào đối với nhà nước. Không tham gia vào những công việc khác. Hơn nữa, kể từ chuyến thăm của ngài Selnang, các hoàng đế Pala đã gửi triều cống cho triều đình Tây Tạng, dù sự thể hiện này có thể đã là sự uyển chuyển cho việc gửi các đại biểu thương mại. Tuy nhiên, hy vọng có thể ở đây là triều đình Pala cũng sẽ hỗ trợ các tổ chức Phật giáo ở Tây Tạng. Mặt khác, tại Trung Quốc, các tu viện Phật giáo được triều đình hỗ trợ chỉ ở trong chừng mực kiểm soát của chính phủ.

Phật giáo đã thường xuyên được hưởng sự bảo trợ và kiểm soát của chính phủ tại Trung Quốc, đặc biệt là ở phía bắc. Tuy nhiên, kể từ khi nhà cầm quyền thường xuyên bị thách ngại và lật đổ, tôn giáo luôn ở trên vị trí không ổn định. Ví dụ, triều đại Toba Bắc Ngụy (386-535) đã có một văn phòng chính phủ để quản lý các tu viện Phật giáo trong lãnh thổ, với một nhà sư lãnh đạo được lựa chọn bởi hoàng đế. Văn phòng này có quyền lực để trục xuất các nhà sư tham nhũng ra khỏi tu viện, đó là những người khoe khoang môn đồ của tu viện và lạm dụng vị trí của họ. Thường thì văn phòng thực hiện chức năng quản lý theo quy định của pháp luật. Tuy nhiên, khi chính phủ dưới sự kiểm soát của các bộ trưởng đầy lòng ghen tị về việc sủng ái của triều đình dành cho Phật giáo, văn phòng này đã bị giải thể và sự khủng bố tôn giáo đã được thực thi đối với các Phật tử, ví dụ như vào năm 446.

Trong sự thành lập một Hội đồng Tôn giáo, vua Trisong Detsen có lẽ đã theo mô hình người Hán, nhưng ông pha trộn một số yếu tố Ấn Độ và Tây Tạng với nó. Phù hợp với tiền lệ của người Ấn Độ-Nepal, nhà nước hỗ trợ các tu viện bằng cách miễn thuế cho một số gia đình và thay vào đó giao phó cho họ cung cấp lương thực cho các tu viện và các tu sĩ. Như tại Trung Quốc, các tu viện tiếp tục thực hiện nghi lễ vì phúc lợi của quốc gia. Điều này đã phù hợp với phong tục Tây Tạng vốn có các tu sĩ từ lâu trong truyền thống tiền thân Phật giáo bản địa của Tây Tạng với việc phục vụ triều đình, thực hiện nghi lễ. Với mô hình của người Hán, văn phòng điều chỉnh các vấn đề nội bộ Phật giáo, nhưng, với mô hình Ấn Độ, nó được hưởng quyền tự chủ từ quy định của chính phủ.

Ngài Selnang, như là một thành viên của đảng chính ủng hộ Ấn Độ tại cung điện Tây Tạng và là người đứng đầu của Hội đồng Tôn giáo, điều này đã thuận lợi hơn cho mối quan hệ gần gũi với Ấn Độ một cách tự nhiên và ít lệ thuộc hơn với Đường Quốc. Hơn nữa, ngài đặc biệt quan tâm đến việc tránh xa sự kiểm soát theo cách của chính phủ Trung Quốc hay sự đàn áp Phật giáo. Tuy nhiên, vua Trisong Detsen lại lòn cúi Trung Quốc trên mặt trận chính trị. Điều này đã tăng cường bàn tay của phe ủng hộ Trung Quốc tại cung điện Tây Tạng. Tình hình đã chín muồi cho phe này để đẩy Hoàng đế thực hiện chính sách theo kiểu Trung Quốc bằng cách chính phủ kiểm soát các tu viện. Nó cũng chín muồi cho phe bài ngoại tại cung điện để phản ứng chống lại sự liên hệ mạnh mẽ với nhà Đường được coi là giả trá và đổi mới để làm sạch chính nó đối với sự tác động của nước ngoài, bao gồm cả Phật giáo.

Ngài Selnang và Hội đồng Tôn giáo đã đòi hỏi hành động một cách nhanh chóng và dứt khoát. Các giải pháp được tăng cường vị thế của Hội đồng để không chỉ có thể là tự trị, nó cũng sẽ có một ảnh hưởng mạnh mẽ đối với chính phủ riêng của chính nó. Như vậy, ngài Selnang thuyết phục vua Trisong Detsen cho phép các thành viên của Hội đồng tôn giáo tham dự tất cả các cuộc họp bộ trưởng và có quyền bác bỏ những bộ trưởng của mình. Dưới sự hướng dẫn ban đầu của Hòa Thượng Tây Tạng, Hội đồng Tôn giáo nhanh chóng trở nên mạnh mẽ hơn Hội đồng Bộ trưởng của Hoàng đế.

Sự thanh trừng đối với những kẻ Bài ngoại

Vào năm 784, bằng một động thái đầu tiên, Hội đồng Tôn giáo đã mở một cuộc thanh trừng đối với những kẻ bài ngoại, đưa những nhà lãnh đạo của phe bảo thủ này đến một nơi lưu đày tại Gilgit và Nanzhao, ngày nay là vùng Tây Bắc tỉnh Vân Nam thuộc Cộng hòa Nhân dân Trung Quốc. Kể từ khi phe này đã ám sát cha của Hoàng đế 29 năm trước đó và đã xúi giục một cuộc đàn áp Phật giáo kéo dài sáu năm, rõ ràng họ đã đặt ra mối đe dọa lớn nhất.

Biên niên sử Phật Giáo Tây Tạng thế kỷ thứ mười hai mô tả các sự kiện như là sự trấn áp đối với các tu sĩ Bon, những người đã chống đối Phật giáo. Mặc dù sự hiện diện sau này của những người ủng hộ tổ chức Bon tại Gilgit và Nanzhao chứng tỏ rằng nhiều người bị lưu đày theo truyền thống Phật giáo Tây Tạng trước kia, sự thanh lọc mang bản chất yếu tố chính trị. Nó không dựa trên sự khác biệt về giáo lý tôn giáo. Trước giai đoạn cuối của thế kỷ thứ mười một, kết quả cho thấy Bon không phải là một tổ chức tôn giáo và phe Bon chỉ đơn giản được gọi là phe đối lập này, phe bài ngoại tại triều đình.

Các bậc thầy của Phật giáo và truyền thống bản địa Tây Tạng đã tiếp tục làm việc bằng sự phiên dịch kinh văn tương ứng của họ tại Samyay. Tuy nhiên, vì tình hình chính trị là cực kỳ không ổn định vào thời điểm này, Drenpa-namka (Dran-pa nam-mkha'), nhà lãnh đạo tinh thần của hệ thống bản địa tại Samyay đã giấu các bản sao của hầu hết các kinh văn truyền thống của mình để giữ cho an toàn ở các lỗ trống bên trong các bức tường tu viện. Nó là sự hỗ trợ cho việc ghi chép tài liệu trấn áp phái Bon Tây Tạng, tài liệu này nói rằng ông giả vờ chấp nhận tình trạng Phật giáo lúc bấy giờ để được duy trì tại Samyay và bảo vệ các văn bản.

Lịch sử phái Bon Tây Tạng và Phật giáo thường diễn tả các biến cố trong ánh sáng của những nghị sự chính trị của họ. Tuy nhiên, Không có tài liệu Tây Tạng nào nói rằng Drenpa-namka hoặc bất kỳ các bạn đồng tu của truyền thống bản địa của ông ta bị buộc phải từ bỏ phong tục và tín ngưỡng của mình để cải sang Phật giáo. Đúng hơn thì truyền thống bản địaTây Tạng và Phật giáo đã được trộn lẫn với nhau tối thiểu từ thời gian của Hoàng đế Songtsen-Gampo. Vị hoàng đế Tây Tạng đầu tiên đã ra lệnh cho các nghi lễ của cả hai truyền thống được thực hiện chức năng, và Drenpa-namka chỉ đơn giản đã tiếp tục và thậm chí có thể đẩy mạnh xu hướng này. Sự ảnh hưởng lẫn nhau của từng hệ thống tôn giáo ở trong mọi tình huống đã xảy ra và phát triển một cách tự nhiên do sự hiện diện của các bậc thầy tâm linh của cả hai tại Samyay.

Nếu không phải tất cả các phe nhóm chính trị bài ngoại đã bị trừng thanh từ triều đình có thể hầu hết đã theo truyền thống Tây Tạng bản địa. Tuy nhiên, điều đó không có ý nghĩa cần thiết, tất cả các hành giả của các nghi lễ đó hoặc tất cả các yếu tố của hệ thống của nó bị trục xuất từ Tây Tạng, bằng lịch sử tôn giáo sẽ cho chúng ta hiểu được. Năm 821, một hiệp ước hòa bình thứ hai với nhà Đường Trung Quốc đã được ký kết với các nghi thức đầy đủ từ truyền thống bản địa, bao gồm cả sự cúng tế động vật. Những người sáng lập của tổ chức tôn giáo Bon và những vị thầy trung dung Bon/Phật giáo vào đầu thế kỷ thứ mười một phát hiện các văn bản được dấu bởi Drenpa-namka. Hai sự kiện rõ ràng cho thấy rằng Hội đồng Tôn giáo Tây Tạng đã không thực hiện một chính sách ép buộc cải sang Phật giáo. Họ cũng chỉ ra rằng tín ngưỡng bản địa tiếp tục được dung nạp tại xứ sở Tây Tạng ngay cả sau những cuộc thanh trừng của năm 784.

Nếu đây là trường hợp với tín ngưỡng bản địa Tây Tạng và đối với người Tây Tạng bản xứ, chúng ta có thể kết luận một cách an toàn rằng Hội đồng đã không gây áp lực với chính phủ Tây Tạng trong những thập kỷ sau để hỗ trợ cuộc nổi loạn tại Sogdia nhằm đàn áp tôn giáo nước ngoài, cụ thể là Hồi giáo, hoặc cải những người phi-Tây Tạng sang Phật giáo.

Sự trung hòa của phe ủng hộ nhà Đường

Sau cuộc thanh trừng vào năm 784, chính phủ Tây Tạng còn lại với hai phe phái đối lập. Một số bộ trưởng có nguồn gốc từ thị tộc quyền uy từ vùng đông bắc Tây Tạng ủng hộ Trung Quốc và phe Thái hậu Dowager Trima Lo đã có mặt. Phe khác, thuộc về ngài Selnang, đến từ một đảng đối thủ từ trung tâm Tây Tạng vốn không tin tưởng triều đình nhà Đường, khuyến khích những cuộc chiến chống lại nó, và tìm cách liên kết chặt chẽ hơn với Pala Ấn Độ và Hội đồng Tôn giáo quyền uy.

Năm 786, ba năm hòa bình với nhà Đường Trung Quốc đã kết thúc. Người Duy Ngô Nhĩ đã hỗ trợ cuộc nổi loạn Jucu (783-784) chống lại nhà cầm quyền Trung Quốc, và người Tây Tạng đã giúp các lực lượng Đường đánh bại họ. Triều Đường đã hứa sẽ giao Turfan và Beshbaliq cho những người Tây Tạng như một phần thưởng vì sự giúp đỡ của họ, nhưng khi hoàng đế Đường bỏ qua thỏa thuận của họ, những người Tây Tạng buộc phải tấn công.

Qua năm năm kế tiếp, lực lượng Tây Tạng chiếm Dunhuang (Đôn Hoàng) từ nhà Đường Trung Quốc, loại bỏ các lực lượng nhà Đường từ sự cạnh tranh với người Duy Ngô Nhĩ đối với Turfan và Beshbaliq, và khẳng định lại sự kiểm soát mạnh mẽ của nó trên các tiểu bang thuộc phía nam Tarim Basi, đặc biệt là Khotan. Người Duy Ngô Nhĩ đã lợi dụng tình hình và đẩy chư hầu trên danh nghĩa của họ, bộ tộc Qarluqs, ra khỏi Dzungaria và các vùng của miền Bắc của west Turkistan, và cũng chiếm Kucha từ Trung Quốc. Tuy các lực lượng nhà Đường tiếp tục thách thức, người Tây Tạng vẫn kiểm soát vùng Gansu Corridor (Hà Tây Tẩu Lang).

Tại thời điểm quan hệ Sino-Tây Tạng, hoàng đế Tây Tạng Trisong Detsen đã triệu tập cuộc tranh luận nổi tiếng tại Samyay (792 -794), đại diện của Phật giáo bắc Ấn Độ đã đánh bại các tu sĩ Phật giáo Trung Quốc. Điều này đã quyết định một lần và cho tất cả mô thức chính của Phật giáo được thực hành ở Tây Tạng là bắc Ấn Độ, không phải là Hán quốc. Một cuộc tranh luận tương tự và kết quả đã xảy ra với sự tôn trọng đối với hệ thống y thuật cũng được thông qua như thế. Tuy nhiên, sự phát triển này thì chỉ là một thắng lợi thuộc về quan điểm chính trị của phe chống nhà Đường Trung Quốc dù nó là nguyên lý triết học Phật giáo Ấn Độ và sự thực hành y học. Hội đồng Tôn giáo không ngần ngại ủng hộ đảng phái Ấn Độ hơn là ủng hộ Trung Quốc. Hơn nữa, thực tế ngài Selnang là thông dịch viên cho nhiều cuộc tranh luận cho thấy cơ hội mà ngài đã cần tạo nên tác động kết quả.

Tóm tắt chính sách Tây Tạng tại Sogdia

Hoàng đế Trisong Detsen nghỉ hưu năm 797 và mất vào năm sau đó. Người con trai kế vị của ông ta là Muney-tsenpo (Mu-ne btsan-po) (r. 797-800). Tiếp đến, người con trai thứ hai nối ngôi của vị vua này là Tri Desongtsen (Khri lDe-srong-btsan) (r. 800-815), còn được gọi là Saynaleg (Sad-na-legs). Trong suốt triều đại vị vua sau này, Caliph al-Ma'mun đã hoàn toàn có lý với việc nhìn thấy Tây Tạng là một quốc gia mạnh mẽ đang trong tư thế đe dọa, đặc biệt là khi Tây Tạng và các đồng minh của nó đang đe dọa Sogdia và ủng hộ cuộc nổi dậy. Tuy nhiên, sự phân tích của ông ta về động cơ của Tây Tạng và sự tuyên bố sau đó của ông ta về cuộc xung đột như là một cuộc thánh chiến thì không chính xác.

Khi tái lập duy trì Đông Turkistan của nó, Tây Tạng tất nhiên đang mong muốn mở rộng lãnh thổ của mình đến Tây Turkistan và do đó chắc chắn cố gắng để gây mất ổn định sự cai trị của kẻ thù của nó. Tuy nhiên, Tây Tạng là không có ý phá hoại tôn giáo của kẻ thù. Các nhà sư của Hội đồng Tôn giáo đã bị quấy nhiễu với việc đạt được quyền lực nội bộ không bị kháng cự bên trong Tây Tạng để bảo đảm sự phát triển của Phật giáo trong nước. Khi nó đã thoát khỏi chính phủ của những phe phái có thể phản đối hoặc cố gắng để kiểm soát nó, các hoạt động chính của nó là đang biên soạn một từ điển để tiêu chuẩn hóa các bản dịch từ tiếng Phạn sang tiếng Tây Tạng và sắp đặt các kinh văn để dịch hầu mong Phật giáo sẽ được nhận hiểu tốt nhất và vẫn duy trì được sự trong sáng. Nó không quan tâm đến các tôn giáo khác hoặc sự truyền bá Phật giáo, hoặc bên trong hoặc bên ngoài Tây Tạng.

Hơn nữa, trong việc hỗ trợ tín hữu Sogdian của giáo phái Musalemiyya Islam và Manichaean Shia trong cuộc nổi loạn chống Abbasid của họ, Tây Tạng không biểu lộ tất cả sự thiên vị của nó đối với các giáo phái tôn giáo của họ. Những sắc lệnh của hoàng đế Trisong Detsen đã liên quan đến sự lựa chọn Phật giáo Ấn Độ như là chỗ dựa chính cho Tây Tạng, điều này cũng rõ ràng từ chối Ma Ni giáo. Họ lặp lại sự phê phán đối của vua Đường Huyền Tông Trung Quốc rằng Ma Ni giáo là một giả hiệu của Phật giáo và được dựa trên sự dối trá.

Hoàng đế Tri Relpachen

Một trong những lý do chính các đế chế Abbasids đã có thể đánh bại chư hầu Tây Tạng-bộ tộc Shah tại Kabul vào năm 815 và đã tạo cuộc xâm nhập sâu hơn vào quyền kiểm soát của Tây Tạng trong những năm sau rõ ràng là bởi cái chết của vua Tri Desongtsen vào năm đó. Người con trai của ông ta, hoàng đế mới của Tây Tạng là Tri Relpachen (Khri Ral-pa-can, r 815 - 836), lên ngôi khi còn bé và Tây Tạng không có sự lãnh đạo mạnh mẽ vào thời điểm này. Tuy nhiên, ngay sau đó, khi vua Tri Relpachen trưởng thành, ông đã trở thành cực kỳ hùng mạnh và đã củng cố vị trí của Phật giáo hơn nữa.

Lực lượng Abbasids rút khỏi Kabul và Gilgit năm 819, với sự thành lập của nhà nước Tahirid. Năm 821, Tây Tạng đã ký một hiệp ước hòa bình thứ hai với nhà Đường Trung Quốc và trong năm kế tiếp họ đã làm một thỏa thuận tương tự với người Duy Ngô Nhĩ. Người Tây Tạng đã kiểm soát Gansu Corridor và Dunhoang, cũng như Turfan và Beshbaliq. Hai thành phố này về sau đã thay đổi quyền kiểm soát nhiều lần giữa người Tây Tạng và người Duy Ngô Nhĩ trong ba thập niên trước đó.

Được thúc đẩy mạnh mẽ bởi chiến thắng của mình, Hoàng đế Tri Relpachen đã xây dựng nhiều ngôi chùa Phật giáo mới vào dịp lễ kỷ niệm hòa bình và dời thủ đô từ Yarlung Valley Đến Lhasa, vùng thiêng liêng chính của Phật giáo Tây Tạng. Theo Đạo sử Tây Tạng, vua Tri Relpachen cũng thành lập một Văn phòng dịch thuật để biên dịch một quyển từ điển tiếng Sanskrit-Tibetan và tiêu chuẩn hóa các thuật ngữ và phương cách chuyển dịch kinh sách Phật giáo. Thực tế, các dự án này được bắt đầu bởi người cha của ông ta, Tri Desongtsen. Tuy nhiên, Lịch sử Phật giáo đã chứng minh sự đồng nhất hóa của Songtsen-Gampo, Trisong Detsen và Tri Relpachan là ba hoàng đế hộ pháp chính của Phật giáo vào thời điểm đó, và do đó họ đã là hiện thân của chư Bồ tát Quán Thế Âm, Văn Thù Sư Lợi, và Kim Cương Thủ. Điều lặp lại lịch sử này được cho là ba vị Bồ tát tiêu biểu như chư Phật bảo trợ của Tây Tạng, Trung Quốc, Mãn Châu, và Mông Cổ, một cách tương ứng, vị sáng lập Gelug, ngài Tsongkhapa (Tô Khách Ba,Tsong-kha-pa, 1357 - 1419) được coi là hiện thân của tất cả ba vị Bồ tát này.

Tuy nhiên, giống như hình ảnh hung dữ của ngài Kim Cương Thủ, Hoàng đế Tri Relpachen đã có một chút cuồng nhiệt với lòng nhiệt thành tôn giáo của mình. Ông không chỉ tăng số lượng các gia đình được giao để hỗ trợ cho mỗi tu sĩ từ ba đến bảy người, đặt sự căng thẳng nghiêm trọng đến nền kinh tế nhà nước, và ra sắc lệnh rằng bất cứ ai chỉ một ngón tay nhạo báng một tu sĩ sẽ phải cắt bỏ. Với Phật giáo ở một vị trí mạnh mẽ như thế, và sự chú ý của đế chế Hồi giáo Abbasids đã phải chuyển hướng đến những nơi khác, việc cải sang Hồi giáo đối với bộ tộc Shah của Kabul ít có tác động lâu dài về sự truyền đạo của Hồi giáo tại Tây Tạng hay các quốc gia chư hầu của nó ở Kabul hoặc Gilgit.

12. Việc thành lập những Vương quốc Phật giáo bởi người Uighurs (Duy Ngô Nhĩ)

Sự xâm chiếm Mông Cổ của người Kyrgyz

Người Kyrgyz (Kirghiz) ban đầu là một bộ tộc người Mông Cổ từ những vùng rừng núi của Altai và Tuva hiện nay, thuộc về miền nam Siberia, phía bắc của Dzungaria.

Một số bộ lạc của họ cũng sống trong những địa hạt phía tây của dãy Tianshan Range đến phía nam Dzungaria. Đế chế Đông Turk đã bao gồm các vùng đất truyền thống của Kyrgyz Altai, và khi người Duy Ngô Nhĩ đã chiếm nó từ đế chế này, rồi người Duy Ngô Nhĩ đã chinh phục và tàn phá chúng vào năm 758. Sau đó, người Kyrgyz và người Duy Ngô Nhĩ vẫn mãi mãi là kẻ thù. Nhiều người Kyrgyz chuyển sang khu vực phía tây Tianshan, nơi họ liên minh với người Qarluqs, Tây Tạng, và Abbasids nhằm chống lại người Duy Ngô Nhĩ và nhà Đường Trung Quốc.

Kể từ hậu bán thế kỷ thứ tám, thương mại Tây Tạng-Arab đã đi qua từ miền tây Tây Tạng băng qua vùng Wakhan Corridor đến phía tây Bactria rồi đến Sogdia. Tuy nhiên, Một tuyến đường thứ hai là băng qua từ vùng đông bắc Tây Tạng, thông qua các sự kiểm soát của Tây Tạng tại Gansu Corridor, đến các khu vực chủ chốt của Turfan và Beshbaliq, nơi tranh chấp của những người Tây Tạng, Duy Ngô Nhĩ và nhà Đường Trung Quốc cho đến khi được ổn định trong lợi thế của người Tây Tạng vào năm 821. Rồi nó tiếp tục chạy ngang qua hướng nam Dzungaria, lên đến phía tây của dãy núi Tianshan Mountains, tới phía bắc của Tây Turkistan, tất cả đều được kiểm soát bởi các lực lượng Qarluqs cho đến những năm 790s, và sau đó là người Duy Ngô Nhĩ, và cuối cùng người Ả Rập-cai trị Sogdia. Những tên cướp Uighur thường xuyên gây tai nạn trên tuyến đường đi qua dãy núi Tianshan Mountains. Người Kyrgyz đóng một vai trò quan trọng trong cuộc chiến chống những kẻ cướp này và giữ gìn các tuyến đường thương mại được thông thoáng và an toàn.

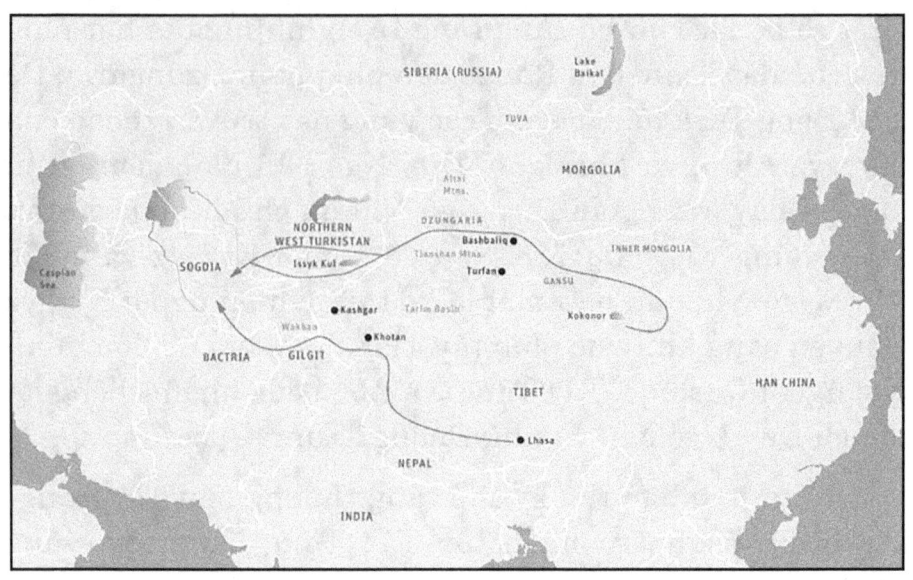

Map Nineteen: Tibetan-Arab Trade Routes

Các thương gia Tây Tạng trên tuyến đường này là những Phật tử, bằng chứng được tìm thấy là các thần chú Phật giáo (những âm tiết thiêng liêng) mà họ đã khắc bằng chữ Tây Tạng trên những tảng đá được tìm thấy gần hồ Lake Issyk Kul thuộc phía đông Kyrgyzstan ngày nay. Họ không phải là đối tượng bị đàn áp tôn giáo hoặc hạn chế trong các vùng đất Hồi giáo tại các ga phía tây cuối cùng của con đường Tơ Lụa Trung Á, nếu không họ sẽ gặp nguy hiểm trên cuộc hành trình. Đây là một dấu hiệu khác cho thấy rằng cuộc thánh chiến năm 815 mà đế chế Caliph al-Ma'mun đánh vào liên minh Tây Tạng-Turki Shahi-Qarluq-Oghuz đã bị dẫn dắt bởi mục tiêu chính trị, không phải là mục tiêu ép buộc cải đạo đối với những người được xem là không tin đạo.

Sau hiệp ước hòa bình với người Tây Tạng và nhà Đường Trung Quốc vào năm 821, người Duy Ngô Nhĩ dần dần trở nên suy yếu do bất hòa nội bộ và những khó khăn bị áp đặt bởi mũi nhọn của Tây Tạng trong việc phân chia lãnh thổ của họ ở Mông Cổ và Dzungaria. Năm 840, sau một mùa đông tuyết rơi dày đặc biệt nghiêm trọng đã tàn sát nhiều người Duy Ngô Nhĩ, bấy giờ người Kyrgyz đã lật đổ đế chế Orkhon ở Mông Cổ, Dzungaria, và vùng phía đông của miền bắc của West Turkistan. Người Kyrgyz sau đó cai trị khu vực từ lãnh thổ của họ ở dãy núi Altai Mountains cho đến khi chính họ đã bị dời đổi bởi người Khitans (Kitan) vào năm 924.

Sự di cư của người Duy Ngô Nhĩ vào Turkistan và Gansu Corridor

Với sự tiếp quản của người Kyrgyz đối với đế quốc của họ, đa số người Duy Ngô Nhĩ thuộc bộ tộc Orkhon di cư về phía nam. Hầu hết họ đi đến Turfan (Qocho), Beshbaliq, và Kucha. Những thành phố lớn này dọc theo hoặc tiếp giáp với biên giới phía bắc của lòng chảo Tarim Basin với văn hóa Tocharian, và phần lớn là người Sogdian và dân tộc thiểu số người Hán thì nơi đây là điểm đến tự nhiên của họ.

Người Duy Ngô Nhĩ đã duy trì một sự hiện diện nhỏ tại Turfan sớm nhất là thế kỷ thứ IV CE, và đã cai trị nó một thời gian ngắn giữa những năm 605 và 630s. Họ đã thường xuyên kiểm soát cả nó và Beshbaliq giữa những năm 790 và 821. Lúc bấy giờ họ đã có một hiệp ước hòa bình với những người Tây Tạng hiện đang cầm quyền hai thành phố chính. Hơn nữa, họ đã có một sự hiện diện tại Kucha từ năm 790 sau khi đã chiếm nó từ nhà Đường Trung Quốc.

Kucha cũng bị tranh chấp bởi lực lượng Qarluqs từ Kashgar và lực lượng Tây Tạng từ Turfan, và không biết thực sự ai đã cai trị vào thời điểm này. Tuy nhiên, ngay cả nếu nó đã được kiểm soát bởi Qarluqs, sau đó vẫn còn các chư hầu danh nghĩa của người Duy Ngô Nhĩ, có lẽ hầu hết những trận chiến liên miên của họ chống lại nhau đến thế kỷ cuối. Người Duy Ngô Nhĩ đã không bị Qarluqs trục xuất và cũng không bị từ chối nhập cảnh. Như vậy, với sự quen thuộc lâu dài với văn hóa đô thị định canh định cư của các quốc gia ốc đảo, nó không phải là khó khăn cho những người tị nạn Duy Ngô Nhĩ để nhập cư ở đây và tạo nên sự chuyển tiếp từ cuộc sống của người du mục.

Có ba nhóm nhỏ hơn thuộc bộ tộc Orkhon Duy Ngô Nhĩ đã không định cư ở các thành phố chính phía Bắc Tarim này. Nhóm lớn nhất trong ba nhóm này di cư đến các thành phố chính của Gansu Corridor mà Tây Tạng đang cai trị,

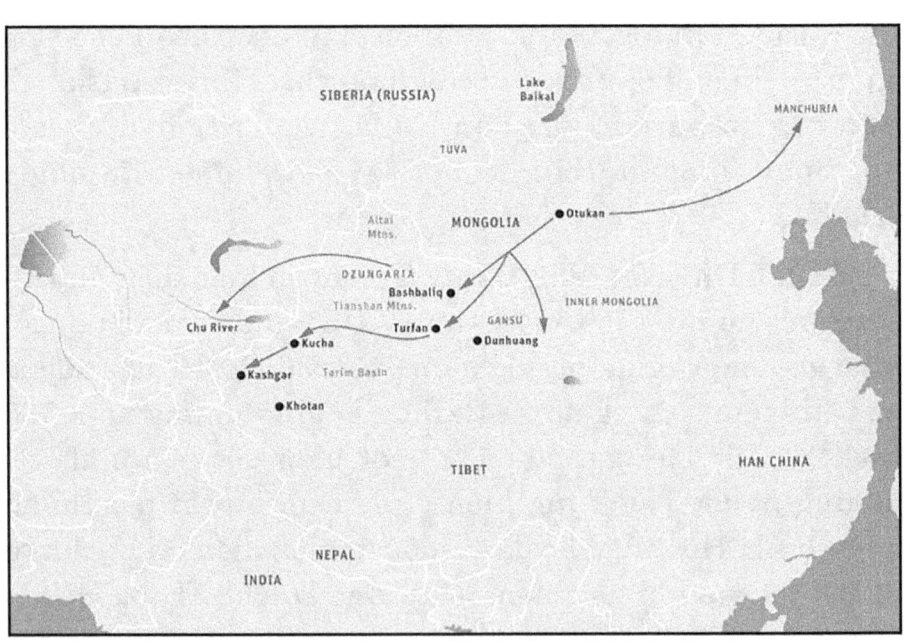

Map Twenty: Dispersion of the Orkhon Uighurs from Mongolia and Dzungaria

và sau này được biết như là người Yugurs Vàng. Một nhóm khác di cư về phía tây từ khu vực miền đông của hướng bắc West Turkistan mà người Duy Ngô Nhĩ kiểm soát và định cư giữa những người Qarluqs tại Chu River Valley ở miền bắc Kyrgyzstan. Nhóm khác nữa thì định cư trong vùng của người Qarluqs tại Kashgar. Và có một nhóm nhỏ đi về phía đông Mãn Châu, đồng hóa một cách nhanh chóng và không thấy được đề cập tiếp tục trong lịch sử.

Tất cả bốn nhóm bộ lạc Duy Ngô Nhĩ đã theo Phật giáo sau khi di định cư. Những người ở trên bờ rìa phía bắc của vùng Tarim Basin đã tiếp nhận người Tocharian / Sogdian / Hán từ Turfan và Kucha, những người ở tại Gansu Corridor có sự pha trộn của Trung Quốc / Tây Tạng, những người trong thung lũng Chu valley với phong cách của người West Turkistani và Sogdian, trong khi những người ở Kashgar có hình vẻ của người Kashgari. Ngoại trừ đối với người Yugurs Vàng, tất cả các bộ lạc của người Duy Ngô Nhĩ (Uighur) khác cuối cùng đã cải sang đạo Hồi nhiều thế kỷ sau. Để hiểu rõ hơn sự năng động của việc đổi đạo đối với người Thổ Nhĩ Kỳ, chúng ta một lần nữa hãy nghiên cứu thêm các lý do đối với sự cải đạo của người Duy Ngô Nhĩ, lúc này từ Ma Ni giáo sang Phật giáo. Chúng ta cần tập trung thảo luận với hai nhóm lớn nhất, người Duy Ngô Nhĩ Qocho (Qoco) và người Yugurs Vàng (Yellow Yugurs).

Sự thân thuộc với Phật giáo của người Duy Ngô Nhĩ trước

Trước khi giới quý tộc Duy Ngô Nhĩ Orkhon cải sang Ma Ni giáo, người Duy Ngô Nhĩ trước đó đã theo Phật giáo khi họ cai trị Turfan trong những năm đầu thế kỷ thứ bảy. Các chiến binh Uighur và thường dân đã duy trì mức kính ngưỡng Phật giáo đặc biệt trong suốt thời gian của Đế chế

Uighur Orkhon. Điều này được chứng minh bằng những lời lẽ chống phá Phật giáo của một số người qaghans Uighur sau đó. Tuy nhiên, những tài liệu Ma Ni giáo của người Duy Ngô Nhĩ của thời kỳ này đã chứa đựng các giáo lý mạnh mẽ của Phật giáo do nền tảng hấp thụ của các dịch giả Sogdian. Hơn nữa, chính tầng lớp quý tộc Duy Ngô Nhĩ đã không phải là hoàn toàn là tín đồ của Ma Ni giáo. Nhiều người cũng theo đức tin Kitô giáo. Một số người lại theo Phật giáo, bằng chứng là vị hoàng đế Tây Tạng, Tri Relpachen, đã ủy nhiệm cho việc phiên dịch nhiều kinh văn Phật giáo từ tiếng Tây Tạng sang tiếng Uighur ngay sau khi hiệp ước hòa bình năm 821. Tuy nhiên, có những lý do khác hơn sự thân hiểu chắc chắn góp phần đối với sự thay đổi tôn giáo của người Duy Ngô Nhĩ.

Việc phân chia của đế chế Tây Tạng

Năm 836, bốn năm trước khi người Kyrgyz tiếp quản lĩnh địa bộ tộc Orkhon Uighur, Hoàng đế Relpachen của Tây Tạng đã bị ám sát bởi người em trai của mình, Langdarma (gLang-dar-ma, r 836 - 842). Nắm lấy ngai vàng, hoàng đế mới tạo nên một áp lực nghiêm trọng đối với Phật giáo khắp Tây Tạng. Nó nhằm mục đích chấm dứt sự can thiệp của Hội đồng Tôn giáo trong chính trị và sự hao hụt kinh tế đã được thực hiện bởi chính sách của vua Tri Relpachen đối với việc ban hành đạo luật ủng hộ quy mô hơn bao giờ hết với các tu viện. Vua Langdarma đóng cửa tất cả các tu viện và buộc các nhà sư cởi bỏ áo tu. Tuy nhiên, Ông ta đã không tàn phá các cơ sở này hoặc các thư viện của họ. Mặc dù không được bước vào văn học kinh điển, Phật giáo vẫn tiếp tục xuyên qua những hành giả Tây Tạng.

Vào năm 842, Langdarma bị ám sát bởi một tu sĩ, theo một học giả, vị tu sĩ này là người đứng đầu Hội đồng Tôn giáo bị phế truất và là trụ trì trước đây của tu viện Samyay. Nội chiến đã xảy ra sau đó với việc thừa kế ngai vàng, dẫn đến sự suy vong của Đế chế Tây Tạng. Trong hai thập kỷ tiếp theo, Tây Tạng dần dần rút khỏi vị trí kiểm soát của mình ở Gansu và Đông Turkistan. Một vài nơi đã trở thành thực thể độc lập chính trị - đầu tiên là Đôn Hoàng, được biết đến như là quốc gia của Guiyijun (Kuei i-chun, 848 - 890s) được cai trị bởi người Hán bản xứ, và rồi đến Khotan (851-1006) được cai trị bởi chính người của nó, hệ thống hoàng gia không bị gián đoạn. Trong những vùng khác, người Hán bản xứ nắm quyền kiểm soát đầu tiên, nhưng không thiết lập một uy quyền mạnh mẽ, chẳng hạn như Turfan, bắt đầu từ năm 851. Tuy nhiên, đến năm 866, các cộng đồng di dân Duy Ngô Nhĩ ở trong sự kiểm soát của người Tây Tạng trước đây đã trở nên đủ mạnh mẽ để thiết lập sự cai trị của chính mình.

Phân chia Chính trị khu vực sau đó của Đông Turkistan và Cam Túc

Vương quốc Qocho Uighur (866-1209) lúc đầu bao gồm vị trí giữa Turfan và Beshbaliq. Cuối cùng, nó kéo dài đến bờ rìa phía bắc của lòng chảo Tarim Basin đến Kucha. Vùng phía đông của vành đai phía nam chạy đến những biên giới của Khotan nơi đã trở thành mảnh đất không có con người, với một vài bộ tộc Tây Tạng ít người ở phía sau. Sự thương mại xuyên qua nó giữa người Hán và Khotan và tiếp tục về hướng tây đến con đường cùng. Vùng Kashgar vẫn còn trong tay Qarluq.

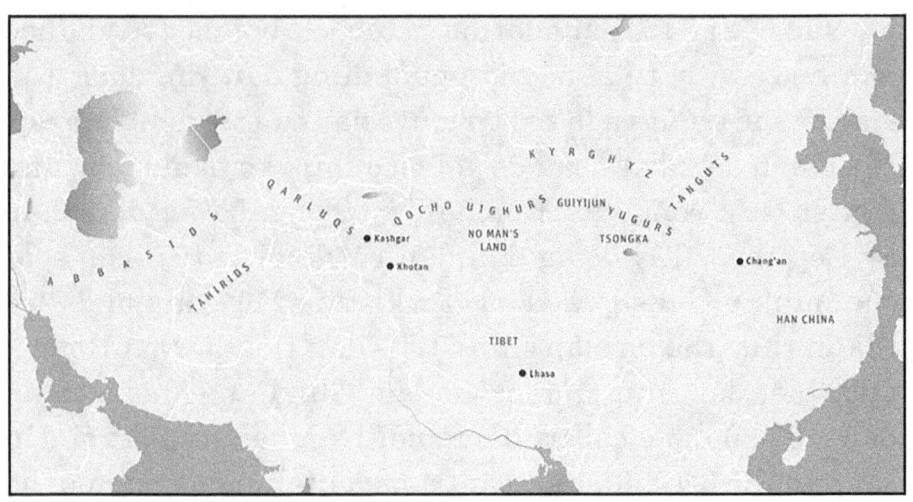

Map Twenty-one: Central Asia, Mid-NinthCentury

Vương quốc Yugur Vàng (866 -1028) đã chiếm cứ tại vùng Gansu Corridor. Guiyijun giúp người nhập cư Duy Ngô Nhĩ thành lập nó thông qua sự viện trợ quân sự để trục xuất những tàn tích còn lại của sự cai trị Tây Tạng. Nhiều người Tây Tạng chạy về miền nam khu vực Kokonor nơi mà họ hầu hết có nguồn gốc từ đó và nơi cuối cùng mà vương quốc Tsongka (Tsong-kha) đã thành lập. Người Yugurs Vàng nhanh chóng chuyển sang các đồng minh của họ với Guiyijun, và chiếm nó từ năm 890.

Một nhóm người khác, người Tanguts, sống trong khu vực và nhanh chóng trở thành một lực lượng chính trong sự phát triển lịch sử. Họ có liên quan đến những người Tây Tạng và lãnh thổ của họ ở phía đông Gansu nơi đã tách người Yugurs Vàng từ người Hán Trung Quốc tại Trường An vào giữa thế kỷ 7, người Tanguts đã chạy trốn khỏi quê hương của họ ở khu vực Kokonor do các cuộc tấn công liên tục của miền trung Tây Tạng và đã được đưa về nơi ẩn náu ở phía đông Gansu dưới sự bảo vệ của nhà Đường. Ở đây, họ đã tiếp nhận Phật giáo lần đầu tiên. Hàng ngũ của họ đã tăng lên trong một thế kỷ sau đó bởi người tị nạn Tangut tiếp tục chạy trốn khỏi hoạt động quân sự Tây Tạng trong khu vực sau cuộc nổi loạn An Lộc Sơn.

Tất cả các khu vực Gansu và Đông Turkistan mà văn hóa Tây Tạng đã lan rộng đã thoát khỏi sự đàn áp Phật giáo của vua Langdarma. Trên thực tế, Nhiều người tị nạn Phật giáo Tây Tạng tìm cách xin tị nạn ở đây và do đó Phật giáo đã hưng thịnh tại các khu vực này khi người Duy Ngô Nhĩ Orkhon đến. Tuy nhiên, phong cách của Phật giáo người Trung Quốc là hình thức chủ yếu, nhưng ảnh hưởng mạnh mẽ thuộc về Tây Tạng, và tại Turfan, yếu tố bản sắc phần lớn là người Sogdian và Tocharian.

Đàn áp Phật giáo tại Trung Quốc

Trong khi đó, Phật giáo bị đàn áp tại Trung Quốc thậm chí còn tồi tệ hơn ở Tây Tạng. Trong vòng thế kỷ sau sự đàn áp của vua Đường Huyền Tông với những cải cách để kiềm chế sức mạnh của Phật giáo, những tu viện Phật giáo Trung Quốc đã một lần nữa nhận được tình trạng miễn thuế. Họ duy trì một nguồn tài lợi của quốc gia không cân bằng...Khi Hoàng đế Võ Tông (Wu-tsung, 841 r - 847) lên ngôi, các quan chức Đạo giáo xúi dục ông ta phá sập chính sách của hoàng đế trước đối với các tu viện Phật giáo. Bị thúc đẩy bởi sự lo âu ghen tị của các quan chức qua tác động của hậu cung đối với chính sách và mối quan tâm của họ đối với nền kinh tế quốc gia, vua Võ Tông đã hành động. Năm 841, ông đã ra lệnh tất cả các tu sĩ bị nghi ngờ có Phật tử nữ và lợi dụng sự mê tín của mọi người phải cởi áo hoàn tục và tất cả tiền bạc của thập phương cúng dường và bất động sản của những tu viện đều bị tịch thu. Trong khi làm như vậy, ông đã hoàn thành vai trò truyền thống của những Hoàng đế miền bắc Trung Quốc là bảo vệ sự thanh tịnh của giáo lý Phật giáo.

Tuy nhiên các Bộ trưởng Đạo giáo đã không hài lòng với động thái này của Hoàng đế. Họ kêu gọi loại bỏ tất cả các sự ảnh hưởng nước ngoài tại Trung Quốc và trở về giá trị và đạo đức truyền thống. Xác định không chỉ có Ma Ni giáo và Kitô giáo, mà Phật giáo cũng là tôn giáo nước ngoài, động thái đầu tiên của họ là chống lại hai tôn giáo trước, dù chúng đã có mặt tại Trung Quốc trên một phạm vị rất hạn chế. Năm 843, các quan chức này đã tác động hoàng đế áp đặt một lệnh cấm toàn bộ Ma Ni giáo và Kitô Nestorian giáo trên khắp đế quốc và trục xuất tất cả các giáo sĩ. Điều này không chỉ ảnh hưởng đến cộng đồng thương gia Sogdian, mà còn với một số ít giới quý tộc Duy Ngô Nhĩ đang lánh nạn tại Trung Quốc. Năm 845, phe Đạo giáo thuyết phục Hoàng đế tiêu diệt tất cả, một số ngôi chùa và tu viện Phật giáo bị tịch thu và đốt tan những hình tượng được làm bằng kim loại quí giá của các ngôi chùa, bắt tất cả Tăng Ni hoàn tục, cấm tất cả các Phật tử phục vụ trên đất tu viện, và chiếm đoạt tất cả tài sản thuộc sở hữu của tu viện.

Phân tích về sự đàn áp

Điều đáng chú ý rằng cuộc đàn áp và ngăn cấm tôn giáo nước ngoài không bao giờ được mở rộng đối với Hồi giáo. Cộng đồng thương gia Hồi giáo đã được giới hạn với các thành phố ven biển của Đông Nam. Họ đã không thường trực trên con đường Tơ Lụa cho đến những thế kỷ về sau. Người Sogdians, Hán, và Tây Tạng đã tiến hành ngành thương mại đó, với những người Duy Ngô Nhĩ thì mong muốn đạt được một sự chia sẻ. Sự cạnh tranh đã khốc liệt và sự thực khắc nghiệt của các bộ trưởng Đạo giáo đó không chỉ nhắm đến Phật tử, nhưng cũng với các tín hữu Kitô Nestoria và Ma ni, điều này cũng chỉ ra rằng mục đích chủ yếu của họ bởi sự lo ngại kinh tế.

Tây Tạng đã lao vào một cuộc nội chiến và hiển nhiên để mất quyền kiểm soát của nó với Gansu và Đông Turkistan. Các đối thủ duy nhất còn lại dành cho khoảng trống quyền lực của người Tây Tạng để lại trên con đường Tơ Lụa là người Duy Ngô Nhĩ và Sogdians. Thực tế rằng cuộc khủng bố đã được nhắm đến duy nhất vào những tôn giáo được kiểm soát bởi người Sogdians, Hán, Tây Tạng và Duy Ngô Nhĩ, và không phải bởi người Ả Rập, Ba Tư, có thể khẳng định rằng trọng tâm chính sách của các viên quan nhà Đường là con đường Tơ Lụa và Trung Á, không phải là South Seas. Nếu cuộc đàn áp tôn giáo ở Trung Á đã không được thi hành vì những lý do chính trị, nó phải vì mối quan tâm kinh tế, và hầu như không bao giờ đặt trên cơ sở tinh thần hoặc học thuyết.

Kết quả

Sau cái chết của Wuzong vào năm 847, Hoàng đế mới -Tuyên Tông (r. 847 - 860), đã hủy bỏ các nhà lãnh đạo Đạo giáo và ngay sau đó đã cho phép Phật giáo phục hồi. Tuy nhiên, hầu hết các tông phái Phật giáo Trung Quốc đã không thể tồn tại sau sự khủng bố nghiêm trọng này. Chỉ có Chan (Zen Nhật Bản) và tông phái Tịnh Độ phục hồi được, vì vị trí của Tịnh Độ Tông vốn nằm trong các vùng núi xa xôi của phía tây Trung Quốc và thiếu sự phụ thuộc vào hệ thống tu viện, và sau đó nhờ tính phổ biến, dành cho tầng lớp bình dân của nó.

Khi quyền lực của triều đại nhà Đường đã suy tàn cho

đến khi sự kết thúc của nó vào năm 907 và Trung Quốc tách ra trong giai đoạn Ngũ Đại (907-960), người Trung Quốc đã bị mất tất cả ảnh hưởng tác động ở Trung Á. Chiến lược của các Bộ trưởng Đạo giáo để loại bỏ sự cạnh tranh trên con đường Tơ Lụa và đạt được lợi thế kinh tế cho nhà Đường Trung Quốc đã kết thúc trong thất bại.

Tác động của sự phát triển về việc cải sang Phật giáo của người Duy Ngô Nhĩ (Uighurs)

Đây là bối cảnh chính trị và kinh tế mà sau đó người Duy Ngô Nhĩ Orkhon đã thay đổi tôn giáo từ Ma Ni giáo sang Phật giáo. Như với người Đông Thổ Nhĩ Kỳ đổi từ Shaman giáo sang Phật giáo và rồi trở lại, và việc cải đạo trước đó của người Duy Ngô Nhĩ từ Shaman giáo sang Phật giáo và sau đó Ma Ni giáo, có ba yếu tố chủ yếu đã ảnh hưởng đến sự thay đổi và sự lựa chọn tôn giáo. Đầu tiên là sự cần thiết cho một lực lượng thống nhất để tập hợp những người đứng sau một triều đại mới. Thứ hai là tìm kiếm sức mạnh siêu nhiên để hỗ trợ cho sự cai trị mới, dựa trên việc đánh giá sự thành công của các tôn giáo khác nhau trong việc đối đầu với các chế độ ngoại bang khác. Thứ ba là sự ưu tiên hàng đầu về việc đạt được lợi ích kinh tế từ sự kiểm soát các con đường Tơ Lụa thương mại.

Người Duy Ngô Nhĩ Qocho và Yugurs Vàng đã bắt đầu không chỉ là triều đại mới, nhưng cũng có những cách thức mới của cuộc sống như là cư dân đô thị của những ốc đảo. Ma Ni giáo đã biểu lộ sự phá sản khi một tôn giáo nhà nước có khả năng cung cấp sức mạnh siêu nhiên để duy trì đế chế Orkhon trước đây của họ. Họ cần một tôn giáo mới xung quanh nó để tập hợp và cung cấp cho họ với sự hỗ trợ phi thường cần thiết để tạo nên quá trình chuyển đổi thành công.

Đế chế Tây Tạng vừa sụp đổ và nhà Đường Trung Quốc cũng đã là trước sự tan rã. Người Duy Ngô Nhĩ đã chiến đấu chống lại cả hai trước đó và biết điểm mạnh và điểm yếu của họ. Từ quan điểm của người du mục Shaman, sự thất bại của cả hai chỉ có thể duy nhất do cuộc đàn áp mà họ đối với Phật giáo trước đó. Đế chế Tây Tạng và nhà Đường Trung Quốc đã xúc phạm những vị thần linh Phật giáo và đã mất đi sự ủng hộ của họ. Sức mạnh siêu nhiên của Phật giáo đã được chứng minh rõ ràng. Một thế kỷ trước người Duy Ngô Nhĩ đã quyết định rằng những thất bại của hoàng đế Đường bởi Abbasids và cuộc nổi loạn An Lộc Sơn đều do sự yếu kém của Phật giáo (sau cuộc đàn áp của Huyền Tông) và vì vậy họ đã trở về đức tin Ma Ni giáo. Tuy nhiên, quá trình của sự kiện đã chỉ ra rằng sự đánh giá của họ đã bị nhầm lẫn.

Hơn nữa, cả Tây Tạng và nhà Đường Trung Quốc bấy giờ đã bị cắt bỏ từ con đường Tơ Lụa và quá yếu kém để kiểm soát sự thương mại béo bở của mình, bởi nó vẫn chủ yếu nằm trong tay của Sogdians. Nhiều người phật tử tị nạn của miền trung Tây Tạng và Trung Quốc chạy trốn khỏi cuộc đàn áp ở vùng đất của chính họ, đã đổ xô đến các lãnh thổ xuyên qua phía đông của con đường Tơ Lụa đã trải dài, cụ thể là Turfan, Guiyijun, Gansu Corridor, khu vực người Kokonor thuộc đông bắc Tây Tạng, và lãnh thổ Tangut. Đây là vì Phật giáo tiếp tục phát triển mạnh trong tất cả các khu vực này mà không có sự gây trở ngại của chính phủ. Như vậy, Phật giáo rõ ràng mạnh mẽ hơn dọc theo vùng phía đông của con đường Tơ Lụa hơn là Ma Ni giáo hoặc Kitô giáo. Hơn nữa, cả Tây Tạng và nhà Đường Trung Quốc vừa kết thúc giai đoạn khủng bố Phật giáo, những người theo đức tin Phật giáo dọc theo con đường Tơ

Lụa mà không có một sự bảo trợ của hoàng gia mạnh mẽ. Các tu viện và Phật tử đều hoan nghênh một nhà lãnh đạo tôn giáo gánh vác vai trò này.

Vì vậy, kể từ khi Phật giáo được thành lập và ổn định thật sự ở Đông Turkistan và Gansu, không chỉ với người Sogdians, nhưng cũng với các dân tộc Trung Á khác trong khu vực, và kể từ khi nhiều người Duy Ngô Nhĩ đã quen thuộc với nó, đặc biệt là những người đã sống trong các khu vực này, Phật giáo là sự lựa chọn tôn giáo hợp lý đối với người Duy Ngô Nhĩ Qocho và các hoàng tử Yugur Vàng. Trở thành người ủng hộ Phật giáo sẽ đặt họ ở vị trí mạnh nhất để được chấp nhận như những lãnh chúa và người bảo vệ con đường Tơ Lụa. Vì thế, các nhà lãnh đạo của cả hai vương quốc đã dùng danh xưng "hoàng tử Bồ Tát" mà những nhà cai trị Duy Ngô Nhĩ trước đã dùng một thế kỷ rưỡi trước đó khi họ đã kiểm soát vùng Turfan xưa kia.

Với sự trợ giúp của đa ngôn ngữ Sogdians, người Duy Ngô Nhĩ đã bắt đầu dịch các kinh điển Phật giáo sang ngôn ngữ của họ, không phải từ các phiên bản Sogdian, nhưng từ các văn bản Trung Quốc và Tocharian, vay mượn các yếu tố từ các bản dịch của ngôn ngữ Old Turk trước. Người Sogdians đã không phiên dịch từ văn bản của chính họ có lẽ vì họ muốn duy trì bản sắc văn hóa độc đáo của họ và không trở thành bị mất trong một nền văn hóa Phật giáo Duy Ngô Nhĩ mà tất cả mọi người theo cùng một truyền thống Kinh điển.

Vị trí của Hồi giáo vào cuối thời kỳ Abbasid trước

Vào giữa thế kỷ thứ chín khi Abbasid Caliphate bắt đầu mất sự kiểm soát trực tiếp tại Trung Á, Hồi giáo tiếp tục bị giới hạn tại đây với Sogdia. Nó đã được còn trong số các con cháu người Ả Rập và người dân địa phương đã chấp nhận đức tin ngoài quyền lực, nhưng chủ yếu là do sự hấp dẫn với văn hóa Hồi giáo. Khi đế chế Abbasids đã khởi động cuộc thánh chiến (jihads) chống lại Saurashtra và Kabul, mặc dù đối thủ của họ là Phật tử, các cuộc chiến tranh thần thánh của họ đã không nhằm mục đích tiêu diệt Phật giáo. Trong cả hai trường hợp, các nhà lãnh đạo Hồi giáo đã nhầm lẫn sự nâng đỡ của Phật giáo cho việc chống Abbasid Musalemiyya và phiến quân Manichaean Shiite. Hầu hết, các đế chế Abbasids đã hài hòa với Phật giáo và duy trì mối quan hệ thương mại và văn hóa với các quốc gia Phật giáo.

Trong những thập kỷ sau, đã xảy ra một sự thay đổi lớn khi Trung Á đặt dưới sự cai trị của các dân tộc khác nhau gốc Thổ Nhĩ Kỳ. Một số quốc gia Thổ Nhĩ Kỳ chấp nhận Hồi giáo bởi vì các nhà lãnh đạo của họ đã là những thủ lĩnh quân sự nô lệ dưới đế chế Abbasids và đã giành được sự tự do của mình bằng cách chuyển đổi sang đạo Hồi. Tuy nhiên, một trong số chúng, quốc gia Qarakhanid, tự nguyện chấp nhận Hồi giáo với nhiều lý do giống người dân Thổ Nhĩ Kỳ trước đó, chẳng hạn như người Đông Thổ Nhĩ Kỳ và người Duy Ngô Nhĩ đã thay đổi tôn giáo và cải sang Phật giáo, Saman giáo, hoặc Ma Ni giáo. Trước hết đối với tư tưởng của những nhà lãnh đạo Thổ Nhĩ Kỳ là vấn đề sức mạnh siêu nhiên để hỗ trợ quốc gia của họ và chiến lược địa lý chính trị để đạt được quyền kiểm soát về con đường thương mại Tơ Lụa. Sự lan rộng hơn của Hồi giáo vào khu vực Trung Á và Ấn Độ và sự giao thoa của nó với Phật giáo trong hai các khu vực này sẽ trở nên dễ hiểu hơn trong bối cảnh đó.

Phần III: Sự truyền đạo của Hồi giáo xuyên qua các bộ tộc Thổ Nhĩ Kỳ (840 - 1206 CE)

13. Sự thành lập những đế chế mới tại Trung Á

Sự thành lập đế chế Qarakhanid

Khi người Thổ Nhĩ Kỳ Orkhon Uighur được điều khiển từ Mông Cổ bởi sự tiếp quản của Kyrgyz vào năm 840 CE, họ bị mất sở hữu lãnh địa thiêng liêng- ngọn núi vàng Otukan gần thủ đô xưa của họ, Ordubaliq. Theo tín ngưỡng Manichaean Tengrian và Phật giáo trước kia của người Turks, bất cứ ai kiểm soát ngọn núi này là những nhà cai trị học thuyết của toàn bộ thế giới Thổ Nhĩ Kỳ. Chỉ có ông ta và con cháu ông ta mới có thẩm quyền tinh thần để chấp nhận danh xưng qaghan, và chỉ có bộ lạc của ông ta mới có thể cung cấp các nhà lãnh đạo chính trị cho các bộ lạc Thổ Nhĩ Kỳ khác. Các lực lượng tâm linh (qut) đại diện cho vận mạng của Thổ Nhĩ Kỳ như một toàn thể cư trú trong ngọn núi này và sẽ hiện thân trong qaghan như là lực lượng quan trọng của chính ông ta hoặc sức mạnh lôi cuốn với việc chịu trách nhiệm cho sự thành công hay thất bại của mình.

Các nhà lãnh đạo của hai vương quốc lớn được thiết lập bởi những người tị nạn Duy Ngô Nhĩ, người Duy Ngô Nhĩ Qocho ở hướng bắc Tarim Basin và người Yugurs Vàng ở Gansu Corridor đã không hội đủ điều kiện cho danh xưng chính trị-tôn giáo này kể từ khi lãnh địa của họ đã không mở rộng đến Mông Cổ. Từ khi người Kyrgyz thuộc về chủng tộc Mông Cổ và đã không nói tiếng gốc Thổ Nhĩ Kỳ, họ cũng không làm nhà cai trị Hyrgyz của chính Mông Cổ. Họ là những người của vùng rừng Siberian, không phải của thảo nguyên, và không tin vào sự thiêng liêng của Otukan.

Tuy nhiên có một ngọn núi thiêng liêng thứ hai, Balasaghun, trên sông Chu River ở miền bắc Kyrgyzstan gần Lake Issyk Kul. Nó được dưới sự kiểm soát của Western Turks, những người đã xây dựng nhiều tu viện Phật giáo trên các sườn dốc của nó. Khi ngọn núi nằm trong lãnh thổ Qarluq Turk, nhà cai trị Qarluq, Bilga Kul Qadyr, vào năm 840 tuyên bố mình là "qaghan", nhà lãnh đạo hợp pháp và bảo vệ của tất cả các bộ lạc gốc Thổ Nhĩ Kỳ, và đổi tên vương quốc và triều đại của ông ta thành Qarakhanid (Karakhanid).

Ngay sau khi thành lập, Đế chế Qarakhanid chia làm hai. Chi nhánh phía tây có thủ đô của nó tại Taraz trên Talas River và bao gồm các thành phố lớn của Kashgar với phía đông nam, xuyên qua dãy núi Tianshan ngay cuối cực tây của lưu vực Tarim Basin. Việc phân chia phía đông, đến phía bắc qua dãy Kyrgyz Range được tập trung xung quanh ngọn núi linh thiêng của Balasaghun trên Chu River.

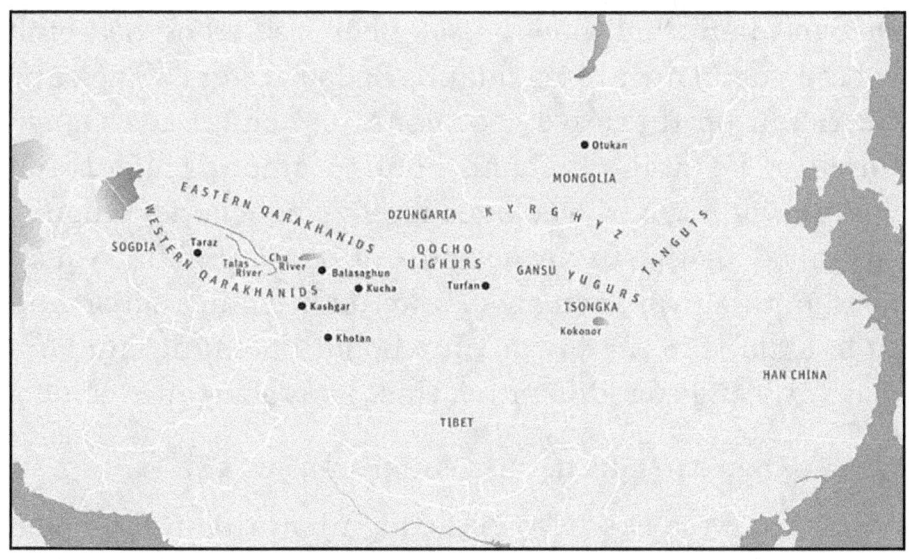

Map Twenty-two: Northern Central Asia, Approximately 850 CE

Quan hệ giữa Qarakhanids và Uighurs

Trong suốt giai đoạn của họ (840 - 1137), những đế chế Qarakhanids không bao giờ phát động một chiến dịch quân sự chống lại những lãnh chúa cũ của mình-đế chế Duy Ngô Nhĩ (Uighurs), mặc dù trước đó, như Qarluqs, họ đã thường xuyên chiến đấu. Hai trong số bốn cộng đồng tị nạn Orkhon Uighur là rất nhỏ và đã định cư ở trong đế chế Qarakhanid - tại Kashgar và dọc theo thung lũng Chu River Valley. Không rõ vì lý do gì họ trở nên đồng hóa, hoặc nếu có thể họ duy trì chính mình như là dân tộc thiểu số nước ngoài. Tuy nhiên, các đế chế Qarakhanids đã duy trì một sự cạnh tranh văn hóa với hai dân tộc khác, nhiều nhóm lớn hơn, người Duy Ngô nhĩ Qocho và người Yugurs Vàng. Họ cố gắng dùng văn hóa khác, với mục đích phi quân sự để đạt được uy thế cho mình.

Bộ lạc Duy Ngô Nhĩ Qocho đã trở thành đô thị hóa cao trong các ốc đảo phía bắc của Tarim Basin. Từ bỏ những truyền thống quân sự ngày xưa với những thảo nguyên và tiếp nhận Phật giáo, họ sống chủ yếu trong hòa bình với các vương quốc xung quanh. Bộ lạc Yugurs Vàng cũng trở thành đô thị hóa ở các thành phố chính của Gansu Corridor, họ cũng trở thành Phật tử, nhưng chiến tranh gần như liên tục với các nước láng giềng của họ-Tanguts, với phía đông tiếp tục đe dọa họ. Các bộ lạc Uighur có quan hệ thân thiện với Trung Quốc, kể từ khi những người định cư bản địa Hán tại đây đã giúp họ lật đổ những cựu lãnh đạo Tây Tạng của khu vực và thiết lập vương quốc của họ.

Quan hệ ban đầu giữa đế chế Qarakhanids và Tây Tạng

Hai dân tộc Duy Ngô Nhĩ cùng nhau thành lập nhóm Thổ Nhĩ Kỳ duy nhất vào thời điểm đó với một ngôn ngữ viết và một nền văn hóa cao mà họ đã đạt được với sự giúp đỡ của các thương nhân Sogdian và các tu sĩ sống trong cả hai lãnh địa của họ. Người Qarakhanids thiếu những phẩm chất này, mặc dù sự kiểm soát của họ ở Kashgar, cũng có một sự hiện diện Sogdian. Tuy nhiên, với chủ hữu vùng Balasaghun, họ đã có một sự tuyên khai mạnh mẽ cho sự lãnh đạo của của dân tộc Thổ Nhĩ Kỳ.

Qarakhanids duy trì pháp tục ủng hộ sự pha trộn của Phật giáo, Thổ Nhĩ Kỳ Shaman giáo, và Tengrism giống như người Western Thổ Nhĩ Kỳ trước họ. Họ cũng tiếp tục quan hệ hữu nghị truyền thống với cựu đồng minh, quân sự lâu dài với Tây Tạng. Sau này, mặc dù chính trị suy yếu, họ vẫn tạo nên một sự ảnh hưởng văn hóa mạnh mẽ vào các lãnh thổ trực tiếp ở hướng đông của Qarakhanids. Với hơn một thế kỷ sau vụ ám sát của Langdarma vào năm 842, Tây Tạng là ngôn ngữ quốc tế của thương mại và ngoại giao được sử dụng từ vùng Khotan đến Gansu. Do sự chiếm đóng dài hạn của Tây Tạng đối với khu vực, nó chỉ là ngôn ngữ địa phương thông thường. Nhiều kinh văn Phật giáo của người Hán và người Duy Ngô Nhĩ đã được chuyển thành chữ Tây Tạng để sử dụng rộng rãi nhất, một số tác phẩm thậm chí được tài trợ bởi hoàng gia Kyrgyz.

Vương quốc Saffarid

Bằng sự biểu hiện liên kết chặt chẽ hơn giữa Qarakhanids và Tây Tạng, sau sự đàn áp của Langdarma đối với truyền thống tu viện Phật giáo, ba nhà sư tại miền trung Tây Tạng đã trốn thoát cuộc đàn áp bằng cách đi băng qua phía tây Tây Tạng và chấp nhận tị nạn tạm thời trên lãnh thổ Qarakhanid của Kashgar. Người Qarakhanids đã thông cảm với hoàn cảnh của họ, và Phật giáo đã đủ ổn định trong khu vực đó giúp họ cảm giác an toàn. Các nhà sư tiếp tục về phía đông, hầu hết dọc theo bờ rìa phía nam của vùng lòng chảo Tarim Basin, và hướng dẫn nhiều đồng bào của họ tại Gansu, cuối cùng họ định cư tại khu vực Kokonor thuộc đông bắc Tây Tạng, nơi mà vương quốc Tsongka Kingdom sớm được thành lập. Họ chịu trách nhiệm cho sự sống còn của hệ thống truyền thừa của các tu sĩ và được hồi sinh ở trung Tạng từ Tsongka một thế rưỡi sau đó.

Sau khi Tướng Tahir thành lập nhà nước Tahirid tại Bactria năm 819, tiếp theo nhà lãnh đạo Hồi giáo địa phương tuyên bố quyền tự trị dưới đế chế Abbasids là Yaqub bin al-Saffar, người thành lập triều đại Saffarid (861-910) từ thành trì của mình ở Sistan, đông nam Iran. Ông ta là một nhà thống lãnh quân sự cực kỳ tham vọng, trong năm 867 khởi hành chinh phục tất cả vùng Iran. Năm 870, lực lượng Saffarids của ông ta xâm chiếm Kabul. Đối mặt với sự thất bại kế tiếp, những nhà lãnh đạo cuối cùng của Phật giáo Shahi Turki đã bị lật đổ bởi giáo sĩ Bà La Môn của ông ta-Kallar, người đã từ bỏ Kabul với Saffarids và thành lập triều đại Hindu Shahi (870-1015) tại Gandhara và Oddiyana.

Nhà lãnh đạo Saffarid đánh cướp những tu viện của Kabul Valley và gửi những bức tượng Phật từ những tu viện này đến vua Abbasid caliph như là chiến lợi phẩm chiến tranh tại Baghdad. Sự chiếm đóng của những chiến binh Hồi giáo này tại Kabul là đòn khốc liệt đầu tiên chống lại Phật giáo tại đây. Sự thất bại trước đó và sự cải sang Hồi giáo của Kabul Shah vào năm 815 chỉ có tác động nhỏ trên tình trạng chung của Phật giáo trong khu vực.

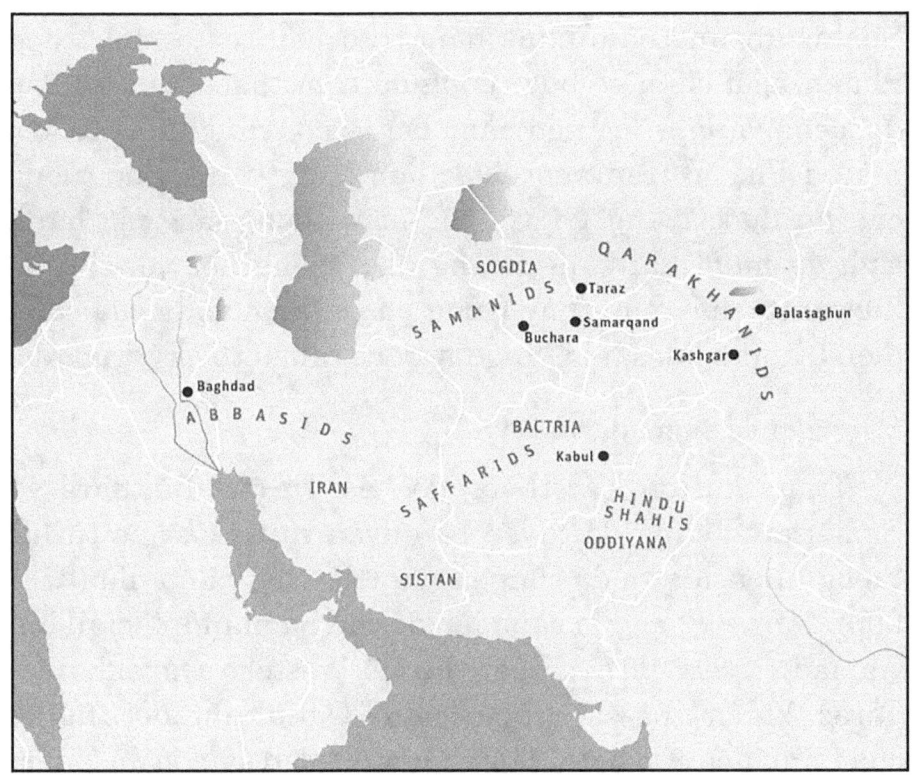

Map Twenty-three: Southern Central Asia, End of the Ninth Century

Lực lượng Saffarids tiếp tục chiến dịch chinh phục của họ và phá hủy vùng bắc, chiếm Bactria và đánh bật lực lượng Tahirids trong năm 873. Tuy nhiên, vinh quang của họ thì thật ngắn ngủi. Năm 879, Binh lính Shahis Hindu lấy lại quyền kiểm soát của khu vực Kabul. Họ bảo trợ cả Ấn Độ giáo và Phật giáo qua quần chúng của họ, và Phật giáo được hồi sinh bao trùm cả khu vực.

Các tu viện Phật giáo tại Kabul nhanh chóng khôi phục lại sự sang trọng và vinh quang từ quá khứ của chúng. Asadi Tusi, trong tác phẩm Garshasp Name của ông ta viết vào năm 1048, mô tả tu viện Subahar được tìm thấy bởi lực lượng Ghaznavids khi họ chiếm Kabul từ Hindu

Shahis khoảng năm mươi năm trước đó. Nó là một trong những ngôi chùa có bức tường đá cẩm thạch, cửa ra vào được mạ vàng, sàng nền bằng bạc, và ở trung tâm của nó, một vị Phật ở trên ngôi được làm bằng vàng. Bức tường của nó được trang trí với các biểu tượng của các hành tinh và mười hai cung hoàng đạo, giống hệt với chủ đề Zurvanite được tìm thấy trong phòng ngai vàng của cung điện Iranian Sassanid -Taqdis trong nhiều thế kỷ trước đó.

Vương quốc Samanid và Buyid

Trong khi đó, các thống đốc Ba Tư của Bukhara và Samarkand cũng đã tuyên bố quyền tự trị của họ từ lực lượng Abbasids và đã sáng lập ra triều đại Samanid (874-999). Năm 892, người sáng lập đế chế Samanid, Ismail bin Ahmad (r. 874-907) chiếm thủ đô Western Qarakhanid, Taraz, khiến nhà cai trị của nó là Oghulcahq dời thủ đô của mình đến Kashgar. Ismail bin Ahmad sau đó đã chiếm Bactria từ lực lượng Saffarids vào năm 903, khiến cho những nhà cai trị khắc nghiệt Saffarid rút lui vào miền trung Iran.

Người Samanids đã nâng cao trở lại với truyền thống văn hóa của Iran, nhưng duy trì sự trung thành chính trị với người Ả Rập. Họ là những người đầu tiên viết Tiếng Ba Tư trong văn bản Ả Rập và đã làm phát triển văn học Ba Tư. Ở đỉnh cao quyền lực của họ, dưới thời Nasr II (r. 913-942), nền hòa bình đã hưng thịnh tại Sogdia và Bactria, với một mức độ cao của văn hóa.

Người Samanids thuộc giáo phái Sunni, nhưng Nasr II cũng có cảm tình với giáo phái Shiite và Ismaili. Ông ta cũng hòa bình với Phật giáo, thực tế được chứng minh rằng những hình ảnh Đức Phật được chạm khắc vẫn được thực hiện và được bán tại thủ đô Samanid của Bukhara trong thời gian này. Người Samanids lại còn cảm thông với nhiều sự bức hại đối với người Ma Ni giáo, và nhiều người lánh nạn được tìm thấy tại Samarkand trong thời gian cai trị của họ.

Nhóm tôn giáo duy nhất cảm thấy không được hoan nghênh là Zoroastrians, những tín đồ của của người sáng lập Samanid trước khi ông ta cải sang Hồi giáo. Một cộng đồng lớn của họ đã di cư đến Ấn Độ, đến Gujarat bằng đường biển vào năm 936. Ở đây, họ đã được biết đến như những tín đồ Parsis (tín đồ giáo phái thờ lửa). Ngay sau đó, người kế nhiệm của Nasr II, Nuh ibn Nasr (r. 943-954), đã đàn áp khốc liệt giáo phái Ismaili của Hồi giáo.

Trong suốt thời gian này, lực lượng Abbasid caliphs ở Baghdad đã yếu hơn bao giờ hết. Ngay sau khi sự sụp đổ của Saffarids vào năm 910, lực lượng Buyids đã thành lập triều đại cai trị của họ phần lớn tại Iran (932-1062). Đế chế Buyids là tín hữu của Shiite, và trong suốt triều đại của họ, họ kiểm soát Baghdad caliphs một cách có hiệu quả. Họ tiếp tục hỗ trợ sự quan tâm của Abbasid với sự nghiên cứu của nước ngoài, nhưng đặc biệt là khoa học. Năm 970, một nhóm học giả Baghdad được biết qua tác phẩm "Huynh Đệ của Sự Tinh Khiết (Ikhwanu's-Safa)" được xuất bản với bộ một bách khoa toàn thư năm mươi tập bao gồm tất cả các lĩnh vực của kiến thức đương đại, những nguồn tài liệu được dịch từ tiếng Hy Lạp, Ba Tư, và Ấn Độ.

Đế chế Khitan

Trong khi đó, một đế chế quan trọng khác đang phát triển ở phía tây nam Mãn Châu đã nhanh chóng tác động cán cân quyền lực ở Trung Á. Đây là đế chế Khitans.

Nhà lãnh đạo Apaochi (872-926) đã thống nhất các bộ lạc Khitan khác nhau trong khu vực và tuyên bố mình là "khan" vào năm 907, một năm sau sự sụp đổ của triều đại nhà Đường Trung Quốc. Đế chế Khitans theo một sự pha trộn của truyền thống Phật giáo Trung Quốc và Hàn Quốc cùng với hình thức bản địa của Shaman giáo. Apaochi đã xây dựng một ngôi chùa Phật giáo Khitan trong năm 902, và năm 917 tuyên bố Phật giáo là quốc giáo.

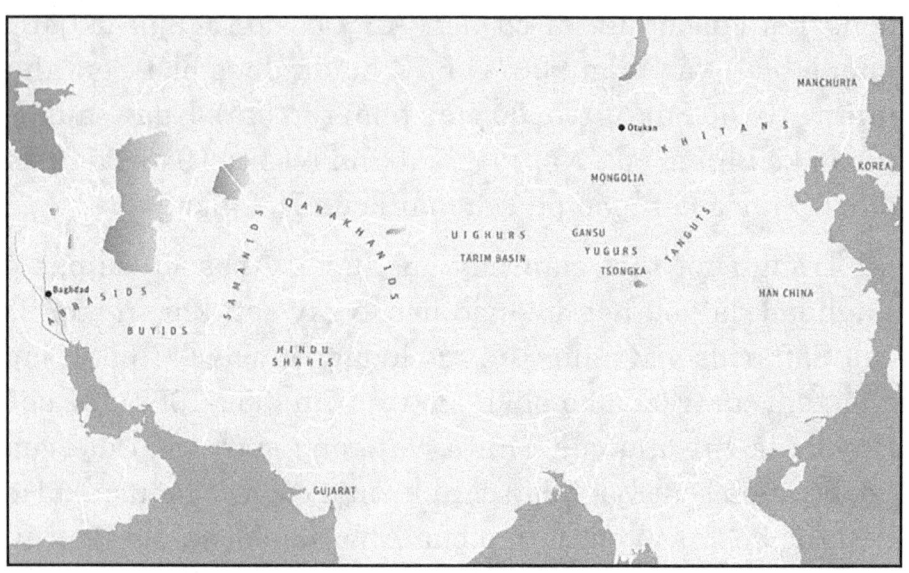

Map Twenty-four: Central Asia, Early Tenth Century

Người Khitans là nhóm được biết đầu tiên nói tiếng Mông Cổ. Họ đã có một nền văn minh phát triển cao với các kỹ năng đặc biệt trong kim loại. Với mong muốn giữ một bản sắc riêng biệt cho dân tộc của mình, vào năm 920, Apaochi đã ra lệnh thành lập chữ viết cho ngôn ngữ Khitan, theo mô hình mẫu tự của người Trung Quốc, nhưng phức tạp hơn nhiều. Trong những thế kỷ sau, nó trở thành căn bản cho hệ thống chữ viết của người Jurchen và Tangut.

Năm 924, Apaochi Khan lật đổ đế chế Kyrgyz và chiếm Mông Cổ. Tuy nhiên, ông có đầu óc rất phóng khoáng, và dung nạp các tín hữu Kitô giáo và Ma Ni giáo còn lại ở đây sau khi người Duy Ngô Nhĩ Orkhon ra đi. Ông cũng mở rộng quyền bá chủ của mình đến Gansu Corridor và phía bắc Tarim Basin, nơi mà người Yugurs Vàng và người Duy Ngô Nhĩ Qocho đã quy phục một cách hòa bình và trở thành những quốc gia chư hầu. Năm 925, ông ta đã tiếp nhận chữ viết Uighur như chữ thứ hai, đơn giản hơn chữ viết Khitan. Thậm chí ông ta còn mời hai nhóm người Duy Ngô Nhĩ trở về với những vùng đất thảo nguyên của họ. Tuy nhiên, Họ đã chấp nhận một đời sống ổn định ở đô thị và có lẽ cũng lo sợ người Khitan tiếp quản toàn bộ con đường Tơ Lụa trong sự vắng mặt của họ, cả người Duy Ngô Nhĩ và Yugurs đều từ chối.

Đế chế Khitan nhanh chóng mở rộng theo nhiều hướng. Ngay sau đó, nó bao gồm tất cả vùng Mãn Châu, một phần của phía Bắc Hàn Quốc, và một vùng rộng lớn của vùng đông bắc và hướng bắc Trung Quốc. Những người kế thừa Apaochi đã tuyên lập triều đại Liêu (947-1125), là một đối thủ và kẻ thù liên tục của triều đại Bắc Tống Trung Quốc (Song Dynasty 960-1126). Người thừa kế sau đã thành công trong việc tái thống nhất lãnh thổ Trung Quốc sau nửa thế kỷ của sự phân mảnh.

Mặc dù giới quý tộc Khitan chiếm đóng lãnh thổ Trung Quốc và hầu hết đã trở thành Trung Quốc hóa, những người Khitans bên ngoài Trung Quốc tiếp tục duy trì bản sắc văn hóa và phong tục riêng của họ. Các nhà lãnh đạo Khitan luôn luôn duy trì triều đình và trung tâm sức mạnh quân sự của mình ở tây nam Mãn Châu. Họ chỉ giao thoa đãi bôi bên ngoài đối với nghi lễ Nho giáo thay vì nhấn mạnh những phong tục mạnh mẽ của Phật giáo mà họ đã pha trộn với các niềm tin truyền thống Shaman giáo của họ. Dần dần, giá trị Phật giáo chiếm ưu thế. Việc cúng tế người tại lăng mộ hoàng đế Khitan được ghi nhận cuối cùng vào năm 983. Hoàng đế Khitan, Xingzang (Hsing-Tsang) sau khi đã quy y Phật giáo vào năm 1039 và ra lệnh cấm giết ngựa và bò tại tang lễ vào năm 1043.

Từ khi các đế chế Khitans đã quen thuộc với Phật Giáo Trung Hoa trong nhiều thế kỷ trước khi tuyên lập triều đại của họ và cũng bởi vì nền văn học Phật giáo rộng lớn nhất đã có sẵn trong ngôn ngữ Trung Quốc, nền văn minh của người Hán nhanh chóng làm lu mờ cá yếu tố văn hóa Duy Ngô Nhĩ (Uighur) như ảnh hưởng chính của ngoại bang trên xã hội Khitan. Người Duy Ngô Nhĩ Qocho và Yugurs Vàng cảm thấy ngày càng xa rời. Sau đó, trong khi vẫn duy trì quan hệ ngoại giao và thương mại với lãnh chúa của họ-đế chế Khitans, họ đã theo đuổi một tiến trình tự trị hơn. Tuy nhiên, Họ không bao giờ nổi loạn, có lẽ vì một số lý do. Lực lượng Khitans có ưu thế quân sự. Người Duy Ngô Nhĩ và Yugurs sẽ không có khả năng đánh bại họ, ngược lại họ có thể, và có được lợi ích từ việc có họ (các chư hầu) như là những người bảo vệ. Hơn nữa, cả hai nhóm người Duy Ngô Nhĩ, mặc dù đã theo Phật giáo, chắc chắn vẫn còn để đôi mắt của họ trên ngọn núi thiêng Otukan ở Mông Cổ, dưới sự kiểm soát của Khitan, và không muốn mất tất cả sự liên lạc với nó. Phật giáo Uighur, giống như những người tiền bối Old Turk với hình thức Khitan song song của nó, kết hợp những yếu tố Tengrian và Shaman giáo thành tín ngưỡng.

14. Thành lập hai quốc gia Phật giáo Thổ Nhĩ Kỳ đầu tiên

Việc cải đạo của bộ lạc Qarakhanids sang Hồi giáo

Trong thời gian từ năm 930, Nasr bin Mansur, một thành viên nổi bật của hoàng gia Samanid đào ngũ sang đế chế Western Qarakhanids và được nhậm chức như thống đốc của Artuch, một vùng nhỏ ở phía bắc của Kashgar. Ông ta rõ ràng đã cố gắng xâm nhập vào phía sau phòng tuyến Qarakhanid để có điều kiện mở rộng thêm đế quốc Samanid. Là một tín hữu Hồi giáo, Samanid ra lệnh cho một nhà thờ Hồi giáo đầu tiên được xây dựng ở Artuch tại Tarim Basin. Khi Satuq, cháu trai của Oghulchaq- nhà lãnh đạo Western Qarakhanid đến thăm khu vực này, ông đã phát khởi sự thích thú trong tôn giáo mới và rồi cải đạo.

Theo sử liệu Hồi giáo, khi Satuq cố gắng để thuyết phục chú của mình thay đổi tôn giáo, sau đó bị kháng cự và dẫn đến một cuộc đụng độ kéo dài. Người cháu trai cuối cùng lật đổ chú của mình và tự xưng Satuq Bughra Khan. Với tuyên ngôn Hồi giáo sunni là một quốc giáo, người Western Qarakhanids thuộc Kashgar đã trở thành người đầu tiên của bộ lạc Thổ Nhĩ Kỳ chính thức chấp nhận tín ngưỡng Hồi giáo. Sự kiện này xảy ra vào những năm cuối thập niên 930.

Phân tích động cơ đối với việc cải Đạo

Mặc dù lòng hăng say đối với đạo có thể đã thúc đẩy hành động của Satuq, chắc chắn ông ta còn có thêm một lý do tham vọng quyền lực. Để đạt được mục tiêu cai trị Qarakhanids, ông ta liên minh với người xâm nhập Samanid, người này cũng có một mục tiêu tương tự. Để đạt được mục tiêu mà ông ta tin tưởng, Satuq hẳn cần phải áp dụng một chiến lược.

Lực lượng Samanids Iran đã theo tục quán của Abbasid Ả Rập về việc đối xử với các bộ lạc gốc Thổ Nhĩ Kỳ như nô lệ và cưỡng ép các chiến binh của họ vào quân đội của mình. Mặc dù đế chế Samanids không có khoan dung đối với các tôn giáo khác, họ vẫn cung cấp sự tự do cho các nô lệ này trên danh nghĩa nếu họ cải sang đạo Hồi. Hơn một ngàn người Qarakhanids sống trong lãnh thổ Samanid đã thay đổi tôn giáo theo cách này. Nếu Satuq tự quy phục mình và những người của ông ta theo ông Hồi giáo, ông ta sẽ dễ dàng đạt được sự tin tưởng của nhà lãnh đạo Samanids và được niêm dấu trong một một liên minh quân sự.

Hơn nữa, nếu Satuq có tham vọng của riêng mình để xoay hướng thiệt hại lãnh thổ West Qarakhanid và đưa người Thổ Nhĩ Kỳ vào trong quyền lực khu vực, bước di chuyển của ông ta sẽ được thuận lợi qua việc thống nhất người dân của mình xung quanh một tôn giáo mới. Đây là mô hình thời gian thử nghiệm trước Tây Tạng, Đông Turk, và những thành công của người Duy Ngô Nhĩ. Sự kết hợp của Phật giáo và Shaman giáo đã không cung cấp sự ủng hộ trợ siêu nhiên cho người chú của ông ta để giữ quyền kiểm soát những vùng đất của ông ta khắp vùng Tianshan Mountains, nhưng khi với Hồi giáo ở phía sau, Samanids đã thành công trong việc đạt được chiến thắng. Sự lựa chọn tôn giáo mới là rõ ràng như vậy.

Những bộ tộc Duy Ngô Nhĩ Qocho bấy giờ đang phát triển mạnh nhờ sự nâng đỡ của Phật giáo và các lãnh chúa của chi nhánh phía bắc con đường Tơ Lụa xuyên qua lưu vực Tarim Basin. Người anh em chủng tộc của họ, người

Yugurs Vàng, cũng là Phật tử mạnh mẽ, đã kiểm soát vùng Gansu Corridor nơi mà sau khi các chi tộc phía Bắc và phía Nam đã hợp nhau tại Đôn Hoàng, và con đường Tơ Lụa hướng vào Trung Quốc. Để tập hợp các bộ lạc Turkic đằng sau tham vọng của mình, tách rời người Duy Ngô Nhĩ, Satuq cần một tôn giáo không chỉ khác biệt từ Phật giáo. Ông cần tôn giáo mà sẽ thừa nhận ông ta tái mở lại chi nhánh thay thế phía Nam của tuyến đường này và thay đổi trọng tâm của sự kiểm soát thương mại từ hướng đông đến các khu vực hướng tây.

Khi những bến ga phía tây của con đường Tơ Lụa tại Sogdia nằm trong tay của Hồi giáo, kế hoạch của Satuq dường như là để chinh phục Sogdia. rồi kiểm soát hướng đông từ Kashgar, ông ta đã có thể sử dụng Hồi giáo để tạo nên một sự thống nhất văn hóa cùng bộ lạc phía Nam của tuyến đường này và đi qua Gansu Corridor, với chính mình là người bảo vệ và lãnh chúa. Đúng ngay lúc người Duy Ngô Nhĩ đã sử dụng ngọn cờ Phật giáo để giành chiến thắng và củng cố sự kiểm soát của họ trên chi nhánh phía bắc Tarim của con đường Tơ Lụa, Satuq hiển nhiên mong ước hoàn thành tương tự đối với lực lượng Qarakhanids với bộ lạc phía Nam dưới ngọn cờ của Hồi giáo. Tuy nhiên, đầu tiên, để tập hợp các dân tộc gốc Thổ Nhĩ Kỳ đứng sau lưng mình, ông ta cầu khẩn ngọn núi thiêng liêng của người Thổ Nhĩ Kỳ biến đổi lợi thế siêu nhiên về phe của mình.

Củng cố Quốc gia Hồi giáo Qarakhanid

Năm 942, Satuq Bughra Khan, với sự giúp đỡ của các đồng minh Samanid của mình, đã cố gắng chinh phục Đông Qarakhanids và giành quyền kiểm soát Balasaghun. Không thành công, ông ta bèn trở lại chống Samanids, giúp đỡ các nhóm đối lập địa phương để làm suy yếu quyền lực của họ tại Sogdia. Điều này đã chứng tỏ rằng tham vọng chính trị nặng hơn bất kỳ cảm xúc nào mà ông ta đã có đối với quan hệ tôn giáo với những người Hồi giáo đồng nghiệp của mình.

Trong những thập niên kế tiếp, những người thừa kế Satuq không chỉ giành được Balasaghun và tái thống nhất Qarakhanids, nhưng cũng chiếm Samarkand và Bukhara từ đế chế Samanids. Với tư cách là những lãnh chúa và những người bảo vệ ngọn núi linh thiêng của người Thổ Nhĩ Kỳ, họ nhân danh qaghan vào cuối thế kỷ đó. Bấy giờ họ đã có thể chuyển sự chú ý của mình tới mục tiêu chính, khu phía Nam Tarim của con đường Tơ Lụa.

Sự vượt bậc của triều đại Ghaznavids và sự sụp đổ của đế chế Samanids

Năm 962, Alptigin, lãnh tụ quân đội Thổ Nhĩ Kỳ nô lệ dưới quyền Samanid đã giành được danh nghĩa tự do của mình bằng cách chuyển sang giáo phái Hồi giáo Sunni, ông ta đã chiếm Ghazna từ những người thầy của mình- lãnh thổ này thuộc đông nam Afghanistan ngày nay. Con rể của ông ta, Sabuktigin (r. 976-997), đã lập nên ba triều đại tự trị Ghaznavid Dynasty (976-1186), và chỉ trung thành với đế chế Abbasid. Nhà nước của ông ta là quốc gia Thổ Nhĩ Kỳ Hồi giáo thứ hai phát triển ở Trung Á. Ông ta chinh phục Kabul Valley từ nhà cai trị phái Hindu Shahi là Jayapala (r. 964-1001), và đưa người Hindu Shahis trở về Gandhara và Oddiyana, và mở rộng quyền cai trị của mình đến tận vùng đông bắc Iran. Ông ta cũng đã xâm chiếm Sindh từ Mukran (Baluchistan) và sáp nhập một số vùng phía tây của nó.

Lực lượng Samanid Ba Tư tiếp tục suy giảm quyền lực và cuối cùng đã bị lật đổ vào năm 999. Những chiến binh nô lệ gốc Thổ Nhĩ Kỳ trong quân dịch của họ đã hướng đến những phương cách riêng của dân tộc mình và đã giúp lực lượng Ghaznavids và Qarakhanids hạ bệ họ. Con trai thừa kế của Sabuktigin là vua Mahmud của Ghazni (r. 998-1030) đã phân chia những gì còn lại của các vùng đất Samanid tại Sogdia và Bactria với đế chế Qarakhanid Qaghan. Ông ta cũng đã chiếm Khwarazm - hiện nay là vùng tây bắc Turkmenistan và miền tây Uzbekistan - và hầu hết lãnh thổ Iran.

Mặc dù là người Thổ Nhĩ Kỳ, Mahmud tôn vinh đế chế Iranian Sassanid và bảo trợ truyền thống văn hóa của nó, như các đế chế Samanids trước ông. Ông ta đã triệu tập các học giả và nhà văn Ba Tư được tuyển chọn từ Khwarazm

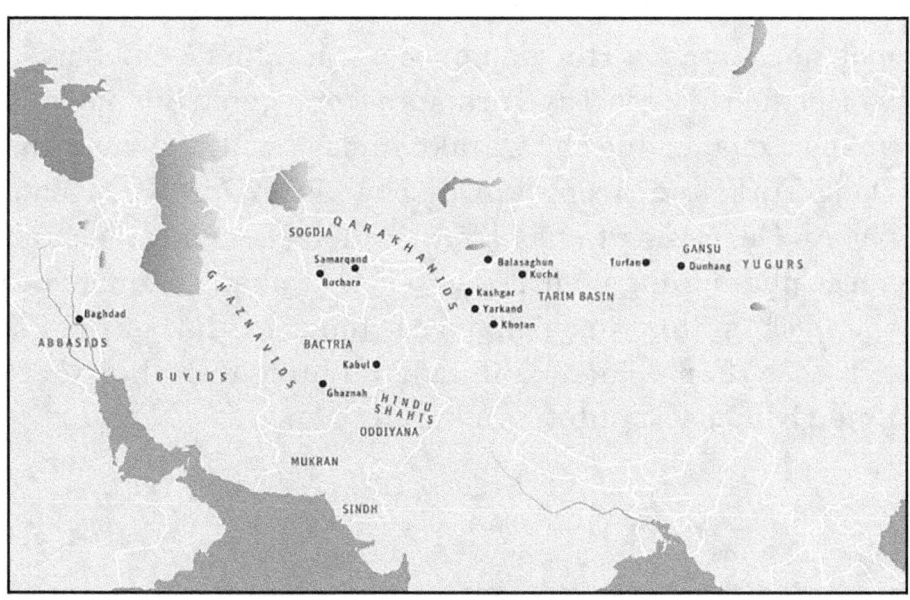

Map Twenty-five: Early Qarakhanid and Ghaznavid Empires, Mid-Tenth Century

đến Ghazna, ví dụ, Abu Raihan Muhammad ibn-I-Ahmad al-Biruni (973-1048) phục vụ cho ông ta như là chiêm tinh gia của triều đình. Ông ta khuyến khích việc sử dụng ngôn ngữ Ba Tư ở bất cứ nơi nào mà ông ta chinh phục và chắc chắn ông ta đã cảm kích mô típ Sassanid của người Iran đối với sự miêu tả về các hành tinh và các dấu hiệu của hoàng đạo trên các bức tường của tu viện Subahar mà cha của ông đã tìm thấy tại Kabul.

Như thế, mặc dù những vương quốc Hồi giáo gốc Thổ Nhĩ Kỳ bấy giờ kiểm soát Sogdia và Bactria lần đầu tiên trong lịch sử, nhịp điệu của mỗi vương quốc thì khác nhau. Các đế chế Qarakhanids là những người bảo hộ truyền thống Thổ Nhĩ Kỳ, trong khi đế chế Ghaznavids ủng hộ văn hóa của Iran. Các nhà lãnh đạo trước đây đã tự nguyện cải sang Hồi giáo chủ yếu vì đạt được lợi ích kinh tế và chính trị, trong khi những người sau này để đạt được tự do tương đối như những lãnh tụ quân sự nô lệ trong việc phục vụ một sự cai trị của Hồi giáo nước ngoài. Mỗi đế chế truyền bá Hồi giáo bên kia Tây Turkistan trong quá trình mở rộng quân sự của họ - đế chế Qarakhanids đến những vùng của Đông Turkistan, trong khi đế chế Ghaznavids đến phía bắc Ấn Độ. Chúng ta hãy kiểm tra động cơ của họ để đánh giá có phải những nỗ lực của họ là một phần của một cuộc thánh chiến thực sự chống lại các tôn giáo khác hay chỉ là một cuộc thánh chiến danh nghĩa, nhưng trên thực tế, có nhiều bản chất chính trị và kinh tế hơn.

15. Chiến dịch Qarakhanid chống lại Khotan

Nhiệm vụ của người Khotan đến Trung Quốc

Khotan, nằm về hướng đông của thành trì Qarakhanid tại Kashgar, là một quốc gia Phật giáo giàu có. Những vùng mỏ của nó là nguồn tài nguyên chính của ngọc bích cho tất cả các vùng đất dọc theo con đường Tơ Lụa, đặc biệt là Trung Quốc. Đôi khi, các vị vua của nó thậm chí đã đến thăm Trung Quốc, ví dụ trong năm 755 cung cấp sự viện trợ quân sự trong việc dẹp yên cuộc nổi loạn An Lộc Sơn. Tuy nhiên, kể từ khi chủ trương của Tây Tạng đối với việc cai trị của nó khắp vùng Khotan vào năm 790, tất cả sự quan hệ giữa cung điện Khotan và Trung Quốc đã kết thúc. Người Khotan đã không tìm cách tái thiết lập sự liên hệ này ngay cả khi họ giành được độc lập vào năm 851. Tuyến đường thương mại xuyên qua bờ rìa phía nam của lưu vực Tarim Basin đã bị bỏ rơi gần một thế kỷ rưỡi, và các bộ lạc Tây Tạng định cư dọc theo nó thường đột kích Khotan.

Tuy nhiên, năm 938, ngay sau sự chiếm đoạt ngai vàng Qarakhanid của Satuq Bughra Khan, vua Khotan đã gửi một đặc sứ triều cống và thương mại đến Trung Quốc thông qua tuyến đường miền Nam Tarim này. Mặc dù sự suy yếu của Trung Quốc trong tình trạng chia thành nhiều vương quốc trong giai đoạn Ngũ Triều thịnh hành (907-960), Khotan cảm thấy nhu cầu cấp thiết để tái thiết lập lại quan hệ. Nhà vua này đã được thúc đẩy để thực hiện bước này rõ ràng vì cảm giác bị đe dọa bởi tình trạng bất ổn chính trị đối với phía tây ở Kashgar.

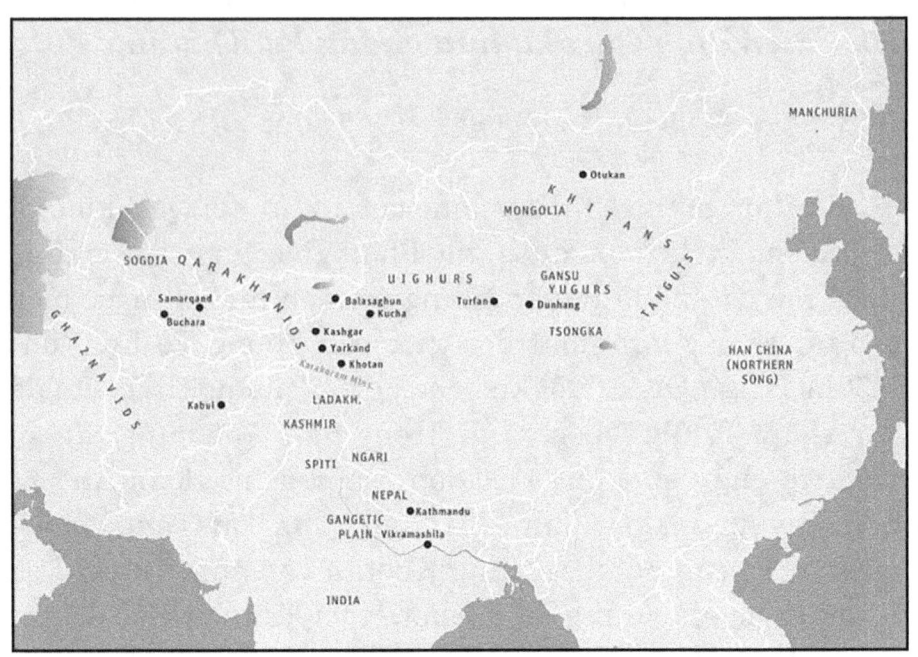

Map Twenty-six: Central Asia at the Time of the Qarakhanid Invasion of Khotan, Approximately 1000 CE

Mặc dù Khotan đã không còn kinh doanh trực tiếp với nhà Hán Trung Quốc trong một thế kỷ rưỡi trước, nó vẫn gia nhập vào một mức độ đáng kể của các hoạt động thương mại với các vùng khác. Tuy nhiên, tất cả các tuyến đường thương mại từ Khotan, hoặc băng qua Kashgar để đi vào Tây Turkistan hoặc phía bắc Tarim Basin, hoặc họ băng qua Yarkand trên đường đến Kashgar để vượt qua dãy núi Karakorum Mountains đến Kashmir và đi về những đồng bằng Ấn Độ. Nếu Kashgar và những vùng bao quanh nó không ổn định chính trị và không an toàn cho giao thông thương mại, nó sẽ khó khăn cho Khotan tồn tại về mặt kinh tế. Điều này chắc chắn là một trong những lý do chính đối với việc mở lại chi nhánh ban đầu của phía nam Tarim của con đường Tơ Lụa đến Trung Quốc -- để thiết lập lại một thị trường giao thoa đối với ngọc bích Khotan và hàng hoá khác.

Khi các đế chế Qarakhanids sau này theo đuổi một chính sách bành trướng, người Khotan chắc chắn cũng cảm thấy khu vực bị đe dọa. Như vậy, thêm một lý do cho mối quan hệ với nhà Hán Trung Quốc là niềm hy vọng cho một liên minh quân sự đổi mới khi hai nước đã thường xuyên được hưởng trong quá khứ.

Từ việc mở lại tuyến đường thương mại phía nam Tarim cho đến năm 971, người Khotan gởi nhiều đặc sứ đến cung điện Trung Quốc với những món quà ngọc bích và tìm kiếm sự bảo vệ toàn vẹn lãnh thổ của họ. Ngoài lợi ích thương mại, điều này không thấy họ nhận được bất kỳ viện trợ quân nào từ các đồng minh cũ của mình, ngay cả sau khi tái thống nhất Trung Quốc vào năm 960 với sự thành lập triều đại Bắc Tống.

Các lực lượng Bắc Tống bận rộn với chiến tranh gần như liên tục chống lại các bộ lạc Tanguts (Tây Hạ) với phía tây trực tiếp của mình. Mặc dù du lịch từ Trung Quốc đến Trung Á có thể đi men theo cuộc xung đột bằng cách băng qua góc đông nam của Tsongka và tiếp tục về phía Bắc đến Gansu Corrdor, lực lượng Bắc Tống thì quá yếu nhược để thuyên chuyển sự chú tâm từ cuộc xung đột Tangut và tác động can thiệp quân sự trực tiếp ở Đông Turkistan. Người Khotan đã phải tự bảo vệ để chống lại bất kỳ cuộc xâm lược có thể mà không cần sự giúp đỡ của người Hán.

Vị trí của Phật giáo tại Khotan

Các đặc sứ thương mãi và triều cống người Khotan đến Trung Quốc chủ yếu là đi cùng với những Tăng sĩ Phật giáo. Đây là phong tục thông dụng ở các quốc gia Phật giáo, kể từ khi các nhà sư đa phần có học vấn cao nhất và là những thành phần học thức của xã hội. Các quốc gia mà họ thường đến vì những mục đích ngoại giao.

Nhìn chung, hoạt động Phật giáo rất mạnh mẽ tại Khotan vào thời điểm này. Vua Khotan, Visha Shura (r. 967-977) đã tài trợ nhiều bản dịch kinh văn Phật giáo từ tiếng Sanskrit sang ngôn ngữ của mình và gửi nhiều vị giáo thọ Phật giáo đến Qocho Uighurs. Mặc dù người Khotan đã bắt đầu dịch kinh điển Phật giáo sang ngôn ngữ của họ vào giữa thế kỷ thứ sáu, cùng một thời điểm như người Tokharians đã bắt đầu làm như vậy, những nỗ lực lớn nhất trong công trình phiên dịch này là vào giai đoạn này.

Tuyên bố một cuộc Thánh chiến

Theo tài liệu lịch sử Hồi giáo, người bản địa của Kashgar, chứ không phải là người gốc Thổ Nhĩ Kỳ đã chống lại sự cải đạo tín ngưỡng ở những bàn tay của đế chế Qarakhanids. Họ đã được ủng hộ bởi các Phật tử của mình tại Khotan, người đã tạm thời giúp họ lật đổ sự cai trị của Hồi giáo Thổ Nhĩ Kỳ năm 971 trong lúc các lực lượng Qarakhanid được tập trung trong một chiến dịch tại Sogdia chống lại lực lượng Samanids.

Bốn vị imams (nhà lãnh đạo Hồi giáo) tiếp đó đã sai Yusuf Qadr Khan, anh trai của Qaghan Qarakhanid lãnh đạo một cuộc thánh chiến để chiếm lại Kashgar. Khan không chỉ có thành công, nhưng lấn chiếm thêm phía đông, đoạt thêm vùng Yarkand đến lãnh địa Qarakhanid và cải người của nó sang Hồi giáo. Rồi ông ta bao vây Khotan 24 năm. Mặc dù giúp đỡ người Khotan tiếp nhận được nhà lãnh đạo cũ của họ và đồng bào Phật tử-những người Tây Tạng, các thành phố lớn của Khotan đã bị mất vào năm 1006.

Ngay sau đó, người Khotan tổ chức một cuộc nổi dậy

chống lại Hồi giáo và bốn imams đã tử đạo. Tuy nhiên, Yusuf Qadr Khan trở về từ trận chiến với các lực lượng Ghaznavid và dập tắt cuộc nổi loạn. Khotan sau đó bị hấp thụ vào lãnh địa Qarakhanid và tất cả bị cải đạo một lần nữa theo tín ngưỡng Hồi giáo.

Phân tích về cuộc nổi dậy Kashgari

Dữ kiện này ngay lập tức đặt ra một câu hỏi quan trọng. Nếu Phật giáo bản địa của Kashgar chống lại việc cải sang Hồi giáo ngay trong tay các lực lượng Qarakhanids bởi họ không phải là người Thổ Nhĩ Kỳ, có nghĩa rằng lý do cho sự phản đối của họ không phải là vì Phật giáo của họ phải không, nhưng đúng hơn là nguồn gốc dân tộc của họ như là người Iran? Dữ kiện này gián tiếp cho thấy rằng Phật giáo Thổ Nhĩ Kỳ Qarakhanid của Kashgar đã không chống lại sự cải đạo. Vì vậy, điều này dường như tôn giáo không phải là vấn đề chính. Người Kashgaris bản địa đang cố gắng lật đổ sự cai trị Qarakhanid, không chỉ riêng Hồi giáo mới thuộc về kẻ xâm lược ngoại bang của họ.

Thậm chí nếu chúng ta chấp nhận rằng cuộc nổi dậy Kashgari với một phạm vi nhất định được thúc đẩy bởi tôn giáo và lòng trung thành với tôn giáo là một yếu tố góp phần trong các chiến dịch của lực lượng Khotan và Qarakhanid tại Đông Turkistan, địa lý chính trị và kinh tế chắc chắn cũng đóng một vai trò quan trọng. Một vấn đề quan trọng mà luôn luôn đè mạnh trong các quyết định chính sách của hầu hết những nhà lãnh đạo Trung Á là mong muốn kiểm soát hoặc ít nhất là có lợi nhuận từ con đường thương mại Tơ Lụa có lợi. Người Khotan chiến đấu với Kashgar và Qarakhanid đánh chiếm Khotan cũng phải được đánh giá trong bối cảnh đó.

Đánh giá việc sử dụng mô hình Thánh chiến để mô tả hành động Khotan tại Kashgar

Lịch sử Hồi giáo sùng đạo mô tả các biến cố như thể Khotan đã dẫn đầu cuộc tương tợ thánh chiến Phật giáo, cuộc chiến chống lại Hồi giáo của Kashgar để bảo vệ sự tu tập ở đây trong niềm tin Phật giáo thanh tịnh. Lực lượng Qarakhanids đã đối mặt với sự đàn áp Phật giáo của Hồi giáo và đã bị đáp trả một cách chính đáng; tiếp đến với một cuộc thánh chiến của chính họ để chống lại người Khotan. Tuy nhiên, sự giải thích này không chỉ thống nhất một chiều trong đó nó giảm bớt nhiều yếu tố thúc đẩy nào đó với các sự kiện khác hơn là tôn giáo, nhưng cũng có vẻ với những suy tính thêm thắt liên quan đến một nền văn hóa Hồi giáo đặt lên trên Phật giáo mà họ không nói đến.

[See: Holy Wars in Buddhism and Islam: The Myth of Shambhala - Full Version.]

Bản kinh Phật giáo duy nhất nói về chiến tranh tôn giáo là kinh Kalachakra Tantra (Kinh Thời Luân). Trong tầm nhìn thiên niên kỷ về tương lai, bản kinh này dự báo một cuộc chiến khải huyền trong thế kỷ 25 (CE) khi các lực lượng phi-Ấn Độ sẽ cố gắng loại trừ tất cả khả năng thực hành tâm linh. Sự chiến thắng đối với tình trạng này sẽ mở ra một thời đại hoàng kim mới, đặc biệt là đối với Phật giáo. Mặc dù kinh văn này cũng được hiểu như là lời kêu gọi cho cuộc đấu tranh tinh thần bên trong mỗi người để chống lại các lực lượng nội tại của bóng tối và sự thiếu hiểu biết, nó đã không bao giờ được thực hiện như là một khuyến cáo cho trận chiến bên ngoài bất cứ khi nào xã hội Phật giáo đang bị đe dọa.

Dù là người ta giải thích kinh Kalachakra Tantra theo

cách này: các lực lượng phi-Ấn Độ, dẫn đầu bởi Mahdi, không ám chỉ chung đến Hồi giáo. Mặc dù sự mô tả của kinh văn về những tập quán của các lực lượng này cho biết có một sự liên hệ Hồi giáo, chẳng hạn như tập luật halal giết mổ gia súc, lễ cắt bao quy đầu, danh sách của các vị tiên tri của họ bao gồm tám giáo viên. Bảy bao gồm danh sách tiêu chuẩn của Ismaili Shia giáo, và con số bổ sung là Mani, có lẽ ám chỉ đến một hiệp hội với việc cải tín đồ Ma Ni giáo và Ma Ni Shiite giáo sang Ismaili Shia giáo. Các giáo phái Shia, cũng như Sunni khẳng định một danh sách của 25 vị tiên tri và danh sách của họ không bao gồm Mahdi, mà danh sách của Ismaili thì có.

Từ quan điểm nghiên cứu của phương Tây, các tài liệu tham khảo lịch sử và ít nhất một vài điểm khác trong kinh KalachakraTantra có thể là tất cả được hình thành đầu tiên trong khu vực thủ đô Kabul của phía đông Afghanistan và tại Oddiyana trong khoảng hậu bán của thế kỷ thứ mười. Cả hai khu vực, lần đầu tiên, dưới sự cai trị của Ấn Độ Shahi giáo, và sau đó, vào năm 976, Kabul đã bị chiếm bởi lực lượng Ghaznavids. việc bao gồm các khu vực Kabul như nguồn tài liệu kinh Kalachakra được gợi ý, bởi thực tế mà biểu tượng vũ trụ (mandala) đã mô tả trong kinh Kalachakra Tantra mô phỏng những họa tiết của đế quốc Sassanid được tìm thấy trên những tường vẽ của một trong những đền thờ của tu viện Subahar được xây dựng lại tại Kabul sau năm 879 khi Hindu Shahi thất bại với lực lượng Saffarids. Tất cả ba có một vòng tròn đại diện của các hành tinh và các dấu hiệu của hoàng đạo được đặt xung quanh một nhân vật hoàng gia ở giữa, như trong cung điện Sassanid tại Taqdis, vị "Vua của không gian và thời gian (Zamin o Zaman)". "Kalachakra" có nghĩa đen là "vòng tròn thời gian (thời luân)", với "vòng tròn (Circle)" cũng có thể giải thích là sự mở rộng của vũ trụ.

Năm 968, vương quốc Ismaili của Multan (phía bắc Sindh) đã trở thành một nước chư hầu của đế chế Ismaili Fatimid (910 - 1171 CE), được thành lập ở Bắc Phi. Trong năm 969, Fatimids chinh phục Ai Cập, và với thủ đô mới của họ ở gần Cairo, họ nhanh chóng mở rộng đế chế của mình tới miền tây Iran. Những Thiên sai Ismaili Fatimids đã đe dọa một sự tiếp quản thế giới Hồi giáo trước lúc có khải huyền và tận thế trong những năm đầu thế kỷ thứ mười hai, 500 năm sau nhà Tiên tri (Prophet). Những người trong lĩnh vực chính trị Abbasid, bao gồm cả khu vực Kabul theo đế chế Ghaznavids, lo sợ một cuộc xâm lược từ lực lượng Fatimids và các đồng minh của họ.

Đã bị dán nhãn như những là dị giáo và đe dọa đối với sự cai trị của Abbasid, tín đồ Ma Ni giáo, Ma Ni Shiite giáo, và người cải sang Ma Ni giáo đã chạy trốn khỏi đế quốc Abbasid. Nó là hợp lý để giả định rằng nhiều người tìm kiếm nơi tị nạn tại Multan. Từ khi việc cải sang Ismaili Shia phái cho phép sự kết hợp tôn giáo ban đầu, những người chuyển đổi này đã được phép ghi thêm Mani vào danh sách Ismaili giáo của Prophets. Như vậy, kinh Kalachakra cảnh báo về một cuộc xâm lược hầu hết có thể đã được đề cập đến các giáo phái Ismailis của Multan, đã tạo ra tà thuyết và thậm chí đe dọa bằng việc kết hợp các yếu tố Ma Ni giáo giữa các niềm tin của họ. Các học giả Phật giáo Afghan chắc chắn đã gặp người Manichaean Shiites từ cung điện Abbasid trong khi làm việc tại Baghdad vào cuối thế kỷ thứ tám.Là một di sản của thời gian đó, các Phật tử có thể đã nhầm lẫn tất cả tín hữu Ismailis với người cải sang Manichaean Shiite giáo.

[See: The Kalachakra Presentation of the Prophets of the Non-Indic Invaders.]

Trong bất kỳ trường hợp nào, Kinh Kalachakra Tantra mô tả những kẻ xâm lược là kẻ thù của tất cả sự tu tập tâm linh. Điều này có thể bao gồm sự thực hành thuần túy không chỉ Phật giáo và Ấn Độ giáo, nhưng cũng có Hồi giáo, như kinh đã đề cập đến các tín đồ của tất cả các tôn giáo và đặt sang một bên sự khác biệt của họ để hình thành một mặt trận thống nhất nhằm chống lại mối đe dọa này. Dưới thời Hindu Shahis, Thung lũng Kabul đã có một dân số hỗn hợp của Phật giáo, Ấn giáo và cả người Hồi giáo Sunni và Shiite.

Dù người ta sử dụng kinh Kalachakra Tantra bằng việc kêu gọi cho cuộc chiến bên ngoài chống lại tất cả người Hồi giáo, không chỉ đơn giản là những yếu tố cuồng nhiệt, nó cũng đã lỗi thời để khẳng định rằng người Khotan được truyền cảm hứng từ lời dạy của nó tuyên bố một cuộc thánh chiến của Phật giáo chống lại các đế chế Qarakhanids ở Kashgar. Các tài liệu tham khảo đầu tiên cho thấy sự hiện diện của giáo lý Kalachakra trên tiểu lục địa Ấn Độ nhắm đến Kashmir ở cuối thế kỷ thứ mười hoặc đầu thế kỷ thứ mười một. Một bài phê bình của học giả Ấn Độ giáo đối với hệ thống thiền định Kalachakra trong chương 16 của văn bản Kashmiri Shaivite tantra (illuminating the Tantras - skt. Tantraloka) được viết bởi Kashmiri Abhinavagupta. Theo một số học giả, Abhinavagupta đã viết đề tài của mình giữa năm 990 và 1014 và qua đời năm 1025. Tuy nhiên, không có biểu thị rằng hệ thống Kalachakra đầy đủ, bao gồm cả giáo lý về một cuộc xâm lược, đã xảy ra tại Kashmir vào thời điểm đó, hoặc trước đó, năm 971 khi mà Khotan gửi lực lượng quân sự để hỗ trợ cuộc nổi dậy

Kashgari. Dù khía cạnh này của giáo pháp Kalachakra đã hiện diện ở Kashmir tại thời điểm đó, không có dấu hiệu cho rằng kinh Kalachakra Tantra đã có ảnh hưởng đến Khotan, dù tình trạn địa lý gần gũi của Kashmir và Khotan và sự trao đổi văn hóa và kinh tế đáng kể.

Vì vậy, khi Phật giáo không có bất kỳ phong tục hoặc truyền thống nào đó của các cuộc thánh chiến theo nghĩa Hồi giáo, nhiều khả năng là người Khotan đã sử dụng cuộc nổi dậy của Kashgari như là một dịp thuận tiện để khởi động một cuộc tấn công lật đổ đế chế Qarakhanids. Điều này là để bảo đảm một môi trường chính trị ổn định hơn cho kinh tế thương mại dọc theo khu vực phía tây của con đường Tơ Lụa. Kể từ khi người Khotan không có vấn đề với thị trường Hồi giáo đối với hàng hoá của họ ở Tây Turkistan, không thể rằng họ cảm thấy tôn giáo bị đe dọa bởi Satuq Bughra Khan tuyên bố Hồi giáo là quốc giáo của Kashgar.

[See: Holy Wars in Buddhism and Islam: The Myth of Shambala - Full Version.]

Nhận xét về hành động Qarakhanid như là một cuộc Thánh chiến

Ở vị trí Qarakhanid, Bốn imams (nhà lãnh đạo Hồi giáo) chắc chắn là những nhân vật lịch sử - những ngôi mộ của các vị tử đạo đã được tôn kính tại Khotan thậm chí đến thế kỷ hai mươi. Hơn nữa, họ cũng có thể đã kêu gọi một cuộc thánh chiến, giải thích sự hỗ trợ của người Khotan về cuộc nổi dậy Kashgari bản xứ như là một cuộc chiến tranh Phật giáo thánh thiện. Tuy nhiên, không chắc rằng bốn giáo sĩ Hồi giáo có quyền lực với quân sự đầu tiên trên thẩm quyền của chính mình chỉ duy nhất dành cho nguyên nhân tôn giáo.

Qarakhanid qaghans và các tướng lãnh là những nhà lãnh đạo quân sự mạnh mẽ , và với một chương trình mạnh mẽ mở rộng đế chế của mình tại các nơi đất đỏ của các quốc gia Hồi giáo và phi-Hồi giáo, họ đích thân thiết kế và chỉ đạo chiến dịch của quân đội mình. Họ không khởi động một cuộc thánh chiến chống lại tất cả các nước Phật giáo láng giềng của mình, chẳng hạn đối với người Duy Ngô Nhĩ Qocho thuộc bộ tộc Khotan. Vì thế chúng ta hãy xem xét tình hình của các vương quốc lân cận để đánh giá những sự cân nhắc khu vực mà có thể đã hình thành các quyết định quân sự của Qaghan.

16. Phân tích về việc bao vây Khotan

Xu thế chính trị và tôn giáo giữa người Tanguts

Với sự thành lập của triều đại Khitan Liao ở Mông Cổ, Mãn Châu, và các vùng thuộc miền bắc Trung Quốc vào năm 947, và sự tái thống nhất của Bắc Tống đối với lãnh địa Trung Quốc vào năm 960, Những bộ tộc Tanguts đã ép cả hai phía bắc và đông. Tại miền nam Cam Túc (Gansu), Ninh Hạ (Ning-hsia), và phía tây Thiểm Tây (Shan-hsi) họ đã chiếm đóng một khu vực chiến lược tại cửa ngõ trực tiếp từ Trung Á đến Trường An, bến ga phía đông của con đường Tơ Lụa, được kiểm soát bởi Bắc Tống . Mặc dù thương mại từ phía tây có thể đi men theo các bộ lạc Tanguts bằng cách băng qua hành lang Cam Túc thông qua Tsongka, đất đai của họ nằm ở con đường trực tiếp nhất và nhiều quyền lực đã lăm le để có những diện tích từ họ. Tuy nhiên, các bộ lạc Tanguts đã chống cự tất cả các cuộc tấn công. Sau khi cuộc chiến tranh kéo dài chống lại tất cả lực lượng Khitans và Bắc Tống, nhà cai trị Tangut, Jiqian (Chi-ch'ian. 982 - 1004) năm 892 tuyên bố mình là hoàng đế đầu tiên của triều đại độc lập Tangut (982 - 1226), và người Trung Quốc gọi là Tây Hạ (Hsi-Hsia) và người Tây Tạng gọi là Minyag (Mi-nyag).

Năm mươi năm tiếp theo, người Tanguts muốn mở rộng đế chế của họ về phía tây để kiểm soát nhiều hơn con đường Tơ Lụa, họ chiến đấu với những cuộc chiến tranh không ngừng chống lại một liên minh của các nước láng giềng trực tiếp của mình, người Yugurs Vàng và những người Tây Tạng của Tsongka. Cung điện Bắc Tống thì thân thiện với cả hai nước này, và cố gắng để tiếp tế họ từ khu vực ảnh hưởng của Khitan. Do đó, Phật giáo đã đến Tanguts đầu tiên từ triều đại nhà Đường vào thế kỷ thứ bảy. Khi ba nhà sư Tây Tạng chạy trốn cuộc đàn áp Phật giáo ở Tây Tạng bởi hoàng đế Langdarma (r. 836-842), họ đã đến ở Tsongka và dạy đạo cho Phật tử địa phương, với những người mà họ đã đặt pháp danh là Gewasang (dGe-ba gsang) . Thực tế rằng tiếp theo đó họ bắt đầu đi đến lãnh thổ Tangut cho việc truyền bá sâu hơn, điều này chứng tỏ rằng Phật giáo đã trở nên khá phổ biến rộng rãi giữa người Tanguts vào thời điểm này, tối thiểu là trong giới quý tộc.

Các tôn giáo truyền thống của Tanguts là một sự pha trộn của một loại phi-Nho giáo thờ cúng tổ tiên với hình thức giáo phái Shamanism và Tengrism được tin theo bởi hầu hết người Trung Á có liên kết với các vùng đồng bằng thảo nguyên Mông Cổ. Giống như Thổ Nhĩ Kỳ, người Tanguts cũng có tín ngưỡng sùng bái về ngọn núi thiêng được cho là những chiếc ghế quyền lực cho sự cai trị của họ. Mặc dù Jiqian-hoàng đế Tangut mệnh danh ngôi vị hoàng đế, đã tôn vinh truyền thống bản địa của mình bằng cách xây dựng một đền thờ tổ tiên, và đã nhận được sự nhiệt tình ủng hộ của quần chúng, ông ta cũng tôn kính Phật giáo. Ví dụ, ông ta cho người con trai của mình - hoàng đế sau này- Deming (Te-ming) (r. 1004 - 1031) nghiên cứu các kinh sách Phật giáo khi còn nhỏ.

Tình hình ở các khu vực Tây Tạng

Trong khi đó, hướng trung Tây Tạng đã từ từ hồi phục từ cuộc nội chiến theo sau vụ ám sát hoàng đế Langdarma vào năm 842. Sau nhiều triều đại suy yếu đối với con trai nuôi của hoàng đế cuối cùng và những người kế nhiệm ông ta, Tây Tạng đã thành hai vương quốc vào năm 929. Một triều đại tiếp tục với mức độ chính trị yếu kém tại trung Tạng và những vùng khác, triều đại Ngari (mNga'-ris) được thành lập tại quê hương Zhang-zhung cổ của chính nó ở phía tây. Cuối cùng, cả hai đã trở thành nơi được quan tâm trong việc làm sống lại truyền thống tu viện Phật giáo từ các nhà sư ở Tsongka.

Phật giáo tại Tsongka đã tiếp tục phát triển mạnh, không bị ảnh hưởng bởi cuộc đàn áp của Langdarma. Năm 930, người Tây Tạng từ khu vực này bắt đầu ủng hộ dịch thuật các kinh điển Phật giáo từ ngôn ngữ của họ sang tiếng Uighur. Năm năm sau khi người Khitans đã tiếp nhận chữ viết như là hệ thống ngôn ngữ viết thứ hai của họ, và vì thế đây là giai đoạn ảnh hưởng văn hóa Duy Ngô Nhĩ dựa trên người Khitans và đạt đến đỉnh cao của nó. Có lẽ sự hợp tác tôn giáo của người Tây Tạng Tsongka với người Duy Ngô Nhĩ là độc chiếm với những bộ tộc hàng xóm trực tiếp ở phía bắc, như người Yugur Vàng, hoặc cũng với người Duy Ngô Nhĩ Qocho bên kia phía tây. Hai nhóm Thổ Nhĩ Kỳ này chia sẻ cùng một ngôn ngữ và văn hóa.

Công việc phiên dịch và tiếp xúc giữa Tây Tạng-Duy Ngô Nhĩ đã phát triển vào hậu bán thế kỷ thứ mười, đặc biệt là trong thời gian khi những người Tây Tạng và Yugur Vàng đã là đồng minh trong cuộc chiến chống lại lực lượngTanguts. Nhà hành hương Trung Quốc, Wang Yande (Vương Đình Đức), đã đến thăm thủ đô Yugur Vàng năm 982, năm này triều đình Tangut được thành lập, và đã ghi chép có hơn năm mươi tu viện.

Những nỗ lực của vua Yeshey-wo phục hồi Phật giáo tại miền tây Tây Tạng

Các dòng phái truyền thừa được hồi sinh tại vùng thủ đô Tây Tạng vào giữa thế kỷ 10 từ ba vị tu sĩ miền trung Tây Tạng đã chuyển từ Tsongka đến Kham. Sau đó, các vị vua Ngari của miền tây Tây Tạng đã nỗ lực rất lớn để khôi phục Phật giáo tốt hơn với tình trạng trước kia của nó. Năm 971, vua Yeshey-wo (Ye-shes 'od) gửi ngài Rinchen Zangpo (bzang Rin-chen-po, 958 - 1055) và 21 tu sĩ trẻ đến Kashmir để dạy Phật Pháp và ngôn ngữ. Họ cũng đã đến thăm tu viện Đại học Vikramashila Monastic University ở trung tâm của miền bắc Ấn Độ. Kashmir, vào lúc này, trong giai đoạn cuối cùng của triều đại Utpala (856 - 1003) đã dưới quyền cai trị của Karkota. Thời đại Utpala đã chứng kiến nhiều cuộc nội chiến và bạo lực ở Kashmir. Một số khía cạnh của Phật giáo đã trở nên hỗn hợp với các hình thái của phái Shaivite thuộc Ấn Độ giáo. Tuy nhiên, vào đầu thế kỷ thứ mười, Phật giáo Kashmiri đã nhận được những thúc đẩy mới với sự hồi sinh của giáo lý Phật giáo từ các trường đại học Phật giáo ở phía Bắc Ấn Độ. Một sự trì trệ ngắn đã xảy ra trong thời gian cai trị của vua Kshemagupta (r. 950-958), khi nhà cai trị sùng tín Ấn Độ giáo này đã phá hủy những tu viện Phật giáo. Tuy nhiên, vào lúc ngài Rinchen Zangpo đến thăm nơi đây, Phật giáo đã dần dần được tái lập.

Mặc dù Phật giáo bấy giờ đã vươn tới điểm cao ở Khotan, nơi đây nhiều thế kỷ từng quan hệ chặt chẽ với miền tây Tây Tạng, cuộc đấu tranh vũ trang giữa Khotan và Qarakhanids đã bắt đầu tại Kashgar vào năm khởi hành của Rinchen Zangpo. Khotan đã không còn là một nơi an toàn cho sự nghiên cứu Phật giáo. Hơn nữa, những người Tây Tạng muốn học tiếng Phạn từ nguồn tài liệu của nó trong tiểu lục địa Ấn Độ và phiên dịch những tài liệu từ thổ ngữ. Việc dịch thuật của người Khotan đối với kinh văn Sanskrit Phật giáo thường là những cách chú giải, trong khi những người Tây Tạng gặp phải hiểm họa bởi sự nhầm lẫn về giáo lý Phật giáo và mong muốn có thêm sự hiểu biết chính xác. Vì vậy, mặc dù Phật giáo cũng trong tình trạng ở một tình thế bấp bênh tại Kashmir, nó chỉ có tương đối an toàn bên cạnh vị trí mà những người Tây Tạng có thể nhận được sự hướng dẫn đáng tin cậy.

Chỉ có ngài Rinchen Zangpo và Legpay Sherab (Legs-pa'i shes-rab) đã sống sót sau cuộc hành trình và đào tạo ở Kashmir và các vùng đồng bằng phía bắc Indian Gangetic. Khi trở về miền tây Tây Tạng năm 988, Yeshey-wo đã thành lập nhiều trung tâm dịch thuật Phật giáo với các học giả Tăng sĩ của Kashmir và Ấn Độ mà Rinchen Zangpo đã đưa về Tây Tạng cùng với nhiều bản kinh. Các Tăng sĩ được mời từ Vikramashila (Bihar) đã bắt đầu một dòng truyền thừa thứ hai của hệ thống tu viện.

Trong những năm cuối của thế kỷ thứ mười, Rinchen Zangpo đã xây dựng nhiều tu viện ở miền tây Tây Tạng, thời điểm đó bao gồm những tu viện của Ladakh và Spiti mà ngày nay thuộc Himalaya Ấn Độ. Ngài cũng đến thăm Kashmir hơn hai lần để mời các nghệ sĩ trang trí những tu viện này nhằm thu hút lòng mộ đạo của quần chúng

Tây Tạng. Điều này có lẽ là một sự thay đổi triều đại tại Kashmir, với sự thành lập của dòng truyền thừa Lohara đầu tiên (1003-1101). Việc chuyển tiếp triều đại là hòa bình và không làm xáo trộn tình hình Phật giáo Kashmir.

Cuộc bao vây của lực lượng Qarakhanid đối với Khotan đã bắt đầu năm 982, sáu năm trước khi ngài Rinchen Zangpo trở về. Khi ngài đến, nhiều Phật tử đã đổ xô về miền Tây Tây Tạng để tị nạn, điều này chắc chắn cũng đã hỗ trợ với sự hồi sinh của Phật giáo tại đây. Họ có thể là từ Kashgar và những khu vực giữa nơi này và Khotan nằm dọc theo tuyến đường cung ứng của lực lượng Qarakhanids. Mặc dù hầu hết những người chạy trốn đã băng qua Ladakh trên đường đến Tây Tạng, họ không đi về phía tây và định cư ở gần Kashmir, một quãng đường ít nhiều khó khăn và ngắn hơn. Điều này có lẽ là do vương quốc Ngari có nhiều chính trị và tôn giáo ổn định trong khuôn mặt của sự cai trị và bảo trợ mạnh mẽ của vua Yeshey-wo. Một yếu tố khác có thể đã là mối quan hệ văn hóa giữa khu vực này và Tây Tạng. Năm 821, các nhà sư Khotanese cũng đã chạy trốn đến miền tây Tây Tạng để tìm nơi tị nạn từ cuộc đàn áp.

Sự viện trợ quân sự của Tây Tạng đối với Khotan

Vương quốc Ngari ở miền tây Tây Tạng mới vài năm tuổi khi lực lượng Qarakhanids của Kashgar dụ Phật tử cải sang đạo Hồi trong năm 930 và sau đó. Khu vực này phát sinh như một thực thể chính trị từ sự tách rời với miền trung Tây Tạng qua kết quả thừa kế ở năm 929, lần đầu tiên Ngari yếu kém quân sự. Nó có thể gay cấn bởi nguy cơ hận thù với các lực lượng Qarakhanids vì khác biệt tôn giáo. Để tồn tại, nó phải duy trì quan hệ hữu nghị với các nước láng giềng của nó.

Tuy nhiên, theo lịch sử Phật giáo Tây Tạng sau này, vua Yeshey-wo của Ngari tập trung việc trợ giúp đối với Khotan trong tình trạng bị bao vây xung quanh đến thế kỷ thứ mười một. Điều này rõ ràng do nỗi sợ hãi của việc mở rộng chính trị Qarakhanid xa hơn khi nó đã quan tâm vì sự bảo vệ Phật giáo. Mặc dù người Tây Tạng và Qarluq / Qarakhanids đã là đồng minh trong nhiều thế kỷ, họ chưa bao giờ đe dọa lãnh thổ của nhau. Hơn nữa, Tây Tạng đã luôn luôn coi Khotan bên trong lãnh địa hợp pháp của sự ảnh hưởng. Vì vậy, khi lực lượng Qarakhanids bước quá ranh giới của lĩnh địa này, quan hệ giữa hai quốc gia đã thay đổi.

Theo lịch sử Phật giáo truyền thống, vua Yeshey-wo đã bị bắt làm con tin bởi lực lượng Qarakhanids (Tây Tạng: Gar-log, Thổ Nhĩ Kỳ: Qarluq), nhưng ông ta không cho phép người của mình trả món tiền chuộc. Ông ta khuyên họ để cho ông ta chết trong nhà tù thay vì dùng số tiền đó để mời thêm nhiều bậc thầy Phật giáo từ miền bắc Ấn Độ, đặc biệt là ngài Atisha từ Vikramashila. Nhiều bậc thầy ở Kashmiri lúc này đã ghé thăm miền tây Tây Tạng vào đầu thế kỷ thứ mười một, và một số tệ nạn đang lây lan đối với sự thực hành Phật giáo tại đây. Vì điều này đã làm trầm trọng thêm mức độ kém hiểu biết Phật giáo của Tây Tạng do sự phá hủy của các trung tâm tu viện nghiên cứu vào giai đoạn Langdarma, vua Yeshey-wo muốn muốn làm rõ sự nhầm lẫn này đối với Phật giáo.

Có những mâu thuẫn lịch sử trong tài liệu tôn giáo về sự hy sinh của vua Yeshey-wo. Cuộc bao vây Khotan đã kết thúc vào năm 1006, trong khi vua Yeshey-wo đã ban hành một sắc lệnh cuối cùng từ cung điện của mình năm 1027 để điều chỉnh các bản dịch kinh điển Phật giáo.

Vì vậy, ông ta đã không chết trong tù trong thời kỳ chiến tranh. Theo tiểu sử của ngài Rinchen Zangpo, nhà vua đã chết vì bệnh tật tại thủ phủ của mình.

Tuy nhiên, tài liệu ngụy tạo này gián tiếp cho rằng những người miền tây Tây Tạng không có một sức mạnh quân sự mạnh mẽ vào thời điểm này. Họ không đủ hiệu quả trong việc phá gỡ sự bao vây đối với Khotan và đã không đặt ra một mối đe dọa nghiêm trọng cho bất kỳ sự mở rộng tương lai của đế chế Qarakhanid cùng chi nhánh phía nam Tarim của con đường Tơ Lụa. Họ không có khả năng để bảo vệ những người du mục Tây Tạng sống ở đó.

Khả năng chiến lược quân sự của Qarakhanid

Lực lượng Duy Ngô Nhĩ Qocho đã kiểm soát phía bắc của con đường Tơ Lụa. Mặc dù những đối thủ Thổ Nhĩ Kỳ của họ tại đây đặc biệt không hiếu chiến, họ là những chư hầu của đế chế Khitans - một đế chế được coi như có sức mạnh quân sự đáng kể vào thời điểm đó. Ví dụ, nếu lực lượng Qarakhanids tấn công lĩnh địa Qocho gần bên Kucha, người Khitans chắc chắn sẽ bị lôi kéo vào chiến tranh. Mặt khác, Khotan cũng lại thiếu truyền thống quân lực, dễ bị công kích hơn. Mặc dù đã từng cử đặc sứ tới nhiều triều đình Trung Quốc nhằm cố gắng gợi mở sự ủng hộ, trên cơ bản nó đã bị cô lập. Ngari khó có thể giúp đỡ nó với một sự bảo vệ có hiệu quả.

Phía Nam của con đường Tơ Lụa sau khi đã bị bỏ rơi gần một thế kỷ rưỡi, đã được người Khotan mở lại vào năm 938 và một lần nữa đã mang nhiều nguồn thương mại ngọc bích đến Trung Quốc. Tuy nhiên, hầu hết nó đã bị bỏ hoang, ngoại trừ một vài người du mục Tây Tạng qua lại, và được bảo vệ kém cỏi. Để chinh phục tuyến đường phía bắc sẽ đòi hỏi một loạt các trận đánh của những người thuộc các ốc đảo Duy Ngô Nhĩ Qocho từ Kucha đến Turfan, trong khi các tuyến đường phía Nam có thể giành chiến thắng chỉ đơn thuần bằng một trận chiến đối với Khotan.

Nếu lực lượng Qarakhanids có thể chiếm Khotan và nhập nó với đế chế của mình trải dài đến phía tây của Khotan xuyên qua Kashgar và các thành phố chính của Sogdia, họ sẽ tự động chỉ huy toàn bộ phía Nam của con đường Tơ Lụa Trung Á như Đôn Hoàng, nơi mà nó gia nhập với phía bắc. Rồi họ sẽ kiểm soát một tuyến đường thương mại thay thế con đường đã băng qua hướng bắc Tarim dưới sự kiểm soát của Qocho và sẽ lợi nhuận vô cùng, cả về tài chính và có uy tín cao. Họ sẽ không cần phải khởi động một chiến dịch quân sự để giành chiến thắng có thế lực hơn Qocho, nhưng có thể hất cẳng Qocho bằng việc cắt chúng ra khỏi con đường Tơ Lụa thương mại. Tuy nhiên, một nhân tố chính trong việc xây dựng một chiến lược quân sự để chiếm vùng phía nam của tuyến đường là cách mà các quốc gia ở phía đông sẽ phản ứng với sự kiểm soát của đế chế Qarakhanid.

Sự liên kết Tangut

Kể từ năm 890 khi họ đã chinh phục quốc gia độc lập Guiyijun, người Yugurs Vàng đã thống trị Dunhuang (Đôn Hoàng) ở cuối phía đông của tuyến đường Tarim phía nam, nơi mà nó gia nhập vào phía Bắc. Lãnh thổ Yugur Vàng, dưới quyền bá chủ Khitan từ năm 930, mở rộng xuống hướng nam từ đây và bao gồm Gansu Corridor xuyên suốt tiếp tục con đường Tơ Lụa. Tuyến Đường này lại băng qua phía nam Gansu mà Tangut kiểm soát trước khi vào Trung Quốc, hoặc chuyển hướng phía nam đến khu vực Kokonor, những bến ga cuối của thương mại Ả Rập-Tây Tạng hiện được cai trị bởi Vương quốc Tsongka Tây Tạng.

Lúc này người Tanguts rất thù địch với Bắc Tống, họ đã ngăn chặn tất cả sự thương mại thông qua lãnh thổ của họ dành cho Trung Quốc và trở thành người chủ chốt nhận hàng hoá cho chính mình. Các tuyến đường thương mại đến Tràng An sau đó đã được chuyển hướng đi dọc theo mép của vùng Tangut bằng cách đi qua phía nam từ lãnh thổ Yugur Vàng đến Tsongka và từ đây đến Trung Quốc. Như vậy, năm 982, với việc thành lập triều đại của mình, hoàng đế Tangut-Jiqian đã lập tức phát động một cuộc chiến tranh mở rộng để chiếm lãnh thổ Yugur Vàng và Tsongka, và cắt tất cả con đường qua lại của Bắc Tống đến các vùng đất Trung Á về phía tây.

Theo chiến lược cổ điển của "kẻ thù của kẻ thù tôi là bạn của tôi", lực lượng Qarakhanids nhanh chóng thiết lập quan hệ thân thiện với lực lượng Tanguts. Sự ưu đãi đối với Phật giáo về sau dường như không là một trở ngại cho các cuộc đàm phán ngoại giao. Những cân nhắc về địa lý kinh tế dường như ưu tiên hơn vấn đề tôn giáo khi lợi ích kinh tế đang bị đe dọa.

Khả năng hiệp ước quân sự với lực lượng Tanguts

Mặc dù không có sự ghi chép rõ ràng, dường như hợp lý để phỏng đoán từ thực tế rằng lực lượng Qarakhanids phát động cuộc bao vây của họ đối với Khotan cũng vào năm 982, mà Qarakhanids và Tanguts đã làm một hiệp định. Một khả năng đối với các điều kiện là nếu Tanguts không cản trở một sự lấn chiếm của Qarakhanid đối với Khotan và phía nam Tarim, tiếp đến, lực lượng Qarakhanids sẽ không can dự vào một cuộc xâm lược địa hạt Gansu và khu vực Kokonor của Tangut. Nếu lực lượng Khitans đến với sự bảo vệ đối với người Yugur Vàng, Tanguts sẽ là ở một vị trí tốt hơn để đẩy lùi họ hơn là Qarakhanids. Vì sau cùng khởi động cuộc tấn công của họ đối với người Yugur Vàng và phải chống lại lực lượng Khitans cũng sẽ đòi hỏi một phòng tuyến cung ứng không thể chống đỡ xuyên qua sa mạc bỏ trống của phía nam Tarim.

Nếu cả Qarakhanids và Tanguts đã thành công trong chiến dịch tấn công quân sự của họ, họ sẽ giành quyền kiểm soát vô địch của hướng nam con đường Tơ Lụa từ vùng đông bắc Tây Tạng và biên giới Trung Quốc đến Samarkand, có khả năng loại bỏ lực lượng Bắc Tống và Duy Ngô Nhĩ Qocho từ bất kỳ cổ phần thương mại. Mặc dù Phật tử Khotan cũng có thể ủng hộ Kashgari kháng cự việc cải sang Hồi giáo, điều này rõ ràng đã cung cấp đơn thuần cho lực lượng Qarakhanids với một hoàn cảnh đạo đức để áp đặt sự bao vây của họ. Tuy nhiên, trong những lần đó, các quốc gia đã không yêu cầu sự biện hộ cho các chiến dịch tấn công quân sự.

Điều này cũng có thể giải thích quá trình của những biến cố mà không cần phải phỏng đoán một hiệp ước bất tương xâm của Qarakhanid / Tangut liên quan đến Khotan và Gansu Corridor. Mặc dù hai quốc gia có nhu cầu để phân chia quyền kiểm soát của con đường Tơ Lụa thương mại, Qarakhanid Quaghan rõ ràng cũng muốn thôn tính lãnh thổ người Yugur Vàng trong khu vực ảnh hưởng của ông ta như là nhà lãnh đạo của tất cả các bộ lạc Thổ Nhĩ Kỳ. Nếu cuộc đối đầu quân sự trực tiếp với một trong hai người Duy Ngô Nhĩ Qocho hoặc Yugurs Vàng thì quá rủi ro vì khả năng can thiệp của Khitan với ý nghĩa khác để đạt được lòng trung thành của họ.

Ví dụ, nếu Qaghan Qarakhanid có được thành công lớn về quân sự và kinh tế trong việc chinh phục tuyến đường thương mại phía nam Tarim và liên kết nó với các lãnh thổ của mình ở Tây Turkistan, hai nhóm người Duy Ngô Nhĩ sẽ trở thành bị thuyết phục về quyền lực tinh thần cấp cao của ông ta (qut). Thừa nhận chiến thắng của Qaghan như là một minh chứng rõ ràng về thẩm quyền chính đáng của ông ta trên tất cả người Thổ Nhĩ Kỳ như người bảo vệ ngọn núi thiêng Balasaghun Mountain của họ, họ có thể từ bỏ tất cả niềm hy vọng về việc lấy lại Otukan từ Khitans và chuyển hướng đến nhà lãnh đạo đúng đắn của họ (Qaghan). Thấy rằng Qaghan đã chọn tôn giáo bằng cách tiếp nhận Hồi giáo và giành được quyền lực siêu nhiên của nó để giành chiến thắng Balasaghun và phía nam Tarim, tự nhiên, họ cũng chuyển sang Hồi giáo từ Phật giáo - nhưng không phải là một dấu hiệu quy phục Allah, nhưng quy phục Qarakhanid Qaghan.

Mục tiêu chính của Qaghan trong chiến dịch Tarim phía nam của mình rõ ràng không phải là hiện tình truyền đạo của Hồi giáo vì những lý do của sự công bình hay trả thù cho các vị tử đạo. Nói gọn hơn, nhiều khả năng để đạt được lợi thế kinh tế và lãnh thổ lâu dài, để giành chiến thắng trong việc cải đạo Thổ Nhĩ Kỳ như là một phương hướng để đạt được lòng trung thành chính trị thống nhất của họ với ông ta xuyên qua phương sách tập hợp đức tin nước ngoài. Kết luận này phát sinh từ các mô hình lịch sử của nhà lãnh đạo gốc Thổ Nhĩ Kỳ trước đó lãnh đạo dân tộc của họ để chuyển đổi sang Phật giáo, Shaman giáo, và Ma Ni giáo. Tuy nhiên, bất chấp những động cơ của Qaghan, nhiều người Thổ Nhĩ Kỳ có thể thật thà trong việc cải sang sang đạo Hồi.

Sự biến mất của Phật giáo tại Khotan

Theo sự ghi chép về việc chiếm đóng Khotan của lực lượng Qarakhanid, cuộc bao vây và nổi loạn sau đó được đánh dấu bằng một sự im lặng liên quan đến người dân bản xứ. Một năm sau khi cuộc khởi nghĩa đã bị nghiền nát, thương mại Khotan và đặc sứ triều cống gửi đến Trung Quốc chỉ có người Hồi giáo Thổ Nhĩ Kỳ. Ngôn ngữ Thổ Nhĩ Kỳ thuộc về đế chế Qarakhanids hoàn toàn đã thay thế cho ngôn ngữ Khotan và toàn bộ quốc gia này trở thành Hồi giáo. Phật giáo hoàn toàn biến mất.

Người Tây Tạng bị mất liên lạc với khu vực sở hữu cũ của mình đến một phạm vi rộng như thế với tên Khotan mà Tây Tạng gọi là Li, Li mất đi ý nghĩa ban đầu của nó và đi về hướng Thung lũng Kathmandu Valley của Nepal bằng một từ viết tắt cho triều đại cầm quyền trước đây của nó, triều đại Licchavi (386 - 750). Tất cả những huyền thoại Phật giáo liên quan đến Khotan cũng được thuyên chuyển đến Kathmandu, chẳng hạn như việc xây dựng hình ảnh Văn Thù Sư Lợi với việc dẫn lưu một hồ nước bằng cách tách đôi một ngọn núi với thanh kiếm của ngài. Đến thế kỷ 12 và 13, những người Tây Tạng bị mất tầm nhìn mà những huyền thoại này đã từng liên quan với Khotan. Như vậy, Những tài liệu Phật Giáo Tây Tạng về sự hy sinh của vua Yeshey-wo bị giam cầm bởi "Garlog"... Qarakhanid Qarluqs... xảy ra dị thường ở Nepal. Mặc dù có một cuộc nội chiến ở Nepal giữa năm 1039 và 1045, dễ gì có bất kỳ bộ lạc Thổ Nhĩ Kỳ tại đây, nhưng duy nhất lực lượng Qarluqs vào thời điểm này.

Từ mảnh bằng chứng này, cọng thêm sự phân tích trước đây của chúng tôi, có thể rằng sự biến mất của Phật giáo giữa người Khotan đã là kết quả của việc sát hại quần chúng trong cuộc bao vây 24 năm và sự nghiền nát cuộc nổi loạn của những người sống sót sau đó hơn là một sự cải đạo quyền lực đối với Phật tử sang đạo Hồi. Lực lượng Qarakhanids chủ yếu quan tâm đến việc cải đạo với người Thổ Nhĩ Kỳ - và không phải là dân tộc khác dưới sự cai trị của họ - như là một phần thống nhất tất cả các bộ lạc gốc Thổ Nhĩ Kỳ ở bên dưới họ như là những người giám hộ của ngọn núi linh thiêng Balasaghun. Ví dụ, Năm 1043, họ đã tổ chức cải đạo 10.000 người Thổ Nhĩ Kỳ sang Hồi giáo. Nó được đímh kèm với sự hy sinh của 20.000 cái đầu gia súc, cho thấy tục lệ tín ngưỡng truyền thống phái Shaman và ý nghĩa dân tộc của sự kiện như thế.

Đế chế Qarakhanids theo mô hình của Umayyad, Abbasid, và Samanid, và có quy chế dành cho đối tượng được bảo vệ với những người phi-Thổ Nhĩ Kỳ, những người theo các tôn giáo khác.Trường hợp với Kitô Nestorian giáo cũng được quan tâm. Samarkan đã tiếp tục có một đô thị của Nestorian trong thời gian cai trị của Qarakhanid. Hơn nữa, sau sự lật đổ Đế chế Qarakhanid trong năm 1137, Kashgar cũng nhận được một đô thị, cho thấy rằng Kitô Nestorian giáo đã có mặt và được khoan dung trong thời gian cai trị của họ. Người ta có thể suy ra rằng tình trạng giống như với Phật giáo, đặc biệt là từ khi các nhà lãnh đạo tiếp theo của Kashgar đã ủng hộ Phật giáo, trong suốt triều đại của họ, Kashgar đã cung cấp nhiều nhà chính trị Phật giáo.

Thực tế, có một cộng đồng Nestorian nhỏ tại Khotan với hai nhà thờ trước khi bao vây và sau đó không có đề cập đến nó, có lẽ sự khoan dung của Qarakhanid đối với Kitô giáo, điều đáng chú ý đối với kết luận này là hầu hết người dân bản xứ Khotan, cả Kitô giáo và Phật giáo đã thiệt mạng trong thời gian chiếm đóng quân sự. Nếu không, các tín đồ Kitô Khotan chắc chắn đã nổi lên lên trong tài liệu lịch sử, như là trường hợp với các đồng nghiệp của họ ở Kashgar

17. Tangut, Tây Tạng, và Bắc Tống vào thế kỷ 11

Sự cản trở của Tangut đối với những kế hoạch mở rộng thêm của Qarakhanid

Sau sự sụp đổ của Khotan, Qarakhanids không thể tiếp tục lấn về phía đông trong chiến dịch của họ để chiếm địa phận phía Nam Tarim. Vua Mahmud của Ghazni tấn công từ phía Nam và chiến tranh đã xảy ra giữa hai cường quốc Thổ Nhĩ Kỳ từ năm 1006 đến 1008. Yusuf Qadr Khan rời Khotan để chiến đấu trong cuộc chiến này và đẩy lùi lực lượng Ghaznavids một cách thành công. Sau đó ông ta trở về Khotan để dập tắt một cuộc nổi dậy. Khi hoàn tất, ông ta lại tiếp tục gửi các đặc sứ triều cống và thương mại đến cung điện Bắc Tống trong năm 1009. Điều này rõ ràng cho thấy ưu thế lớn đối với sự kiểm soát hướng nam của con đường thương mại Tơ Lụa phía Nam đã lôi cuốn ông ta.

Sự xung đột nội bộ đối với việc thừa kế ngai vàng đã làm bận lòng đế chế Qarakhanids trong những năm tiếp theo, Yusuf cuối cùng nổi bật như qaghan trong năm 1024. Mặc dù các Qarakhanids không có cơ hội trong thời gian này để nắm giữ hướng nam Tarim của Khotan, thương mại của người Sino-Khotan, dẫn đầu bởi các thương gia Hồi giáo gốc Thổ Nhĩ Kỳ không bao giờ bị gián đoạn.

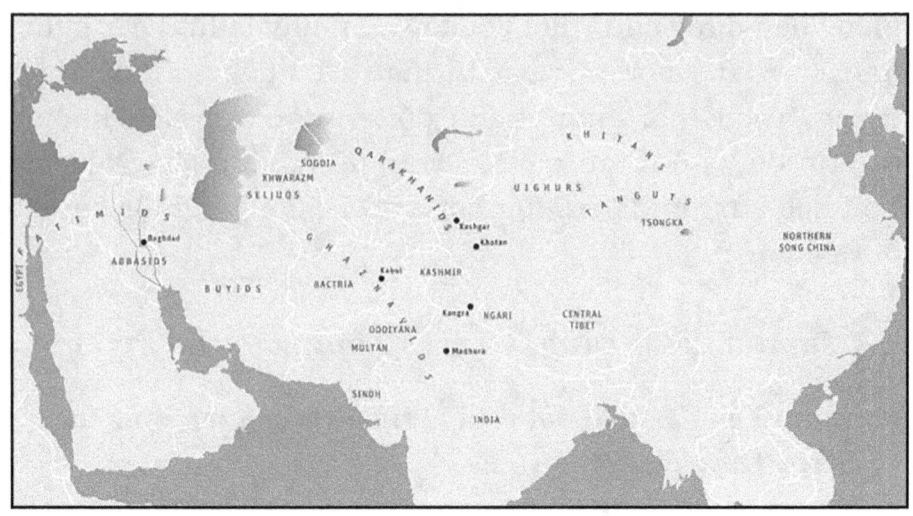

Map Twenty-seven: The Height of the Qarakhanid, Ghaznavid, and Tangut Empires, First Half of the Eleventh Century

Trong khi đó, lực lượng Tanguts di chuyển về phía trước với các kế hoạch quân sự cho việc mở rộng. Hoàng đế Tangut thứ hai, Deming (r. 1004 - 1031) đã hiệp ước hòa bình với Bắc Tống vào năm 1006, hai năm sau sự sụp đổ của Khotan. Sau đó, cung điện Tangut theo nghi lễ và nghi thức Nho giáo và nghi thức của đối tác Bắc Tống, và đã có xu hướng nhận thức đối với nền văn minh cao và tăng cường hiệu quả đáng kể của cung điện Tangut về sau.

Tiếp tục sau đó, Bắc Tống đã thân thiện cả đế chế Yugur Vàng và Tsongka. Tuy nhiên, sự hòa bình của Tangut bắt đầu hướng về phía Bắc Tống có tác động trung hòa với độ nghiêng chính trị này. Không còn phải lo lắng về cánh phía đông của họ hoặc sự can thiệp của Bắc Tống trong các hoạch định quân sự của họ, lực lượng Tanguts sau đó tiến hành tấn công và chinh phục vương quốc Yugur Vàng, chiến dịch khởi động của họ vào năm 1028. Những người

Tây Tạng sống ở đây phải lánh nạn đến Tsongka, nơi đây cũng đã bị Tangut đột kích.

Lúc này, đế chế Tanguts đã phát triển rất mạnh mẽ mà đế chế Qarakhanids không còn có khả năng quân sự để đẩy xa hơn về miền đông trong lưu vực Tarim Basin. Dưới triều đại vua Tangut lớn nhất, Yuanhao (Yuan-hao) (r. 1031 - 1048), lực lượng Tanguts không chỉ hoàn thành cuộc chinh phục của họ đối với lãnh địa Yugur Vàng, nhưng họ cũng chiếm lãnh thổ từ Đôn Hoàng đến biên giới Qarakhanid tại Khotan. Tuy nhiên, họ không bao giờ thành công trong việc chinh phục Tsongka từ những người Tây Tạng bản xứ.

Mặc dù đế chế Tanguts đã có hiệp ước hòa bình với cung điện Bắc Tống, họ đánh thuế nặng và hạn chế thương mại Trung Á đi qua lãnh thổ vừa được mở rộng của họ trên đường Trung Quốc. Tsongka sớm thay thế Trung Á như là đối tác thương mại lớn đối với Bắc Tống Trung Quốc, đặc biệt là cung cấp cho họ không chỉ sản phẩm chính như trà, mà còn ngựa, có giá cả cao như là nhu cầu đối với bất kỳ động lực quân sự nào của họ.

Hơn nữa, lực lượng Ghaznavid đã lặp lại các cuộc tấn công và chinh phục Gandhara và tây bắc Ấn Độ từ năm 1001 và 1021, cướp bóc và phá hủy các ngôi đền Ấn Độ giàu có và các tu viện Phật giáo ở đây, chấm dứt việc truyền bá tôn giáo có hiệu quả đến hoặc từ Ấn Độ dọc theo con đường Tơ Lụa. Trong nhiều thế kỷ, những nhà hành hương đã đi từ Trung Á hoặc Trung Quốc tới các tu viện của Ấn Độ để mời các bậc thầy Phật giáo và mang về những kinh văn và các di tích của Phật và Thánh chúng. Tuy nhiên, những chuyến hành hương như vậy cuối cùng được ghi lại trong tài liệu Bắc Tống là ngài Dharmashri (Pháp Thắng) người đã đến Trung Quốc năm 1027, và ngài Sumanas (Tô Ma Na) trong năm 1036. Không còn cuộc thám hiểm tôn giáo đến hoặc từ Ấn Độ có thể tiếp tục sau đó.

Tangut tiếp nhận Kinh điển Phật giáo Trung Quốc

Kinh điển Phật giáo Trung Quốc lần đầu tiên được in giữa năm 972 và 983 dưới sự bảo trợ của hai vị hoàng đế đầu tiên của triều đại Bắc Tống. Trước đó, kinh văn đã tồn tại chỉ ở dạng bản thảo viết tay. Năm 1029, một năm sau khi Deming đã bắt đầu cuộc xâm chiếm của mình đối với lãnh địa Yugur Vàng, hoàng đế Tangut, người đã nghiên cứu Phật giáo khi còn là một đứa trẻ, đã gửi một phái đoàn đến cung điện Bắc Tống kèm theo sự cung cấp 70 con ngựa, họ thỉnh cầu bản sao của kinh điển này vì không còn có thể có được kinh điển từ Ấn Độ. Hoàng đế Bắc Tống, Renzong (Nhân Tông/Jen-tsung) (r. 1023 - 1064) đã chấp nhận sự yêu cầu của ông ta trong tinh thần hiệp ước hòa bình của người tiền nhiệm trước đã thương lượng với các nhà lãnh đạo Tangut.

Từ giai đoạn này trở đi, các hoàng đế Tangut về sau đã gửi các đặc sứ tiếp tục đến Trung Quốc thỉnh cầu thêm các kinh văn Phật giáo. Điều này không chỉ vì sự tập hợp đầy đủ nhất đối với văn học Phật giáo tồn tại trong ngôn ngữ Trung Quốc. Ban đầu, cũng vì Tanguts có chiến tranh với Yugur Vàng và những người Tây Tạng Tsongka, bấy giờ nguồn kinh văn Trung Quốc được thay thế chính khi Ấn Độ không còn một khả năng. Mặc dù những lý do tôn giáo có thể đã thúc đẩy việc tuân thủ tiếp tục của các vị hoàng đế Bắc Tống đối với các yêu cầu của đế chế Tangut, rõ ràng họ cũng hiểu rõ giá trị khả năng về một nguồn khác đối với nhiều con ngựa cần thiết. Họ cũng chắc chắn hy vọng cho việc nới lỏng các rào cản thương mại Tangut với vùng Trung Á.

Ủng hộ của Uighur và Yugur trong việc thành lập Phật giáo Tangut

Sau khi Yuanhao hoàn thành cuộc chinh phục Tangut của đế chế Yugur Vàng trong năm 1034, sự ảnh hưởng văn hóa giữa người Yugur và người Duy Ngô Nhĩ vào Tanguts đã bắt đầu phát triển. Những tu viện Phật giáo của Yugur Vàng vẫn tiếp tục phát triển mạnh theo nguyên tắc Tangut. Các nhà sư Yugur và Duy Ngô Nhĩ chu du khắp lãnh thổ Tangut và niềm tin Phật giáo tăng lên bất ngờ trong quần chúng. Một số nhà sư Tanguts định cư ở lãnh thổ Qocho. Mặc dù thi thoảng có cuộc xung đột chính trị giữa Tanguts và người Duy Ngô Nhĩ Qocho, hai quốc gia về cơ bản đã nối kết quan hệ hòa bình, người Duy Ngô Nhĩ chấp nhận một vị trí phục tùng đối Tanguts, như họ đã có với đế chế Khitans ở Mông Cổ.

Mặc dù Tanguts đã vay mượn nhiều triết thuyết thực dụng của văn hóa Hán, họ không muốn trở thành đồng hóa hoàn toàn. Họ muốn duy trì bản sắc riêng của họ, như nhiều nhà cầm quyền Hán khác của các vùng miền bắc Trung Quốc đã làm trước họ. Giống như người Thổ Nhĩ Kỳ cổ, Duy Ngô Nhĩ, Khitans, họ nghĩ rằng để tạo ra một khoảng cách bằng cách có hệ thống chữ viết riêng và bản dịch kinh văn thành thổ ngữ của mình. Vì vậy, vào năm 1036, người Tanguts đã thông qua một hệ thống chữ viết cho ngôn ngữ của họ. Được phát triển từ các mẫu tự Khitan, nó là hệ thống chữ viết phức tạp nhất từng được phát minh tại châu Á.

Sử dụng chữ viết này, người Yugurs và người Duy Ngô

Nhĩ đã có kinh nghiệm với Khitans nên giúp người Tanguts dịch sang ngôn ngữ của họ không chỉ kinh văn Phật giáo Hán, nhưng cũng còn có văn bản Đạo giáo tiện lợi cho việc quản lý hành chánh. Vì kinh văn thì khó khăn để học hiểu, đầu tiên, các dịch giả Tanguts chuyển ngữ những tài liệu nghi lễ Phật giáo của họ sang bảng chữ viết của người Tây Tạng, như trường hợp trước đó với các phiên bản của người Duy Ngô Nhĩ và người Hán được sử dụng trong khu vực. Như vậy, văn hóa Tây Tạng cũng tiếp tục hiện diện trong khu vực.

Năm 1038, Hoàng đế Yuanhao (Lý Nguyên Hạo) tuyên bố Phật giáo là quốc giáo của Tanguts. Khi hoàng gia xem mình là hậu duệ của những nhà cai trị miền bắc Trung Quốc, Wei Toba (Đông Ngụy-386-534), tuyên bố của mình là tối quan trọng nhằm phục hồi chính sách Toba của quốc gia thể chế Phật giáo. Vì vậy, năm 1047, Hoàng đế đã thông qua một định luật cho quan chức và dân chúng thực hiện các nghi lễ và tụng niệm của Phật giáo. Như vậy, sự tuyền bá của Phật giáo giữa người Tanguts đã được ban hành bởi nhà nước. Với sự kiểm soát nghiêm cẩn, các tiêu chuẩn giáo dục và văn học trong các tu viện Tangut luôn được duy trì với mức độ cao và nghiêm ngặt .

Quan hệ chính trị và tôn giáo tiếp theo của Hán và Tangut

Một cuộc chiến bốn năm giữa Đế chế Tangut và Bắc Tống Trung Quốc đã nổ ra trong thời gian sau của triều đại Yuanhao , giữa năm 1040 và 1044. Triều đình Bắc Tống chắc chắn muốn cho thương mại mở rộng hơn với các quốc gia trên con đường Tơ Lụa, nhưng có sự khó khăn rất lớn với việc chiếm thế lực hơn đế chế Tanguts. Năm 1048, vua Yuanhao bị ám sát bởi con trai ông ta, người mà trước đây ông đã trừng phạt vì những khuynh hướng Đạo giáo của Hán nhiều hơn sự hỗ trợ đối với Phật giáo dân tộc Tangut. Sau đó, một sự kế thừa của các hoàng đế yếu kém đã kiểm soát ngai vàng Tangut trong nửa thế kỷ, thông thường những thái hậu (mẹ của họ) nắm giữ quyền lực của triều đình. Quân sự Tangut có thể bị suy sập một phạm vi nào đó và mậu dịch thương mại Trung Á với nhà Hán Trung Quốc được tiến hành với sự hạn chế ít hơn.

Trong giai đoạn này, Tanguts, Khitans, và Bắc Tống Trung Quốc thường xuyên tấn công nhau. Bắc Tống không bao giờ có thể đạt được uy lực, và như là quốc gia yếu nhất của ba, năm 1082, họ thoả thuận trả triều cống hàng năm với đế chế Tanguts và Khitans như là một phương tiện để xoa dịu. Tuy nhiên, cả trước và sau sự thỏa thuận này, Tanguts tiếp tục gửi các đặc sứ đến Trung Quốc để mang về kinh sách Phật giáo. Một số các hoàng đế Tangut và thái hậu thậm chí còn tham gia vào sự phiên dịch của họ. Đế chế Yugurs và Duy Ngô Nhĩ tiếp tục giúp đỡ những tín ngưỡng tôn giáo, họ cũng phiên dịch kinh sách Phật giáo sang ngôn ngữ Tangut từ tiếng Phạn và Tây Tạng, nhưng chỉ thỉnh thoảng từ ngôn ngữ của chính người Duy Ngô Nhĩ.

Phật giáo tiếp tục mạnh mẽ trong lĩnh địa của người Duy Ngô Nhĩ Qocho. Ví dụ, năm 1096, nhà cai trị Qocho đã tặng cho hoàng đế Bắc Tống một tượng Phật ngọc bích. Tuy nhiên, tôn giáo không bao giờ có áp đặc đối với người dân một cách lề luật, hoặc đặt dưới sự kiểm soát của chính phủ chặt chẽ như nó đã ở tại Tangut. Phật giáo cũng phát triển tại Tsongka vào thời điểm này. Triều đình Tsongka sử dụng các nhà sư Phật giáo với công tác của sứ giả đến cung điện Bắc Tống.

Sự hồi sinh của Phật giáo tại miền trung Tây Tạng

Trong suốt thế kỷ thứ mười một, một trào lưu đều đặn của người Tây Tạng đến Kashmir và miền bắc Ấn Độ để nghiên cứu Phật giáo. Nhiều người đã mang về cùng các bậc thầy Phật giáo từ những khu vực này để giúp phục hưng Phật Giáo trong các tu viện mới được xây dựng ở đất nước của họ. Mặc dù hoạt động ban đầu theo hướng này bắt nguồn từ vương quốc Ngari của miền tây Tây Tạng, nó cũng nhanh chóng lan rộng đến miền trung đất nước, bắt đầu với việc thành lập tu viện Zhalu vào năm 1040.

Mỗi bậc thầy Ấn Độ hoặc là người đệ tử Tây Tạng của vị ấy khi đến Tây Tạng đã đem theo với ông ta hoặc cô ta dòng truyền thừa của tông phái đặc biệt của sự tu hành Phật giáo. Nhiều người trong số họ xây dựng nhiều tu viện xung quanh đã được kết tinh không chỉ Phật giáo mà còn các cộng đồng thế tục. Nó không nổi bật cho đến thế kỷ thứ mười ba nhiều nhóm của các dòng truyền thừa đã củng cố để hình thành các giáo phái khác nhau được gọi là "Tân Thời" với những trường phái Phật giáo Tây Tạng - Kadam (bKa'-gdams), Sakya (Sa-skya) và một số truyền thừa khác của Kagyu (bKa'-bgyud).

Thế kỷ thứ 11 những bậc thầy Tây Tạng khác bắt đầu khám phá ra các kinh văn đã được dấu để bảo toàn tại miền trung Tây Tạng và Bhutan trong những năm đầy biến động cuối thế kỷ thứ 8 và đầu thế kỷ 9. Những kinh sách Phật giáo được tìm thấy đã trở thành căn bản kinh điển cho "Cựu Thời" hoặc trường phái Nyingma (rNyingma), trong khi những kinh văn từ truyền thống Tây Tạng bản địa được phục hồi qua loa trước đó đã hình thành nền tảng cho việc thành lập tổ chức tôn giáo Bon. Nhiều bậc thầy phát hiện ra cả hai loại văn bản thường rất giống nhau. Trên thực tế, tổ chức Bon chia sẻ nhiều tính năng phổ biến với cả sự phiên dịch Mới và Cũ của các trường phái Phật giáo mà các bậc thầy tiếp tục từ mỗi tổ chức đã tuyên bố rằng giáo phái khác đã ăn cắp ý tưởng từ họ.

Hoàng gia Ngari tiếp tục đóng một vai trò quan trọng trong việc tài trợ không chỉ là sự phiên dịch kinh sách Phật giáo mới mang đến từ Kashmir và miền bắc Ấn Độ, nhưng cũng tài trợ cho sự hiệu đính của các bản dịch trước đó và giải thích rõ những hiểu lầm về các quan điểm tinh tế của Phật giáo. Hội đồng của Toling (Tho-ling) được triệu tập bởi vua Tsedey (rTse-lde) tại tu viện Toling của Ngari vào năm 1076, tập hợp các dịch giả lại với nhau từ những vùng miền tây, miền trung và miền đông của Tây Tạng, cũng như nhiều bậc thầy Kashmir và Bắc Ấn Độ, và cũng là các bậc thầy hướng dẫn điều phối công việc. Chỉ dụ của hoàng tử Zhiwa-wo (Zhi-ba 'od) năm 1092 đã thiết lập các tiêu chuẩn để xác định những kinh văn này là đáng tin cậy.

Quan hệ Qarakhanid với Phật giáo sau sự sụp đổ của Khotan

Trong suốt thời gian này, đế chế Qarakhanids gửi các thương gia Hồi giáo từ Khotan đến thủ đô Bắc Tống xuyên qua tuyến đường phía nam Tarim được kiểm soát bởi lực lượng Tanguts. Giữa năm 1068 và 1077 đã có rất nhiều đặc sứ - ít nhất hai lần mỗi năm--mà chính quyền Bắc Tống đã áp đặt những hạn chế về phạm vi và sự qua lại của họ. Sự thương mại này tiếp tục cho đến khi sự sụp đổ của lực lượng Qarakhanids trong năm 1137.

Niềm tin Phật Pháp mạnh mẽ của người Tanguts, người Tây Tạng, người Duy Ngô Nhĩ Qocho, và người Hán dường như không bao giờ ngăn chặn nổi nhiệt huyết của Qarakhanids vì lợi ích kinh tế. Sự quan hệ quốc tế của họ được hướng dẫn chỉ bởi mục tiêu cải đạo người khác sang Hồi giáo, chắc chắn họ đã tẩy chay thương mại Phật giáo và tấn công Tanguts, Duy Ngô Nhĩ, hoặc Tây Tạng Ngari khi họ đã ở trong tình trạng suy yếu. Tuy nhiên, trong việc duy trì với mô hình đã xuất hiện và còn tiếp tục trong lịch sử quan hệ Hồi giáo-Phật giáo ở Trung Á và tiểu lục địa Ấn Độ, Sự xâm lược của Hồi giáo đã được đánh dấu bằng sự tàn phá nhanh chóng của các tổ chức và cơ sở tôn giáo địa phương, trong khi sự xâm chiếm tiếp theo đã là đặc trưng bởi sự khai thác kinh tế. Sự xâm lược về sau luôn luôn đặt một mức độ nào đó của sự khoan dung tôn giáo và, một khi được thành lập đã thể hiện sự ưu tiên trong việc hình thành chính sách chính trị.

18. Đế chế Ghaznavids và Seljuqs

Chiến dịch Ghaznavid tại Gandhara và Tây Bắc Ấn

Sau khi vua Mahmud của Ghazni đã bị đánh bại vào năm 1008 trong vụ tấn công của ông ta vào đế chế Qarakhanid đến phía bắc của mình, ông ta cọng tác với người Thổ Nhĩ Kỳ Seljuq ở miền nam Sogdia và Khwarazm để bảo vệ vương quốc của ông ta từ sự trả thù Qarakhanid. Người Seljuqs là một bộ lạc là một nô lệ gốc Thổ Nhĩ Kỳ đã được sử dụng như những lực lượng phòng thủ xuyên qua người Samanids và đã cải sang Hồi giáo vào năm 990 và sau đó. Để bảo vệ quê hương của mình, Mahmud lúc này chuyển sự chú ý của mình trở lại với tiểu lục địa Ấn Độ.

Nhiều thập niên trước, năm 969, lực lượng Fatimids (910-1171) đã xâm chiếm Ai Cập và đã khiến nó trở thành trung tâm của đế chế mở rộng nhanh chóng của họ. Họ tìm cách đoàn kết toàn bộ thế giới Hồi giáo dưới ngọn cờ của giáo phái Ismaili để chuẩn bị cho sự ra đời của chúa cứu thế Hồi giáo, một cuộc chiến khải huyền, và sự kết thúc của thế giới, dự đoán cho sự khởi đầu của thế kỷ thứ mười hai. Lãnh địa của họ mở rộng từ Bắc Phi tới phía tây Iran, bằng một quyền uy đại hải, họ đã gửi các nhà truyền giáo và các nhà ngoại giao ra các nước để mở rộng ảnh hưởng và tín ngưỡng của họ. Họ là những đối thủ chính của đế chế Sunni Abbasids vì sự lãnh đạo của thế giới Hồi giáo.

Những dấu tích của sự cai trị của Hồi giáo ở Sindh sau khi xâm chiếm Umayyad là vô cùng yếu kém. Những thống soái Sunni đã đáp trả lòng trung thành trên danh nghĩa đối với vua caliph Abbasid, trong khi trên thực tế họ chia sẻ quyền lực với các nhà lãnh đạo Ấn giáo địa phương. Hồi giáo cùng tồn tại hòa bình với Phật giáo, Ấn Độ giáo, và Jainism. Tuy nhiên, những nhà truyền giáo Ismaili đã nhận ra đối tượng tiếp nhận không hài lòng giữa người Sunni và người Ấn giáo với hiện trạng truyền giáo. Năm 959, nhà cai trị của Multan, miền Bắc Sindh cải sang giáo phái Ismaili Shia, và năm 968, Multan tuyên bố mình là một nước chư hầu của Ismaili Fatimid, độc lập từ Abbasids. Lúc này, lực lượng Abbasids với sự tham gia của các chư hầu Ghaznavid của họ, bị bao quanh ở phía đông và phía tây bởi những đối thủ Fatimid của họ. Họ lo sợ một cuộc xâm lược hai mặt trận sắp xảy ra. Để tấn công các lực lượng Ghaznavids, người Ismailis của Multan chỉ cần băng qua lãnh thổ của những kẻ thù của Ghaznavid- người Hindu Shahis.

Mặc dù cha của ông ta đã ủng hộ giáo phái Shiite của Hồi giáo, vua Mahmud của Ghazni đã theo đức tin của giáo phái Sunni, tín ngưỡng chủ yếu không chỉ dành cho các đế chế Abbasids, mà còn của các đế chế Qarakhanids và Samanids. Ông ta nổi tiếng là người không dung nạp các giáo phái khác của Hồi giáo. Sau khi lên ngôi vào năm 998 và củng cố quyền lực của mình tại Afghanistan, ông ta tấn công giáo phái Shahis Ấn Độ giáo ở Gandhara và Oddiyana vào năm 1001 và đánh bại kẻ thù của cha mình, Jayapala, người mà ông cũng coi như là có khả năng đe dọa. Mặc dù Oddiyana vẫn là một trung tâm chính của Mật tông Phật giáo với cả hai vị vua Indrabhuti và Padmasambhava đã từng xiển dương trước giai đoạn quyền lực của Hindu Shahi, nó không cò bất kỳ tu viện nào của Phật giáo hưng thịnh. Mặt khác, đền thờ đạo Hindu của nó đầy dẫy với sự giàu có. Do đó, Mahmud cướp bóc và phá hủy chúng.

Người kế vị Jayapala, Anandapala (r. 1001-1011), bấy giờ thành lập một liên minh với Multan. Nhưng năm 1005, Mahmud đánh bại lực lượng chung của họ và thôn tính Multan, do đó vô hiệu hóa mối đe dọa của Fatimid Ismaili đối với thế giới Sunni Abbasid từ phía đông. Mahmud gọi quân đội của mình là những chiến binh "Ghazi" vì đức tin, và gọi là chiến dịch của mình là "jihad" (thánh chiến) để bảo vệ sự tuân thủ chính thống Sunni nhằm chống lại dị giáo Ismaili Shia. Mặc dù nhiệt huyết tôn giáo có thể đã là một phần của động cơ của ông ta, phần lớn rõ ràng mong muốn của ông ta là thiết lập chính mình như là người bảo vệ của đế chế Abbasids giống như các nhà lãnh đạo của thế giới Hồi giáo. Đóng một vai trò như vậy sẽ hợp pháp hóa sự cai trị riêng của ông ta như một chư hầu của Abbasid, và bổng lộc mà ông ta đã cướp đoạt sẽ giúp đỡ chiến dịch tài chính chống Fatimid của Abbasids ở nơi khác. Ví dụ, ngôi đền mặt trời Hindu cổ - Suraj Mandir tại Multan, nổi tiếng là ngôi đền giàu có của tiểu lục địa Ấn Độ. Kho báu của nó chỉ tăng lên sự thèm khát của Mahmud đối với tài sản giàu có, ra xa phía đông.

Sau khi chiến dịch bất thành của Mahmud chống lại lực lượng Qarakhanids, ông ta quay sang tiểu lục địa Ấn Độ, và năm 1008 đã đánh bại một liên minh giữa Anandapala và nhà cai trị của Rajput mà ngày nay là Indian Punjab và Himachal Pradesh. Ông ta tịch thu ngân khố lớn của Hindu Shahi ở Nagarkot (Kangra ngày nay), và trong những năm tiếp theo, ông ta cướp bóc và phá hủy các đền thờ giàu có của đạo Hindu và những tu viện Phật giáo trong khu vực. Trong các tu viện Phật giáo bị ông ta phá hủy là những ngôi chùa ở Mathura, phía nam của Delhi ngày nay.

Năm 1010, Mahmud dập tắt một cuộc nổi loạn tại Multan, năm 1015 hoặc 1021 (tùy thuộc vào tài liệu chấp nhận), ông ta theo đuổi nhà cầm quyền Hindu Shahi, Trilochanapala (r. 1011 - 1021), người đang củng cố lực lượng của ông ta tại pháo đài Lohara ở dưới chân núi phía tây hướng đến Kashmir. Tuy nhiên Mahmud không bao giờ có thể chiếm pháo đài, hoặc xâm nhập vào Kashmir. Không biết vai trò người sáng lập Hindu của triều đại Lohara đầu tiên của Kashmir (1003 - 1101) là Samgrama Raja (r. 1003 - 1028) hùng mạnh như thế nào mà đánh bại được Mahmud. Theo các tài liệu Phật giáo truyền thống, người cai trị Ghaznavid đã dừng lại bởi những mật chú Phật giáo được đọc bởi ngài Prajnarakshita, một đệ tử của Naropa.

Do thiệt hại nặng nề mà lực lượng Mahmud gây ra cho các tu viện Phật giáo ở IndianPunjab và Himachal Pradesh, nhiều Phật tử đã tìm cách xin tị nạn ở nơi khác.

Tuy nhiên, với sự tấn công của quân đội Ghaznavid hướng về Kashmir, hầu hết người tị nạn đã không cảm thấy an toàn khi chạy đến nơi này. Một số lượng lớn tràn ngập như thế lẽ ra băng qua dãy Himalaya qua Kangra đến Ngari ở miền tây Tây Tạng vào năm 1020 và sau đó, nhà vua Tây Tạng đã thông qua một đạo luật hạn chế người nước ngoài vào trú ngụ trong nước hơn ba năm.

Tóm lại, cuộc thánh chiến Ghaznavid trong tiểu lục địa Ấn Độ ban đầu là trực tiếp chống lại Ismailis, không phải là Phật giáo, Ấn giáo, Kỳ Na Giáo. Tuy nhiên, một khi Mahmud đã hoàn thành mục tiêu tôn giáo và chính trị của mình, chiến thắng của ông đã thúc giục ông ta chiếm thêm lãnh thổ và đặc biệt cướp bóc từ những ngôi đền Hindu giàu có và các tu viện Phật giáo tại đây. Như các chiến dịch Umayyad ba thế kỷ trước, các lực lượng Thổ Nhĩ Kỳ đã phá hủy đền thờ và tu viện Phật giáo, sau khi triệt để cướp bóc, như một phần của cuộc chinh phục ban đầu trong phạm vi khu vực, nhưng không tìm cách áp đặt Hồi giáo bằng tất cả các đối tượng mới của họ. Mahmud là kẻ thực dụng và lợi dụng toán lính Hindu không cải cải đạo và ngay cả một tướng lãnh Hindu để chống lại người Hồi giáo Shiite, những kẻ chống lại ông ta tại Buyid Iran. Mục tiêu chính của ông ta vẫn Shiite và Ismailis.

Thái độ của Ghaznavid đối với Phật giáo ngoài khu vực Ấn Độ

Al-Biruni, nhà sử học Ba Tư đã đi cùng với cuộc xâm lược tiểu lục địa Ấn Độ của Mahmud, đã nói một cách thích thú đối với Phật giáo và viết rằng, người Ấn Độ cho rằng Đức Phật như là "Prophet" (nhà tiên tri). Có lẽ điều này ngụ ý sự quen thuộc của ông ta với thuật ngữ burxan của người miền trung Ba Tư, có nghĩa prophet, được sử dụng đối với "Phật" trong kinh điển Phật giáo Sogdian và Uighur, và trước đó là trong các văn bản của người Ma Ni giáo đề cập đến tất cả các tiên tri. Tuy nhiên, điều này cũng chỉ ra rằng, các Phật tử đã được chấp nhận như là "người của cuốn sách", và cùng với người Ấn giáo và Kỳ Na Giáo, được ban cho 'tình trạng những đối tượng (của Hồi giáo) được bảo vệ' sau khi quân đội Hồi giáo tàn phá các cơ sở ban đầu của họ.

Những bằng chứng khác để hỗ trợ kết luận thứ hai này là đế chế Ghaznavids không bức hại Phật giáo trong những năm kiểm soát trước đó của họ tại Sogdia, Bactria, hoặc Kabul. Năm 982, những bức tranh tường vẫn còn được thấy tại tinh xá Nava Vihara và những hình ảnh khổng lồ của Đức Phật được khắc trên các vách đá Bamiyan ở miền trung Afghanistan vẫn không bị hư hại. Al-Biruni ghi chép rằng nhiều tu viện Phật giáo vẫn còn hoạt động ở những biên giới phía nam của Sogdia vào thời giao điểm thiên niên kỷ.

Giống như đế chế Samanids trước họ, đế chế Ghaznavids thúc đẩy nền văn hóa Ba Tư. Cả văn học Ba Tư và Ả Rập, từ thế kỷ thứ chín đến thế kỷ 12, rất nhiều tài liệu tham khảo đến vẻ đẹp của các di tích Phật giáo, những tài liệu này cho thấy rằng các tu viện Phật giáo và nhà thờ Hồi giáo hoạt động một cách hòa bình, bên cạnh nhau. Ví dụ, Asadi Tusi mô tả sự lộng lẫy của tu viện Phật giáo là Subahar Monastery của Kabul trong tác phẩm Garshasp Name của ông ta vào năm 1408. Thi ca Ba Tư thường dùng tỉ dụ ca ngợi các cung điện diễm lệ được cho là giống như vẻ đẹp của "Nawbahar" (Nava Vihara).

Những hình ảnh Đức Phật, đặc biệt là Phật Di Lặc, vị Phật tương lai, được mô tả tại Nava Vihara và Bamiyan với hình tròn mặt trăng phía sau đầu Phật. Điều này dẫn đến việc mô tả vẻ đẹp tinh khiết qua những bài thơ như tả một người nào đó có "khuôn mặt trăng tròn của một vị Phật." Vì vậy, trong những bài thơ Ba Tư thế kỷ 11, chẳng hạn như bài thơ Varqe và Golshah của Ayyuqi, danh từ bot trong giai đoạn Pahlavi, bắt nguồn từ thuật ngữ purt của người Sogdian trước đó, được sử dụng với một ý nghĩa tích cực để chỉ cho "Đức Phật", không phải với ý nghĩa xúc phạm thứ hai của nó như là "thần tượng". Điều này ngụ ý đối với lý tưởng của vẻ đẹp vô tính, và được áp dụng như nhau cho cả nam giới và nữ giới.

Không biết danh từ al-Budd trong tiếng Ả Rập có nguồn gốc từ Ba Tư hay được đặt ra ngay thời điểm Umayyad xâm chiếm Sindh. Ban đầu, triều đại Umayyads sử dụng thuật ngữ này cho cả những hình ảnh Phật giáo và Hindu giáo, cũng như các đền thờ có hình ảnh này. Thỉnh thoảng, họ cũng sử dụng từ này cho bất kỳ ngôi đền phi Hồi giáo, bao gồm cả giáo phái Thờ Lửa, Kitô giáo, và Do Thái. Tuy nhiên, sau đó nó cũng mang cả hai nghĩa tích cực và tiêu cực, là "Phật" và "thần tượng".

Tất cả các tài liệu tham khảo cũng cho thấy rằng những tu viện Phật giáo và hình ảnh đã có mặt trong các lĩnh địa văn hóa Iran ít nhất xuyên qua thời kỳ Mông Cổ vào đầu thế kỷ thứ mười ba, hoặc ở mức tối thiểu di sản Phật giáo mạnh mẽ đó vẫn còn được duy trì trong nhiều thế kỷ giữa những Phật tử cải sang Hồi giáo. Nếu đế chế Ghaznavids duy trì hòa bình với Phật giáo trong những vùng đất phi-Ấn Độ của mình và thậm chí bảo trợ tác phẩm văn học ca ngợi nghệ thuật của nó, nhưng hầu như không, sau đó, chính sách dài hạn của họ trên tiểu lục địa là một hành động cải đạo bằng thanh kiếm. Giống với các đế chế Umayyads, phương cách xâm chiếm của đế chế Ghaznavid không giống như cách thức cai trị.

Sự suy tàn của Ghaznavids và sự nổi dậy của Seljuqs

Mặc dù sự thành công quân sự của mình trên tiểu lục địa Ấn Độ, lực lượng Ghaznavids không có khả năng kiểm soát lực lượng Seljuqs dưới quyền mình, và năm 1040 sau đó Seljuqs nổi loạn. Seljuqs chiếm đến Khwarazm, Sogdia, và Bactria từ lực lượng Ghaznavids, và năm 1055 đã chinh phục Baghdad, chỗ ngồi của các vua caliph Abbasid.

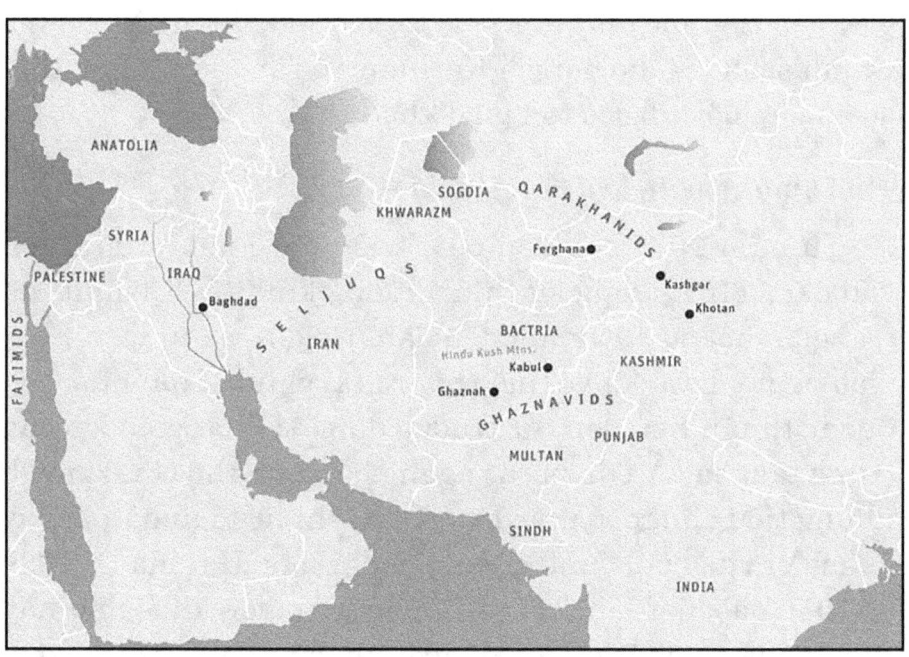

Map Twenty-eight: The Seljuq Empire, Second Half of the Eleventh Century

Chính quyền Seljuqs là người theo giáo phái Sunni và là cương quyết chống giáo phái Shiite và Ismaili như Ghaznavids. Họ lo lắng tránh giành sự ảnh hưởng và kiểm soát của các vua Caliphs đối với người Buyid Shiites tại Iran. Năm 1062, cuối cùng họ chinh phục được Vương quốc Buyid, và năm kế tiếp, công bố triều đại của mình. Các bộ phận cuối cùng của Đế chế Seljuk kéo dài cho đến khi qui phục Mông Cổ vào năm 1243.

Trước sự thất bại của họ đối với lực lượng Seljuks, lực lượng Ghaznavids rút về phía đông của dãy núi Hindu Kush Mountains, bị hạn chế với Ghazna, Kabul, và Punjab. Họ duy trì một lực lượng quân đội được gia nhập từ nhiều bộ lạc miền núi Thổ Nhĩ Kỳ Hồi giáo trong lĩnh địa của họ, và dựa vào thuế thu thập từ những người giàu có phi-Hồi giáo của tiểu lục địa Ấn Độ để tài trợ cho nhà nước của họ. Chính sách của họ đối với Kashmir rõ ràng minh họa thái độ của họ đối với các tôn giáo khác

Tình hình chính trị và tôn giáo tại Kashmir

Từ năm 1028 cho đến cuối triều đại Lohara đầu tiên vào năm 1101, trong sự thịnh vượng kinh tế, Kashmir đã trải qua một sự suy giảm đều đặn. Do đó, các tu viện Phật giáo bị giới hạn đối với mặt hỗ trợ tài chính. Hơn nữa, con đường thuận tiện đến các trường đại học Phật giáo lớn của trung tâm bắc Ấn đã bị cắt ngang bởi lãnh thổ Ghaznavid, những tiêu chuẩn tại các tu viện Kashmiri dần dần bị suy giảm. Vị vua cuối cùng của triều đại này, Harsha (r. 1089 - 1101), đã thiết lập một sự đàn áp tôn giáo khác, lần này sang bằng cả những ngôi đền Hindu cũng như các tu viện Phật giáo.

Vào thời Lohara thứ hai (1101 - 1171), và đặc biệt là

dưới thời trị vì của vua Jayasimha (r. 1128 - 1149), cả hai tôn giáo đã hồi phục một lần nữa với sự hỗ trợ của hoàng gia. Tuy nhiên, tình hình kinh tế của vương quốc như một toàn thể đã suy giảm hơn nữa, tiếp tục cho đến sự thừa kế tiếp theo của những nhà cai trị Ấn Độ giáo (1171-1320). Mặc dù các tu viện đã kiệt quệ, hoạt động Phật giáo vẫn phát triển cho đến thế kỷ 14, với các vị giáo thọ và những thông dịch viên viếng thăm Tây Tạng theo định kỳ. Tuy nhiên, dù sự suy yếu của Kashmir trong hơn ba thế kỷ, không phải là đế chế Ghaznavids hay những nhà kế thừa Hồi giáo của họ ở Ấn Độ tìm cách chinh phục nó cho đến năm 1337. Dấu hiệu này cho thấy các nhà lãnh đạo Hồi giáo đã quan tâm nhiều hơn trong việc thu đạt của cải giàu có hơn là việc cải đạo từ các tu viện Phật giáo. Nếu sau đó là tu viện nghèo, họ đã không đá động gì đến.

Mở rộng Seljuq và chính sách Tôn Giáo

Trong khi đó, lực lượng Seljuqs đã mở rộng đế chế của mình về phía tây, chinh phục đế chế Byzantines vào năm 1071. Quốc vương Seljuq, Malikshah (r. 1072 - 1092), đã áp đặt cương vị chúa tể của mình đối với đế chế Qarakhanids tại Ferghana, phía bắc Tây Turkistan, Kashgar, Khotan. Dưới sự ảnh hưởng của Nizamulmulk- vị công sứ của mình, Seljuqs xây dựng những trường Hồi giáo (madrasah) ở Baghdad và trên khắp Trung Á. Mặc dù trường madrasahs đã được mọc lên vào thế kỷ thứ 9 đông bắc Iran, chỉ hoàn toàn dành cho việc nghiên cứu thần học, những ngôi trường madrasahs mới này với mục đích cung cấp một bộ máy quan liêu dân sự cho Seljuqs mà được giáo dục tốt trong giáo lý Hồi giáo. Đế chế Seljuqs có một cách tiếp cận rất thực dụng tôn giáo của họ.

Khi đã mở rộng Anatolia đến vùng Thổ Nhĩ Kỳ, lực lượng Seljuqs cũng tiếp tục chiếm Palestine. Năm 1096, Byzantine chống lại Giáo hoàng Urban II, người đã tuyên bố cuộc Thập Tự Chinh đầu tiên để thống nhất phương Tây và phương Đông trong sự cai trị của đế quốc La Mã và chiếm lại đất Thánh từ "những kẻ ngoại đạo". Tuy nhiên, Seljuqs không có ý định chống những tín hữu chúa Giê-Xu. Ví dụ, họ đã không trừ tiệt Kitô giáo từ Trung Á.

Đế chế Seljuks cũng không phải chỉ đặc biệt chống Phật giáo. Điều mà họ làm là chỉ huy hoặc ủng hộ các chư hầu Qarakhanid của họ trong một cuộc thánh chiến chống lại lực lượng Tanguts, Duy Ngô Nhĩ Qocho, và Tây Tạng Ngari, và tất cả nhà nước này đều hùng mạnh về Phật giáo nhưng yếu kém quân sự. Ngược lại, trong thời gian cai trị Baghdad, đế chế Seljuqs cho phép al-Shahrastani (1076 - 1153) xuất bản tác phẩm Kitab al-Milal wa Nihal của ông ta -- một quyển sách triết học bằng tiếng Ả Rập có bao hàm một phần của giáo lý Phật giáo, như al-Biruni, đề cập đến Đức Phật như một nhà Tiên Tri.

Mệnh lệnh Ám sát của Nizari

Những hình ảnh cực kỳ tiêu cực mà người châu Âu và Kitô hữu Byzantine đã có đối với đế chế Seljuqs và Hồi giáo nói chung là một phần do xác định sai lầm của họ về tất cả Hồi giáo với phái Nizari của Ismailis mà được biết với những đoàn quân viễn chinh như "Order of Assassins" (Mệnh Lệnh Ám Sát). Bắt đầu khoảng năm 1090, lực lượng Nizaris đã dẫn đầu một cuộc nổi dậy của khủng bố khắp Iran, Iraq và Syria, với những thanh niên trong tình trạng bị chuốc say sưa được gửi đi để ám sát những nhà lãnh đạo quân sự và chính trị. Họ muốn chuẩn bị thế giới cho lãnh đạo Nizar của họ, để trở thành không chỉ là vua caliph và imam (lãnh tụ Hồi giáo), nhưng còn là Mahdi, vị tiên tri cuối cùng sẽ dẫn đầu thế giới Hồi giáo trong một cuộc chiến tranh thiên niên kỷ chống lại những thế lực tà ác.

Đến những thập niên tiếp theo, đế chế Seljuqs và Fatimids phát động những cuộc thánh chiến chống lại lực lượng Nizaris, tàn sát họ với số lượng lớn. Phong trào Nizari cuối cùng đã mất tất cả sự hỗ trợ của quần chúng. Những cuộc thánh chiến này cũng đã có một tác động tàn phá đối với Seljuqs và, vào năm 1118, Đế quốc Seljuq chia thành nhiều phần tự trị.

Trong khi đó, lực lượng Ghaznavids tiếp tục bị suy yếu quyền lực. Họ thiếu nhiều nguồn nhân lực để lãnh đạo ngay cả vương quốc thu nhỏ của mình. Đế chế Qarakhanids cũng suy giảm quyền lực. Do đó, Ghaznavids và Qarakhanids bị buộc phải trở thành những tiểu bang chi nhánh với lãnh thổ Seljuq tự trị ở Sogdia và đông bắc Iran.

19. Sự phát triển tại Trung Á ở thế kỷ 12

Việc thành lập đế chế Jurchen

Người Jurchen là một bộ tộc Mãn Châu Tungusic có quê hương ở miền bắc Mãn Châu và khu vực lân cận phía đông nam Siberia nằm ngang con sông Amur. Họ là những người sống ở trong rừng mà lực lượng Khitans đã tuyển lính đối với những lễ nghi săn bắn của họ. Sự ảnh hưởng của Phật giáo đã tác động đến họ từ cả hai phía Bắc Tống Trung Quốc và Hàn Quốc Koryo (918-1392). Vào năm 1019, họ yêu cầu hoàng đế Bắc Tống cho một bản sao kinh điển Phật giáo mới được in, đến năm 1105, các nhà sư Trung Quốc đã thực hiện những nghi lễ Phật giáo tại cung điện Jurchen. Tuy nhiên theo tài liệu chính của Phật giáo, sự ảnh hưởng này là từ Khitans.

Năm 1115, người Jurchens tuyên bố triều đại Jin (Chin) của họ (1115-1234) và tiến hành mở rộng những sự kiểm soát của mình thành một đế chế. Sau khi đánh bại Khitans năm 1125, họ đã chinh phục khu vực phía bắc Hán Trung Quốc trong năm kế tiếp. Thủ đô Trung Quốc phải dời về phía nam, do đó kết thúc triều đại Bắc Tống và Nam Tống bắt đầu (1126-1279). Lực lượng Jurchens cai trị toàn vùng Mãn Châu, phía đông nam Siberia, miền bắc và trung Trung Quốc, và Nội Mông Cổ. Đế chế Tanguts thì ở phía tây bắc, trong khi Mông Cổ chính nó đã bị phá vỡ thành nhiều khu vực bộ lạc nhỏ.

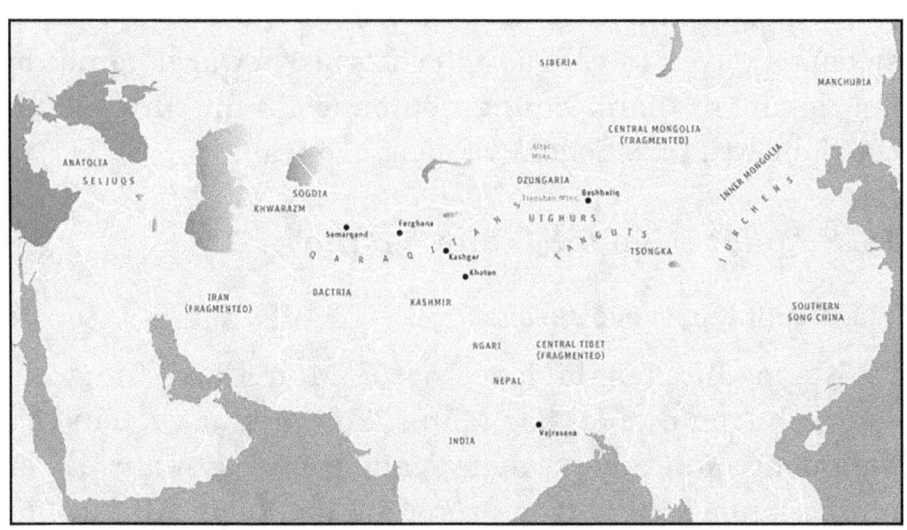

Map Twenty-nine: Height of the Qaraqitan and Jurchen Empires, Second Half of the Twelfth Century

Các hình thức của Phật giáo Khitan vẫn tiếp tục trong những vùng Nội Mông Cổ đã được tiếp tục bởi người Jurchens. Trong những năm sau này của đế chế Jin, những hình thức Trung Quốc đã chiếm nhiều ưu tiên. Sự tiếp nối này được song song trong sự phát triển của ngôn ngữ viết Jurchen. Lúc đầu, người Jurchen đã thích nghi và thay đổi chữ viết Khitan, nhưng trong thời gian sau đó họ cũng sử dụng một sự pha trộn của tiếng Hán.

Những hoàng đế Jurchen đầu tiên đã bảo trợ phật giáo một cách mạnh mẽ. Họ xây dựng nhiều ngôi chùa tại thủ đô của họ, và khắp lãnh thổ của họ. Đến giữa thế kỷ thứ mười hai, đã có hơn 30.000 tu sĩ vào thời đế chế Jin, nhiều tu sĩ nắm giữ một vị trí công chức cao hơn tại triều đình. Triều đình Jurchen đã thay thế Bắc Tống như văn kiện chính mà Tanguts đã đệ đơn kiến nghị về việc gửi thêm cho họ những kinh điển Phật giáo Trung Quốc.

Tình hình chính trị và tôn giáo ở các vùng Tây Tạng

Sau khi một cuộc nội chiến ngắn tại Tsongka đến thế kỷ thứ mười hai, Tsongka quan hệ với Bắc Tống Trung Quốc, đối tác thương mại của họ trước kia đã trở nên căng thẳng. Các lực lượng Bắc Tống đã lợi dụng tình hình bất ổn để tấn công. Bắt đầu từ năm 1102, Họ đã chiếm, rồi bị mất, và tái chiếm Tsongka nhiều lần. Điều này tạo ra những kẻ thù cũ, Tsongka và Tanguts không chỉ là ký kết hiệp ước hòa bình, mà còn tạo thành một liên minh quân sự vào năm 1104 chống lại Bắc Tống. Chiến tranh tiếp tục cho đến khi lực lượng Jurchens lật đổ Bắc Tống trong năm 1126. Lực lượng nhà Hán rút lui hoàn toàn từ Tsongka, rồi nơi này trở thành độc lập một lần nữa cho đến khi nó bị chinh phục bởi lực lượng Jurchens vào năm 1182. Đế chế Tanguts liên minh với đế chế Jurchens và tiếp tục cuộc chiến chống lại Nam Tống, bấy giờ Nam Tống đang cống nạp hàng năm với Tanguts, Jurchen, người kế thừa Khitan, và Qaraqitans.

Trong khi đó, trong các khu vực văn hóa Tây Tạng khác, hoạt động trọng tâm của Phật giáo đã chuyển từ phía tây về miền trung Tây Tạng vào cuối thế kỷ thứ mười một khi triều đại của các vị vua Ngari vua đã kết thúc. Trong tiền bán thế kỷ thứ mười hai, Ngari được cai trị bởi một hệ thống của bộ tộc phi-Tây Tạng, người Khasas, những người theo Phật giáo với một mức độ nào đó. Vào giữa thế kỷ, vua Khasa, Nagadeva, mất quyền kiểm soát của khu vực và chinh phục phía tây Nepal, tái thiết lập sự cai trị của mình trong khu vực đó. Về sau, miền tây Tây Tạng chia thành nhiều vương quốc, tất cả đều tiếp tục sự hồi sinh và ủng hộ đối với Phật giáo, nhưng trên một quy mô thấp hơn nhiều so với thế kỷ trước.

Miền Trung Tây Tạng vào thời điểm này cũng bị chia thành nhiều khu vực nhỏ, những vùng độc lập. Những vùng này được tập trung xung quanh các tu viện Phật giáo mới, hầu hết các tu viện được xây dựng giống như những pháo đài. Sự cai trị được thống nhất với khu vực này chỉ đến năm 1247, khi miền trung Tây Tạng được tái tổ chức dưới quyền bá chủ của Mông Cổ. Dù hoàn cảnh chia rẽ chính trị, tuy nhiên, Phật giáo ở miền trung Tây Tạng đạt đến đỉnh cao mới trong thế kỷ thứ mười hai. Người Tây Tạng không chỉ tiếp tục với công việc dịch thuật của họ, chủ yếu là từ tiếng Phạn, nhưng cũng bắt đầu biên soạn một tập hợp lớn của một ngữ liệu văn học. Mỗi tu viện phát triển những nét đặc thù của riêng của mình và những tính năng đặc biệt.

Sự phát triển của ảnh hưởng Văn hóa Tây Tạng vào Tanguts

Vì sự thay đổi của Tangut đối với liên minh từ Bắc Tống đến Tsongka, sự ảnh hưởng chính đến Phật giáo

Tangut trong thế kỷ thứ mười hai giống như đã chuyển từ Trung Quốc sang Tây Tạng. Người Tanguts dịch kinh điển ngày càng nhiều hơn từ ngôn ngữ Tây Tạng và bắt đầu sáng tác văn học Phật giáo của riêng mình, mô phỏng theo các luận giải của người Tây Tạng một cách mạnh mẽ. Nhiều tu sĩ Tangut đi du lịch đến miền trung Tây Tạng để nghiên cứu. Một trong số họ là ngài Minyag Gomring (Mi-nyag sGom-rings) đã trở thành một đệ tử của ngài Pagmo-Drupa (Phag-mo gru-pa, 1110 - 1170), từ đó nhiều dòng phái Kagyu được tìm thấy. Năm 1157, tăng sĩ Tangut thành lập tu viện mà sau này trở thành trung tâm của truyền thống Kagyu Drigung ('Bri-gung bKa'-brgyud), Drigung-til (' Bri-gung mthil).

Một Tăng sĩ Tangut khác, nhà dịch giả Tsami Lotsawa (rTsa-mi Lo-tsa-ba), đã đến Bắc Ấn, cũng vào giữa thế kỷ thứ mười hai, đã trở thành trụ trì của một tu viện tại Vajrasana (Bodh Gaya) và mang về từ Kashmir một trong những dòng truyền thừa của Mật Tông Kalachakra. Những vị giáo thọ từ cả Kashmir và Tây Tạng đã được mời trở lại Tangut nơi họ đã trở thành những vị gia sư của hoàng gia. Sự trao đổi lẫn nhau đã phát triển rộng lớn hơn bao giờ hết.

Mặc dù những cuộc chiến quân sự không ngừng với Bắc Tống Trung Quốc, Tanguts cũng tiếp tục ứng dụng một số tính năng từ xã hội Trung Quốc -- ví dụ, năm 1146, một hệ thống giáo dục theo kiểu Nho giáo dành cho việc đào tạo các quan chức. Tiến trình Trung Quốc hóa này tăng trưởng, dù những nỗ lực Tangut để duy trì tính toàn vẹn văn hóa của họ, điều này do ảnh hưởng của mẫu thân Hoàng đế Renxiao (Jen-Hsiao) (r. 1139 - 1193), bà ta vốn là người Hán.

Cuối cùng, Tanguts đã trở thành một trong các dân tộc có nền văn hóa cao nhất của Trung Á. Ví dụ, năm 1170, Hoàng đế Renxiao ban hành một đạo luật mở rộng bao gồm cả các lĩnh vực dân sự và tôn giáo. Nó chia tách những tu viện Phật giáo Tangut thành những phân khu theo sắc tộc của nguồn gốc các nhà sư của nó - Tangut, Tây Tạng, Hán, hoặc lai Tangut -Hán. Không có sự đề cập đến những nhà sư Uighur hoặc Yugur Vàng, có lẽ bởi vì sự phục tùng của Qocho đối với Qaraqitans trong năm 1124. Tất cả các nhà sư, bất kể nguồn gốc, đã được yêu cầu học tập ngôn ngữ Tangut, Tây Tạng, Trung Quốc, Phạn ngữ, và văn học. Để đảm nhận một chức vụ hành chính của tu viện, họ cần phải vượt qua một kỳ thi dưới sự chứng minh của các bậc thầy đặc biệt của họ về các kinh điển Phật giáo trong bản dịch Tây Tạng. Điều này song song với pháp luật dân sự đã có từ Trung Quốc, như yêu cầu các ứng cử viên cho các vị trí quan chức trong chính phủ phải vượt qua kỳ thi nghiêm ngặt về các kinh điển Nho giáo.

Bước tiếp quản của Qaraqitan đối với đế Chế Duy Ngô Nhĩ Qocho & Qarakhanids

Năm 1124, với sự tấn công của lực lượng Jurchens từ phía nam, nhà cai trị Khitan, Yelu Dashi đã mất quyền kiểm soát Mông Cổ chính nó và chạy trốn với quân đội của mình đến thủ đô Mùa hè của người Duy Ngô Nhĩ Qocho tại Beshbaliq. Ông ta được tiếp nhận và hoan nghênh bởi truyền thống của Khitans, hòa bình, chư hầu trực thuộc. Đối mặt với tham vọng của Yelu Dashi để tạo ra lãnh thổ mới cho chính ông ta, người Duy Ngô Nhĩ tự nguyện quy phục chính mình với quy tắc tị nạn của quyền lực Khitan. Ông ta công bố tuyên triều đại của mình: Qaraqitan hoặc Western Liao (1124-1203) và chiếm đoạt quyền kiểm soát của Dzungaria. Có lẽ người Duy Ngô Nhĩ Qocho đã quy phục dễ dàng bởi vì họ sợ liên minh mới của Jurchens và Tanguts đang đe dọa hướng đông của họ và tìm kiếm sự bảo vệ của Khitan như trong quá khứ.

Năm 1137, Yelu Dashi đã chinh phục đế chế Qarakhanids, sát nhập đất đai của họ ở Kashgar, Khotan, Ferghana, và các vùng miền Bắc của Tây Turkistan vào đế chế của mình. Năm 1141, ông ta đã đánh bại lực lượng Seljuqs tại Samarkand và mở rộng lãnh thổ của mình đến Sogdia, Bactria, và Khwarazm. Đế chế Seljuq ở Iran tan vỡ với một cuộc nổi dậy nội bộ, sau đó, là Iran đã xâm nhập vào một số quốc gia nhỏ với sự kế tiếp của các triều đại ngắn cho đến khi cuộc chinh phục của Mông Cổ vào năm 1220. Thành trì chính còn lại với đế chế Seljuqs là Anatolia.

Yelu Dashi theo sự pha trộn Khitan truyền thống của Phật giáo, Lão giáo, Khổng giáo, Tengrism, và Shaman giáo. Ông ta rất là khoan dung và bảo vệ tất cả các tôn giáo trong lĩnh địa của mình, bao gồm cả Hồi giáo. Kitô giáo phát triển tại thủ đô ở Samarkand và Kashgar, điều này cho thấy rằng các tôn giáo khác nhau ở Trung Á cơ bản đã cùng tồn tại trong sự hài hòa cho đến lúc này.

Các Giáo sĩ Sufi, những nhà truyền bá Hồi giáo giữa những người Thổ Nhĩ Kỳ Trung Á

Phong trào Sufi Hồi giáo, nhấn mạnh kinh nghiệm cá nhân của thực tại thần linh, nảy sinh trong suốt nửa cuối thế kỷ thứ chín xuyên qua những lời dạy của Abu'l Qasim al-Junayd (mất 910) tại Iraq và Abu Yazid Tayfur al-Bistami (mất 874) tại Khorasan, đông bắc Iran. Những Giáo sĩ lang thang bắt đầu truyền nó sang Trung Á từ thế kỷ thứ 11 trong giai đoạn Qarakhanid, Ghaznavid, và Seljuk. Những kỹ xảo Sufi của họ đã đáp ứng nhu cầu tâm linh còn lại bởi sự đàn áp của giáo phái Shiite và Ismaili, đặc biệt là sau sự xâm chiếm Baghdad của Seljuq năm 1055.

Các nhân vật chủ chốt mang đạo Sufi đến các bộ lạc du mục Thổ Nhĩ Kỳ là Ahmad ibn Ibrahim ibn Ali al-Yasavi (mất 1166). Sự phổ biến của thứ bậc Yasaviyya, được bắt nguồn từ ông ta, là do sự kết hợp của ông ta đối với các yếu tố truyền thống, văn hóa Thổ Nhĩ Kỳ, và đặc biệt, Shaman bên trong Hồi giáo. Ông ta mặc trang phục Thổ Nhĩ Kỳ, cho phép người theo đạo dùng ngôn ngữ Thổ Nhĩ Kỳ bên ngoài bối cảnh của lễ cầu nguyện, cúng tế gia súc trong các nghi lễ nhất định, và cho phép phụ nữ tham gia những lớp huấn luyện để đạt đến trạng thái xuất thần. Tục lệ của đạo Sufi hướng đến việc xây dựng nhà nghỉ tâm linh (khanaqah) xung quanh các vị đạo sư Sufi, mở cửa cho tất cả các du khách, và không chỉ với những người tìm kiếm tinh thần cá nhân lang thang từ nơi này đến nơi khác, nhưng ngay cả toàn bộ cộng đồng của một ngôi nhà đó, bao gồm vị thầy hướng dẫn, lang thang với nhau trên những cuộc hành trình tâm linh cho những tháng cuối cùng, có sự lôi cuốn rất lớn đối với truyền thống du mục Thổ Nhĩ Kỳ.

Thông qua những ý nghĩa đó, Hồi giáo đạt được tính phổ biến ngày càng tăng trong quần chúng Thổ Nhĩ Kỳ. Tốc độ tăng trưởng nhanh chóng của Hồi giáo ở Trung Á là vào thời điểm này, sau đó, không còn sự cải đạo bằng thanh kiếm, nhưng bởi nhiều sự thích nghi khéo léo của một số đạo sĩ lớn của tôn giáo này đối với văn hóa Thổ Nhĩ Kỳ. Việc mở rộng này của Hồi giáo đã không xảy ra tại khu vực chính của Phật giáo và không gây nên sự phản ứng thù địch của Phật giáo. Trong thực tế, nó xảy ra chủ yếu dưới sự cai trị của Phật giáo, thuộc lực lượng Qaraqitans, và nhận được sự hỗ trợ của họ.

20. Những chiến dịch của Ghurid vào Tiểu Lục Địa Ấn Độ

Tấn công quân sự ban đầu xuyên qua Bắc Ấn

Năm 1148, nhà cai trị Ala-ud-Din của người du mục Thổ Nhĩ Kỳ Guzz từ các ngọn núi của Afghanistan đã chinh phục khu vực của Ghur ở miền đông Iran, và đã đặt tên nó với tên triều đại của ông ta, Ghurid (1148-1215). Ông ta đã tiến hành chiếm Bactria từ lực lượng Qaraqitans, và năm 1161 chiếm Ghazna và Kabul từ đế chế Ghaznavids. Đế chế này buộc phải di chuyển thủ đô của mình đến thành phố Punjabi của Lahore nơi vẫn còn đa số người Hindu vào lúc này. Năm 1173, người sáng lập triều đại Ghurid bổ nhiệm em trai của mình Muizz-ud-Din Muhammad (Muhammad Ghori, r. 1173-1206) làm thống sứ của Ghazna và **xúi dục** ông ta tấn công các tiểu lục địa Ấn Độ.

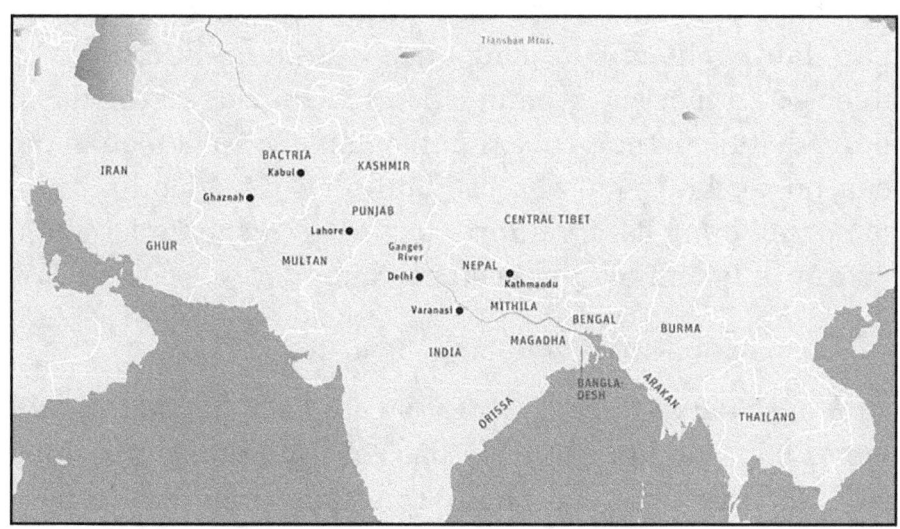

Map Thirty: Indian Subcontinent at the Time of the Ghurid Conquests, End of the Twelfth Century

Giống như người tiền nhiệm, vua Mahmud của Ghazni, vào năm 1178, Muhammad Ghori đầu tiên đã chiếm vương quốc Ismaili Multan ở miền bắc Sindh, giành được độc lập từ sự thống trị của Ghaznavid. Những người Ismailis luôn luôn bị nghi ngờ chứa chấp Nizaris hoặc các loại tương tự của các phong trào khủng bố thời đại. Sau đó, trong sự liên minh với người cai trị Hindu địa phương, nhà lãnh đạo Ghuri đã lật đổ triều đại nhà Ghaznavid bằng việc xâm chiếm Lahore vào năm 1186. Kiểm soát toàn bộ Punjab, ông ta đã thúc giục lực lượng chiếm Delhi năm 1193. Sau đó, lực lượng Ghurids đã quét qua đồng bằng Gangetic Plain ở miền bắc Ấn Độ. Vào năm 1194, Muhammad tự thân chinh phục tận Banaras. Ông ta đã phái một trong những người chỉ huy quân đội của mình Bakhtiyar Khalji, cùng với Ikhtiyar-ud-Din Muhammad để tấn công xa hơn về hướng đông.

Chiến dịch Ghurid trên tiểu lục địa Ấn Độ thực tế không phải là một cuộc thánh chiến để cải đạo, nhưng trên cơ bản là một chiến dịch để cướp đoạt lãnh thổ, cả Hồi giáo và phi- Hồi giáo đều như nhau. Mặc dù mục tiêu quân sự ban đầu là chống lại vương quốc Ismaili ở Multan có thể được gọi là một cuộc thánh chiến và Ghurids có thể đã sử dụng đề tài của một cuộc thánh chiến để tập hợp quân đội của họ, sự hăng hái của các lãnh đạo Hồi giáo hầu như được thổi bùng bằng những triển vọng của chiến lợi phẩm và quyền lực nhiều hơn là sự cải đạo.

Cuộc chinh phục đối với Bihar và Bengal

Tại Bihar và Bengal, dưới triều đại Pala, hầu hết các học viện Phật giáo lớn của miền bắc Ấn Độ đã được xây dựng (vốn đã bị phá đổ từng phần). Đầu tiên, triều đại Karnata (1097-1324) đã sụp đổ tại Mithila, trong đó bao gồm khu vực phía bắc Bihar thuộc về sông Hằng và khu vực Terai của miền nam Nepal. Đến cuối thế kỷ thứ 12, người Senas thành lập cộng đồng tại Bengal và Magadha, vùng phía nam Bihar của sông Hằng. Mặc dù các nhà lãnh đạo Mithila Shaivite là người Ấn Độ giáo Shaivite, họ tiếp tục sự bảo trợ của Pala đối với Phật giáo và cung cấp sức đề kháng mạnh mẽ để chống lại lực lượng Ghurids. Ví dụ, họ ngưng mục tiêu xâm chiếm Tây Tạng vào năm 1206. Đế chế Senas đặc biệt ủng hộ Ấn Độ giáo và thế lực yếu kém hơn.

Quân đội Ghurids đi dọc theo Mithila trong sự lấn chiếm của mình về phía đông, và tập trung các cuộc tấn công của họ trên xứ Magadha và Bengal. vua Sena thiết lập các đơn vị đồn trú phòng thủ tại những tu viện ở Odantapuri và Vikramashila, nơi đây được chắn thủ những bức tường thành trực tiếp với phòng tuyến thuận lợi của Ghurids. Chiếm được những pháo đài quân sự này, Ghurids đã hoàn toàn san bằng chúng từ năm 1199 và 1200. Thực tế, kể từ khi Odantapuri chiếm một vị trí chiến lược như thế, các thống đốc quân sự Ghurid đã xây dựng trụ sở chỉ huy ở khu vực xưa của nó mà ngày nay là Bihar Sharif.

Chiếm đóng bắc Ấn

Năm 1206, Muhammad Ghori bị ám sát, đưa đến sự kết thúc quyền lực Ghurid trên khắp miền bắc Ấn Độ. Không có người kế nhiệm rõ ràng, những người thủ lĩnh của ông ta đã chiến đấu với nhau để kiểm soát các lãnh thổ mà họ đã chinh phục. Cuối cùng, một trong số họ đã tự đặt mình trên những người khác như sultan ở Lahore, nhưng đã chết ngay sau đó, năm 1210. Người nô lệ được giải phóng của ông ta là Iltutmish (r. 1210 - 1237) đã tiếp quản và dời thủ đô đến Delhi, bắt đầu những gì đã được trở thành là Vương Quốc Hồi giáo Nô Lệ (Slave Dynasty Sultanate: 1210-1325).

Lực lượng Ghurids đã có thể chinh phục miền bắc Ấn Độ không chỉ do sức mạnh vượt trội và chiến thuật của họ, nhưng cũng có sự cạnh tranh liên tục và đấu đá nội bộ giữa nhiều người cai trị bản xứ "Rajput" Hindu. Mặc dù sau đó đã không có khả năng thể hiện một mặt trận thống nhất để ngăn chặn sự tiếp quản của Ghurid, họ đã đủ mạnh để thiết lập lại chính mình từ những khu rừng và đồi núi một khi quân đội nước ngoài đã trở tới. Những nhà cai trị Ghurids và những người thừa kế của họ về sau có thể duy trì chỉ chỉ những chức vụ quản lý nhỏ, và chỉ trong những thành phố lớn này thì nhiệm vụ chính của họ là thu thuế. Tuy nhiên, sự cai trị của họ cho thấy sự thịnh vượng kinh tế và duy trì được sự ổn định.

Đánh giá về sự nguy hiểm của Ghurid đối với Phật giáo

Mặc dù lực lượng Ghurids đã hoàn toàn cướp bóc và phá hủy hoàn toàn những tu viện Vikramashila và Odantapuri, họ đã không phá hủy tất cả các cơ sở Phật giáo trong lãnh địa của họ. Ví dụ, Tu viện Đại Học Nalanda là tu viện lớn nhất của loại hình này ở phía bắc Ấn Độ, dù ở Ma Kiệt Đà, nó không nằm trên con đường thuận lợi của lực lượng Ghurids. Khi nhà dịch giả Tây Tạng, Chag Lotsawa Dharmasvamin (Chag Lo-tsa-ba, 1197 - 1264), đến thăm miền bắc Ấn Độ vào năm 1235, ông đã tìm thấy nó bị hư hỏng, bị cướp phá, và phần lớn là bỏ hoang, nhưng vẫn còn tọa lạc và hoạt động với 70 học sinh. Cho rằng Ghurids tiêu diệt nó hoàn toàn cần đòi hỏi một cuộc nghiên cứu riêng biệt, và điều này rõ ràng không phải mục tiêu chính của họ.

Học giả Tây Tạng cũng tìm thấy tu viện Sri Lanka Mahabodhi không xa từ Nalanda tại Vajrasana (bây giờ là Bodh Gaya), vẫn còn có 300 nhà sư Sri Lanka. Nó đã là thánh địa Thành Đạo của Đức Phật và nơi hành hương thiêng liêng nhất cho Phật giáo Thế giới. Hơn nữa, không biết có phải nó là Somapura, trường đại học Phật giáo lớn nhất ở Bengal, nằm ở phía bắc Bangladesh ngày nay, đã bị bỏ hoang lúc này. Tuy nhiên, các dịch giả Tây Tạng tìm thấy Jagaddala ở miền bắc của Tây Bengal vẫn còn hưng thịnh và đầy đủ các nhà sư.

Việc tiêu hủy các tu viện Phật giáo của Ghurid, sau đó, được tập trung vào những phòng tuyến lợi thế trực tiếp của họ và đã được củng cố theo cách của pháo đài phòng thủ. Hơn nữa, lực lượng Ghurids đặt những người chỉ huy quân sự của họ như các thống đốc của khu vực mà họ chinh phục, và ban cho họ quyền tự chủ lớn, sử dụng hệ thống Abbasid của iqta' để ban thưởng. Nói cách khác, vua Hồi giáo Ghurid đã sắc ban cho các thống đốc quân đội này bất cứ thu nhập nào mà họ có thể thu thập trong địa điểm ủng hộ tài chính từ nhà nước trung ương. Do đó, nó đã chống lại các lợi ích cá nhân của các thủ lãnh quân sự vốn đã phá hủy tất cả mọi thứ dưới áp lực quan phòng của họ. Họ theo các mô hình chinh phục của Umayyad, Abbasid, và Ghaznavid, cụ thể là cướp bóc và gây thiệt hại nặng về các dinh thự tôn giáo lớn trong các cuộc tấn công ban đầu của sự tiếp quản của mình, và sau đó, một khi có được quyền lực, họ sắc lập "tình trạng đối tượng được bảo vệ" cho những người phi-Hồi giáo và thu thuế phiếu từ họ.

Những tác động vào sự phát triển của Phật giáo ở những quốc gia láng giềng

Mặc dù khả năng chấp nhận "tình trạng đối tượng được bảo vệ", nhiều tu sĩ Phật giáo chạy trốn đến Bihar và những vùng thuộc miền Bắc Bengal, tìm kiếm sự tị nạn trong các trường đại học Phật giáo và các trung tâm tu viện mà ngày nay là vùng Oriss , miền nam Bangladesh, khu vực Arakan ở bờ biển phía Tây của Miến Điện, phía nam Miến Điện, và phía Bắc Thái Lan. Tuy nhiên, phần lớn họ cùng với rất nhiều Phật tử cư sĩ đã đi đến Kathmandu Valley của Nepal, mang theo nhiều bản thảo tài liệu từ các thư viện lớn của Phật giáo đã bị phá hủy.

Phật giáo ở một vị trí hùng mạnh tại Kathmandu vào thời điểm này. Nhiều vị vua Hindu của triều Thakuri (750 - 1200) đã ủng hộ các tu viện Phật giáo, và có nhiều trường đại học Phật giáo. Từ cuối thế kỷ thứ 10, nhiều dịch giả Tây Tạng đã từng ghé thăm các trung tâm này trên đường đến Ấn Độ của họ, và các bậc thầy Nepal từ những cơ sở này đã là công cụ trong sự hồi sinh của Phật giáo tại miền trung và miền tây Tây Tạng. Những nhà cai trị Hindu buổi đầu của giai đoạn Malla (1200-1768) tiếp tục các chính sách của người tiền nhiệm Thakuri của họ.

Hơn nữa, Phật giáo đã lan rộng đến các vùng khác thuộc Nepal hiện nay. Vào giữa thế kỷ thứ mười hai, Nagadeva, người cai trị bộ lạc phi-Tây Tạng của miền tây Tây Tạng đã mất quyền kiểm soát khu vực đó và chinh phục miền Tây Nepal. Ở đây, ông ta đã thành lập Vương quốc Khasa, còn được gọi là Western Malla, đế chế này theo mô hình của Phật giáo Tây Tạng.

Phân tích sự suy tàn của Phật giáo trên Tiểu Lục Địa Ấn Độ

Mặc dù Ấn Độ giáo và Kỳ Na giáo có thể sống sót trong cuộc xâm lược Bắc Ấn của Ghurid, Phật giáo không bao giờ được hồi phục hoàn toàn. Nó bắt đầu biến mất dần dần. Cứ cho rằng sự mất mát này là một hiện tượng phức tạp, chúng ta hãy xem xét một vài nhân tố có thể giải thích về nó.

Ấn giáo và Kỳ Na Giáo không có trường đại học hoặc tu viện lớn. Các tu sĩ của họ sống một mình hoặc trong các nhóm nhỏ ở các vùng sâu, nghiên cứu và thiền định tư nhân, không có nghi thức hay nghi lễ cộng đồng. Từ đó họ không có mối đe dọa, nó không có giá trị thời gian đối với những kẻ xâm lược hoặc nỗ lực để tiêu diệt chúng. Họ chỉ làm hư hỏng các đền thờ Hindu và Jain được tìm thấy trong các thành phố lớn có tín đồ. Ngược lại, Phật giáo có những Tu viện Đại học tầm cỡ, quy mô, bao quanh bởi những bức tường cao và được củng cố bởi các vị vua địa phương. Sự cướp phá của họ rõ ràng có ý nghĩa quân sự.

Thực tế rằng chỉ có các cơ sở Phật giáo mới bị tàn phá nghiêm trọng, và chủ yếu chỉ những tu viện nằm trên con đường chính của sự tiến vào của quân đội, là bằng chứng hơn nữa cho thấy rằng mặc dù lực lượng Ghurids đã gọi là chiến dịch của mình là một cuộc thánh chiến, mục tiêu thực tế của nó không phải là sự cải đạo người khác sang Hồi giáo. Nếu thế, họ sẽ tập trung vào các cộng đồng tôn giáo của người Ấn giáo, Kỳ Na Giáo, và cũng như Phật giáo, bất chấp tầm cỡ hoặc vị trí của họ.

Đối với Phật tử ở Ấn Độ, Phật giáo chủ yếu là một tín ngưỡng tập trung xung quanh các tu viện lớn. Mặc dù có một truyền thống sâu dày dành cho trình độ thiền định thâm mật, những người muốn nghiên cứu sâu sắc đã trở thành Tăng hoặc Ni độc thân. Các thí chủ cúng dường thức ăn và tứ sự cho các tu sĩ. Họ đến tu viện hai lần một tháng để duy trì tâm nguyện đối với giới điều đã lãnh thọ và lắng nghe các bài giảng dựa trên kinh điển.Tuy nhiên, họ không coi mình như một nhóm tách rời từ quần chúng Hindu. Các buổi lễ đánh dấu những nghi thức trải qua trong đời sống của họ, chẳng hạn như lễ sinh ra, kết hôn, và chết, chúng nó dựa vào các nghi lễ Hindu.

Khi Ấn Độ giáo đã xác định Đức Phật như một sự biểu hiện của thần Vishnu tối cao của họ, các Phật tử đã không phản đối. Thực tế, trên khắp miền bắc Ấn Độ, Kashmir, và Nepal, Phật giáo đã thực sự hòa trộn với nhiều yếu tố của tín ngưỡng Hindu (Ấn Độ) giáo. Do đó, khi các tu viện lớn đã bị phá hủy, hầu hết các Phật tử dễ dàng hấp thụ vào Ấn Độ giáo. Họ vẫn có thể tập trung niềm tin của họ về Đức Phật và được coi là những tín hữu Hindu tốt. Mặt khác, người Hindu giáo và Kỳ Na Giáo đã có nhiều định hướng thực hành tại nhà của mình và đã không cần có các cơ sở tu viện. Khi những nhà thần học Hindu đã cho rằng Rshabha Jina-một trong những nhân vật của Kỳ Na Giáo như là một hóa thân của thần Vishnu, Kỳ Na Giáo đã phản đối.

Hơn nữa, người Ấn giáo và Kỳ Na Giáo thì hữu ích cho những kẻ xâm lược người Hồi giáo. Người Ấn giáo đã có một giai cấp chiến binh có thể được gọi vào lính phục vụ, trong khi Kỳ Na Giáo là các thương gia của địa phương với các nguồn thu thuế lớn. Ngược lại, Phật tử không có một nghề nghiệp đặc trưng hoặc phục vụ như là một người đại diện toàn thể. họ không còn đóng một vai trò trong thương mại liên vùng như họ đã làm ở những thế kỷ đầu khi những tu viện Phật giáo nằm rải rác trên những con đường Tơ Lụa.

Vì vậy, bất cứ những động lực nào xảy ra đối với việc cải sang đạo Hồi đã chủ yếu trực tiếp hướng đến họ.

Hơn nữa, nhiều Phật tử được coi là đẳng cấp bình dân hơn trong xã hội Ấn Độ (vì Phật giáo đã xóa bỏ đẳng cấp) và đã bị thành kiến dưới sự cai trị đẳng cấp của Ấn Độ giáo. Nhiều người theo Hồi giáo rõ ràng đã bị thu hút bởi lời hứa về sự bình đẳng và tình huynh đệ với tất cả những ai chấp nhận đức tin này. Mặt khác, người Ấn Độ giáo cải sang đạo Hồi bị người Ấn Độ coi như những kẻ bị xã hội ruồng bỏ bất kể đẳng cấp trước kia của họ. Từ khi Phật tử đã bị đối xử như những kẻ bị xã hội ruồng bỏ, họ đã không chịu một sự thay đổi trong tình trạng xã hội giữa một cộng đồng Ấn Độ giáo chủ yếu khi họ chuyển đổi.

Như vậy, mặc dù hầu hết ở miền bắc Ấn Độ vẫn duy trì Hindu giáo, với những túi bọc của Kỳ Na Giáo, Punjab và Đông Bengal dần dần đã cải đạo. Phật tử trước đây đã có sự liên hệ dài nhất với Hồi giáo, đặc biệt đã được tăng cường với những cuộc lũ càn quét của những giáo sĩ Hồi giáo từ Iran và Trung Đông đã tìm nơi trú ngụ ở đây từ các cuộc tấn công Mông Cổ bắt đầu vào đầu thế kỷ mười ba. Mặt khác, Đông Bengal, đã luôn luôn là một vùng đất với nhiều nông dân nghèo khổ đã chín muồi cho sự lôi cuốn về lý thuyết bình đẳng với Hồi giáo.

Thư Mục Tham Khảo

[Thư mục này bao gồm những tài liệu bổ sung cho bản thảo với những phần nghiên cứu tiếp tục trong thời kỳ Mongol và hậu Mongol]

Aalto, Pentti. "On the Role of Central Asia in the Spread of Indian Cultural Influence" in India's Contribution to World Thought and Culture, Lokesh Chandra, et al. (eds.). Madras: Vivekananda Rock Memorial Committee, 1970, 249-262.

Ahmad, Aziz. "Conversions to Islam in the Valley of Kashmir," Central Asiatic Journal, vol. 23 (1979), 5-10.

al-Beruni, Abu Raihan. Al Beruni's India, E. Sachau (transl.). Delhi: S. Chand & Co., 1964; 1st edition: London, 1888.

Allsen, Thomas T. "The Yüan Dynasty and the Uighurs of Turfan in the 13th Century" in China Among Equals: The Middle Kingdom and Its Neighbors, 10th - 14th Centuries, Morris Rossabi (ed.). Berkeley: University of California Press, 1983, 243-280.

Alptekin, Erkin. "The Uighurs," Common Voice: Journal of the Allied Committee of the Peoples of Eastern Turkestan, Mongolia, Manchuria and Tibet presently under China, vol. 2 (1992), 9-18.

Aris, Michael. Bhutan, The Early History of a Himalayan Kingdom. Ghaziabad: Vikas Publishing House, 1980.

Asmussen, Jes Peter. Manichaean Literature: Representative Texts Chiefly from Middle Persian and Parthian Writings. (Persian Heritage Series, no. 22). Delmar, New York: Scholars' Facsimiles and Reprints, 1975.

_____. "The Sogdian and Uighur-Turkish Christian Literature in Central Asia before the Real Rise of Islam" in Indological and Buddhist Studies, Volume in Honour of Professor J. W. de Jong on His Sixtieth Birthday, L. A. Hercus, et. al. (ed.). (Bibliotheca Indo-Buddhica, no. 27). Canberra: Australian National University Press, 1982, 11-29.

_____. Xuastvanift: Studies in Manichaeism. (Acta Theologica Danica, no. 7). Copenhagen: Prostant Afud Munksgaard, 1965.

Bailey, Harold Walter. The Culture of the Sakas in Ancient Iranian Khotan. (Columbia Lectures on Iranian Studies, no. 1). Delmar, New York: Caravan Books, 1982.

_____. "The Word 'But' in Iranian," Bulletin of the School of Oriental and African Studies, vol. 6, part 2 (1931), 279-283.

Barthold, W. (Vasilii Vladimirovic). "Der iranische Buddhismus und sein Verhältnis zum Islam" in Oriental Studies in Honour of Curetji Erachji Pavry, Jal Dastur Curetji Pavry (ed.). London: Oxford University Press, 1933, 29-31.

_____. Zur Geschichte des Christentums in Mittelasien bis zur mongolischen Eroberung. Tübingen & Leipzig: J. C. B. Mohr, 1901.

Bartol'd, Vasilii Vladimirovich. Turkestan Down to the Mongol Invasions, 1st ed., 1928; 4th ed. (E. W. Gibb Memorial Series, n. s.). Philadelphia: Porcupine Press, 1975.

Barua, Dipak Kumar. Viharas in Ancient India: A Survey of Buddhist Monasteries. Calcutta: Indian Publications, 1969.

Bausani, A. "Religion under the Mongols" in The Cambridge History of Iran, vol. 5: The Seljuk and Mongol Periods, J. A. Boyle (ed.). Cambridge: Cambridge University Press, 1958, 538-549.

Beal, Samuel (transl.). Si-yu-ki, Buddhist Records of the Western World, translated from the Chinese of Hiuen Tsiang (A.D. 629). Delhi: Motilal Banarsidass, 1981; 1st edition: London, 1884.

Beckwith, Christopher I. "The Revolt of 755 in Tibet," in Proceedings of the Csoma de Körös Memorial Symposium, Held at Velm-Vienna, Austria, 13-19 September 1981, Ernst Steinkellner and Helmut Tauscher (ed.). vol. 1. Wien: Arbeitkreis für Tibetische und Buddhistische Studien, Universität Wien, 1983, 1-16.

_____. The Tibetan Empire in Central Asia: A History of the Struggle for Great Power among Tibetans, Turks, Arabs and Chinese during the Early Middle Ages. Princeton: Princeton University Press, 1987.

_____. "The Tibetan Empire in the West," in Tibetan Studies in Honour of Hugh Richardson, Proceedings of the International Seminar on Tibetan Studies, Oxford 1979, Michael Aris and Aung San Suu Kyi (ed.). Warminster: Aris & Phillips, 1980, 30-38.

_____. "The Tibetans in the Ordos and North China: Consideration on the Role of the Tibetan Empire in World History" in Silver on Lapis: Tibetan Literary Culture and History, Christopher I. Beckwith (ed.). Bloomington: University of Indiana Press, 1987, 3-11.

Bell, W. "Two Aspects of Iranian Buddhism," Bulletin of the Asia Institute of Pahlavi University, Shiraz, vol. 1, nos. 1-4 (1976), 103-163.

Bellow, Henry Walter. "History of Kashgar" in Report on a Mission to Yarkand in 1873 under Command of Sir T. D. Forsyth, with Historical and Geographic Information regarding the Possessions of the Ameer of Yarkand, Thomas Douglas Forsyth. Calcutta, 1875, 106-213.

Bhattacarya, N. N. "India's Contribution to Islamic Thought and Culture" in India's Contribution to World Thought and Culture, Lokesh Chandra, et al. (eds.). Madras: Vivekananda Rock Memorial Committee, 1970, 573-578.

Bongard-Levin, G. M. "India and Central Asia: Historical Cultural Contacts in Ancient Times," in Central Asia, Movement of Peoples and Ideas from Times Prehistoric to Modern, Amalendu Guha (ed.). Delhi: Indian Council for Cultural Relations, 1970, 97-109.

Boyce, M. A History of Zoroastrianism, vol. 1. Leiden: E. J. Brill, 1975.

_____. Zoroastrians: Their Religious Beliefs and Practice. London: Routledge & Kegan Paul, 1979.

Boyle, J. A. "Dynastic and Political History of the II-Khans" in The Cambridge History of Iran, vol. 5: The Seljuk and Mongol Periods, J. A. Boyle (ed.). Cambridge: Cambridge University Press, 1958, 340-355.

Brough, John. "Comments on Third Century Shanshan and the History of Buddhism," Bulletin of the School of African and Oriental Studies, vol. 28 (1965), 582-612.

_____. "Legends of Khotan and Nepal," Bulletin of the School of African and Oriental Studies, vol. 12 (1948), 333-339.

Broughton, Jeffrey. "Early Ch'an Schools in Tibet" in Studies in Ch'an and Hua-yen, R. M. Gimello and P. N. Gregory (eds.). (Studies in East Asian Buddhism, no. 1). Honolulu: University of Hawaii Press, 1983, 1-68.

Buraev, D. I. "K Istorii Izucheniya Religii Bon" in Istochnikovedenie i Istoriografia Istorii Buddizma: Stratny Tsentralnoi Azii, R. E. Pubaev (ed.). Novosibirsk: Nauka, 1986, 45-58.

Butt, Masood. "Muslims of Tibet," Tibetan Bulletin, (January-February 1994), 8-9, 16.

Chaudhary, R. The University of Vikramasila. Patna: Bihar Research Society, 1975.

Chaudhury, Binayendra Nath. Buddhist Centres in Ancient India. (Calcutta Sanskrit College Research Series, no. 70). Calcutta: Sanskrit College, 1982.

Ch'en, Kenneth K. S. "On Some Factors Responsible for the Anti-Buddhist Persecution under the Pei-Ch'ao," Harvard Journal of Asiatic Studies, vol. 17, nos. 1-2 (June 1954), 261-273.

Cleary, Thomas. "Buddhism and Islam," Transactions of the International Conference of Orientalists in Japan, vol. 27 (1982), 31-38.

Cowell, Edward B. (ed.). The Jataka or Stories of the Buddha's Former Births, Translated from the Pali by Various Hands, 6 vols., vol. 3. New Delhi: Cosmo, 1979; 1st edition: 1901.

Cutler, Nathan S. "The Early Rulers of Tibet: Their Lineage and Burial Rites," Tibet Journal, vol. 16, no. 3 (Autumn 1991), 28-51.

Czegledy, K. "The Foundation of the Turfan Uighur Kingdom" in Tibetan and Buddhist Studies Commemorating the 200th Anniversary of the Birth of Alexander Csoma de Körös, Louis Ligeti (ed.), vol. 1. (Bibliotheca Orientalis Hungarica, vol. 28). Budapest: Akademiai Kiadö, 1984, 159-163.

Dargyay, Eva K. "Sangha and State in Imperial Tibet" in Tibetan History and Language: Studies Dedicated to Uray Géza on His Seventieth Birthday, Ernst Steinkellner (ed.). (Wiener Studien zur Tibetologie und Buddhismuskunde, vol. 26). Wien: Arbeitkreis für tibetische und buddhistische Studien, Universität Wien, 1991, 111-127.

Darian, Steven. "Buddhism in Bihar from the Eighth to the Twelfth Century with Special Reference to Nalanda," Asiatische Studien, vol. 25 (1971), 335-352.

de Hartog, Leo. Genghis Khan: Conqueror of the World. London: I. B. Tauris & Co., 1989.

Demiéville, Paul. Le concile de Lhasa, Une controverse sur la quiétisme entre bouddhistes de l'Inde et de la Chine au VIIIe siècle de l'ère chrétienne. (Bibliotheque de l'Institut des Hautes Études Chinoises, no. 7). Paris: Imprimerie Nationale de France, 1952.

_____. "Récents Travaux sur Touen-Houang," T'oung-pao, vol. 56, nos. 1-3 (1970), 1-95.

de Rachewiltz, Igor. "Turks in China under the Mongols: A Preliminary Investigation of Turco-Mongol Relations in the 13th and 14th Centuries" in China among Equals: The Middle Kingdom and Its Neighbors, 10th - 14th Centuries, Morris Rossabi (ed.). Berekeley: University of California Press, 1983, 281-310.

Dev, Arjun. "India in the Eyes of Early Muslim Scholars" in India's Contribution to World Thought and Culture, Lokesh Chandra, et al. (eds.). Madras: Vivekananda Rock Memorial Committee, 1970, 589-596.

Dikshit, K. N. "Buddhist Centres in Afghanistan" in India's Contribution to World Thought and Culture, Lokesh Chandra, et al. (eds.). Madras: Vivekananda Rock Memorial Committee, 1970, 229-238.

Dollfus, Pascale. "The History of Muslim Ladakh." Tibet Journal, vol. 20, no. 3 (Autumn 1995), 35-58.

Dunnell, Ruth W. "Who Are the Tanguts? Remarks on Tangut Ethnogenesis and the Ethnonym Tangut," Journal of Asian History, vol. 18, no. 2 (1984), 78-89.

Dutt, Nalinaksha. "Buddhism in Nepal." Bulletin of Tibetology, vol. 3, no. 2 (July 1966), 27-45.

_____. Gilgit Manuscripts, vol. 1. (Bibliotheca Indo-Buddhica, no. 14). Delhi: Sri Satguru, 1984; 1st edition: Shrinagar, 1939.

Dutt, Sukumar. Buddhist Monks and Monasteries in India: Their History and Their Contribution to Indian Culture. London: George Allen & Unwin, 1962.

Ecsedy, Ildiko. "A Contribution to the History of Karluks in the T'ang Period," Acta Orientalia, vol. 34 (1980), 23-37.

_____. "Uigurs and Tibetans in Pei-t'ing (790 - 791 A.D.)," Acta Orientalia, vol. 17, part 1 (1964), 83-104.

Eimer, Helmut. "Eine frühe Quelle zur literarischen Tradition über die 'Debatte von bSam yas'" in Tibetan History and Language: Studies Dedicated to Uray Géza on His Seventieth Birthday, Ernst Steinkellner (ed.). (Wiener Studien zur Tibetologie und Buddhismuskunde, vol. 26). Wien: Arbeitkreis für tibetische und buddhistische Studien, Universität Wien, 1991, 163-172.

Eimer, Helmut. "Die Gar log-Episode bei Padma dkar po und ihre Quellen," Orientalia Suecana, vol. 23-24 (1974-1975), 182-199.

Eliot, Sir Charles. Hinduism and Buddhism, An Historical Sketch, vol. 3. London: Routledge & Kegan Paul, 1921.

Enoki, K. "The Origins of the White Huns or Hephthalites," East and West, vol. 6, no. 3 (October 1955), 231-237.

Emmerick, R. E. "Buddhism in Central Asia" in The Encyclopedia of Religion, Mircea Eliade (ed.), vol. 2. New York: Macmillan, 1987, 400-404.

_____. "Buddhism among Iranian Peoples" in The Cambridge History of Iran, vol. 3.2: The Seleucid, Parthian and Sasanian Periods, Ehsan Yarshater (ed.). Cambridge: Cambridge University Press, 1983, 949-964.

_____. A Guide to the Literature of Khotan. (Studia Philologica Buddhica Occasional Paper Series, no. 3). Tokyo: The Reiyukai Library, 1979.

_____. The Khotanese Suragamasamadhisutra. (London Oriental Series, no. 23). London: Oxford University Press, 1970.

_____. "Some Remarks on Translation Techniques of the Khotanese" in Sprachen des Buddhismus in Zentralasien: Vorträge des Hamburger Symposiums von 2. Juli bis 5 Juli 1981, Klaus Röhrborn and Wolfgang Veenker (eds.). (Veröffentlichen der Societas Uralo-Altaica, vol. 16). Wiesbaden: Otto Harrassawitz, 1983, 17-26.

_____. "Tibetan Loanwords in Khotanese and Khotanese Loanwords in Tibetan" in Orientalia Iosephi Tucci Memoriae Dicata, G. Gnoli and L. Lanciotti, (ed.), vol. 1. (Serie Orientale Roma, vol. 56, part 1). Rome: Istituto Italiano per il Medio ed Estremo Oriente, 1985, 301-317.

_____. Tibetan Texts Concerning Khotan. (London Oriental Series, vol. 19). London: Oxford University Press, 1967.

Fang, Jiangchang. "Research on the Huis and their Mosques in Tibet - and the Spread and Influence of Islam in Tibet," Tibet Studies, vol. 2 (1989), 202-222.

Fletcher, Joseph F. "China and Central Asia, 1368-1884" in The Chinese World Order, John F. Fairbank (ed.). Cambridge: Harvard University Press, 1968, 207-224.

_____. "Confrontation between Muslim Missionaries and Nomad Unbelievers in the Late Sixteenth Century" in Tractata Altaica: Denis Sino sexagenario optime de rebus altaicus merito dedicata, Walther Heissig et alia (eds.). Wiesbaden: Otto Harrassowitz, 1976, 167-174.

_____. "The Mongols: Ecological and Social Perspectives," Harvard Journal of Asiatic Studies, vol. 46, no. 1 (June 1986), 11-50.

Franke, Herbert. "Chinese Texts on the Jurchen: A Translation of the Jurchen Monograph in the San-ch'ao Pei-meng Hui-pien," Zentralasiatische Studien, vol. 9 (1975), 119-186.

_____. "The Forest Peoples of Manchuria: Kitans and Jurchens" in The Cambridge History of Early Inner Asia, Denis Sinor (ed.). New York: Cambridge University Press, 1990, 400-423.

_____. "Some Remarks on the Interpretation of Chinese Dynastic Histories," Oriens, vol. 3, no. 1 (1950), 113-122.

Ganhar, J. N. and Ganhar, P. N. Buddhism in Kashmir and Ladakh. New Delhi: Shri Prem Nath Ganhar, 1956.

Ghafur, Muhammad Abdul. "Two Lost Inscriptions Relating to the Arab Conquest of Kabul and the North West Region of West Pakistan," Ancient Pakistan, vol. 2 (1965-1966), 4-12.

Gibb, H. A. R. The Arab Conquest Asia. London: Royal Asiatic Society, 1923.

Gimaret, Daniel. "Bouddha et les bouddhists dans la tradition musulman," Journal Asiatique, vol. 257, nos. 3 & 4 (1969), 273-316.

Gladney, Dru. Muslim Chinese: Ethnic Nationalism in the Peoples' Republic. Cambridge: Harvard University Press, 1991.

Gokhale, Balkrishna Govind. "Early Buddhism and the Brahmanas" in Studies in the History of Buddhism, Papers Presented at the International Conference on the History of Buddhism at the University of Wisconsin, Madison, WIS, USA, August 19-21, 1976, A. K. Narain (ed.). Delhi: B. R. Publishing, 1980, 67-80.

Golden, Peter. "The Karakhanids and Early Islam" in The Cambridge History of Early Inner Asia, Denis Sinor (ed.). New York: Cambridge University Press, 1990, 343-370.

Goryacheva, V. D. Gorod Zolotogo Verblyuda (Krasnorechenskoe Gorodishche). Frunze: Akademiya Nauk Kirgizskoi SSR, Institut Istorii Izdatel'stvo Ilim, 1988.

Grist, Nicola. "Muslims of Western Ladakh," Tibet Journal, vol. 20, no. 3 (Autumn 1995), 59-70.

Haloun, W. and Henning, W. (transl.). "The Compendium of the Doctrines and Styles of the Teachings of Mani, the Buddha of Light," Asia Major, vol. 3 (1952), 184-212.

Hambli, Gavin et alia. Central Asia. (The Weidenfeld and Nicolson Universal History, no. 16). London: George Weidenfeld & Nicolson, 1969.

Hamilton, J. R. "Les regnes khotanais entre 851 et 1001" in Contributions aux études sur Touen-houang, Michel Soymié (ed.). Genève-Paris: Droz, 1979, 49-54.

Hinüber, Oskar. "Sanskrit und Gandhari in Zentralasien" in Sprachen des Buddhismus in Zentralasien: Vorträge des Hamburger Symposions von 2. Juli bis 5 Juli 1981, Klaus Röhrborn and Wolfgang Veenker (eds.). (Veröffentlichen der Societas Uralo-Altaica, vol. 16). Wiesbaden: Otto Harrassawitz, 1983, 27-34.

Hirakawa, Akira. A History of Indian Buddhism, from Sakyamuni to Early Mahayana. (Asian Studies at Hawaii, no. 36). Honolulu: University of Hawaii Press, 1990.

Hodgson, Marshall G. S. The Venture of Islam: Conscience and History in a World Civilization, 3 vols. (vol 1: The Classical Age of Islam; vol. 2: The Expansion of Islam in the Middle Periods). Chicago: University of Chicago Press, 1974.

Hoernle, A. F. Rudolf. Manuscript Remains of Buddhist Literature Found in Eastern Turkestan, vol. 1. Oxford: Clarendon Press, 1916.

Hoffmann, Helmut. "An Account of the Bon Religion in Gilgit," Central Asiatic Journal, vol. 13, no. 2 (1969), 137-145.

_____. "Kalacakra Studies I: Manichaeism, Christianity and Islam in the Kalacakra Tantra," Central Asiatic Journal, vol. 13, no. 1 (1969), 52-73.

"Kalacakra Studies I: Addenda et Corrigenda," Central Asiatic Journal, vol. 15, no. 4 (1972), 298-301.

_____. "Manichaeism and Islam in the Buddhist Kalacakra System," in Proceedings of the IXth International Congress of the History of Religions 1958. Tokyo: 1960, 96-99.

_____. "Die Qarluq in der tibetischen Literatur," Oriens, vol. 3 (1950), 190-208.

_____. "Tibetan Historiography and the Approach of the Tibetans to History," Journal of Asian History, vol. 4, no. 2 (1970), 169-177.

Hookham, Hilda. Tamburlaine the Conqueror. London: Hodder & Stoughton, 1962.

Horrie, Chris and Chippendale, Peter. What is Islam? London: Virgin Books, 1990.

Houston, Gary W. "An Overview of Nestorians in Inner Asia," Central Asiatic Journal, vol. 24, nos 1-2 (1980), 60-68.

_____. "The Bsam Yas Debate According to the Rgyal Rabs Gsal Ba'i Me Long," Central Asiatic Journal, vol. 18, no. 4 (1974), 210-216.

_____. Sources for a History of the bSam yas Debate. (Monumenta Tibetica Historica, Ab. 1, Bd. 2). Sankt Augustin: VGH Wissenschaftsverlag, 1980.

Isenbike, Togan-Aricanli. "Differences in Ideology and Practice: The Case of the Black and White Mountain Factions" in The Legacy of Islam in China: An International Symposium in Memory of Joseph F. Fletcher, April 14-16, 1989. Unpublished manuscript, John King Fairbank Center, Harvard University, 642-672.

_____. "Islam in a Changing Society: The Khojas of Eastern Turkestan" in Muslims in Central Asia, Jo-Ann Gross (ed.). Durham: Duke University Press, 1992, 134-148.

Ishaq Khan, Muhammad. Kashmir's Transition to Islam: The Role of the Muslim Rishis. New Delhi: Manohar, 1994.

Israeli, Raphael. Islam in China: A Critical Bibliography. (Bibliographies and Indexes in Religious Studies, no. 29). Westport, Connecticut: Greenwood Press, 1994.

I-tsing. A Record of the Buddhist Religion as Practiced in India and the Malay Archipelago, A.D. 671-695, J. Takakusu (transl.). Oxford: Clarendon Press, 1968.

Imaeda, Yoshiro. "Documents tibétain de Touen-Houang concernant le concile du Tibet," Journal Asiatique, vol. 263, parts 1-2 (1975), 125-146.

Jagchid, Sechin. "Buddhism in Mongolia after the Collapse of the Yüan Dynasty," Bulletin of the Institute of China Border Area Studies, vol. 2 (July 1971), 44-60.

_____. "The Mongol Khans and Chinese Buddhism and Taoism," Journal of the International Association of Buddhist Studies, vol. 2, no. 1 (1979), 7-28.

_____. "Objectives of Warfare in Inner Asia," Bulletin of the Institute of China Border Area Studies, vol. 4 (July 1973), 11-23.

_____. "Why the Mongolian Khans Adopted Tibetan Buddhism as Their Faith" in Proceedings of the Third East Asian Altaistic Conference, August 17-24, 1969, Taipei, Ch'en Chieh-hsien and Sechin Jagchid (ed.). Tainan: Department of History, Ch'engkung University, 1970, 108-128.

Jagchid, Sechin and Symons, Van Jay. Peace, War and Trade Along the Great Wall: Nomadic-Chinese Interaction through Two Millennia. Bloomington: Indiana University Press, 1989.

Jahn, K. "Kamalashri-Rasid-al-Din's 'Life and Teaching of Buddha', A Source for the Buddhism of the Mongol Period," Central Asiatic Journal, vol. 2, no. 2 (1956), 81-128.

Jaini, Padmanabh S. "The Disappearance of Buddhism and the Survival of Jainism: A Study in Contrast" in Studies in the History of Buddhism, Papers Presented at the International Conference on the History of Buddhism at the University of Wisconsin, Madison, WIS, USA, August 19-21, 1976, A. K. Narain (ed.). Delhi: B. R. Publishing, 1980, 81-91.

_____. "Jina Rsabha as an Avatara of Visnu," Bulletin of the School of Oriental and African Studies, vol. 40, no. 2 (1977), 321-337.

Kara, György, "L'ancien ouigour dans le lexique mongol," Journal Asiatique, vol. 269 (1981), 317-324.

_____. "Sino-uigurische Worterklärungen" in Sprachen des Buddhismus in Zentralasien: Vorträge des Hamburger Symposions von 2. Juli bis 5 Juli 1981, Klaus Röhrborn and Wolfgang Veenker (eds.). (Veröffentlichen der Societas Uralo-Altaica, vol. 16). Wiesbaden: Otto Harrassawitz, 1983, 44-52.

_____. "Uighuro-Tibetica," in Proceedings of the Csoma de Körös Memorial Symposium, Held at Matrafüred, Hungary, 1976, Louis Ligeti (ed.). Budapest: Akademiai Kiado, 1978, 161-167.

Kara, György and Zieme, Peter. Fragmente tantrischer Werke in uighurischer Übersetzung. (Schriften zur Geschichte und Kultur des Alten Orients Berliner Turfantexte, vol. 7). Berlin, Akademie-Verlag, 1976.

Karmay, Samten Gyaltsen. A General Introduction to the History and Doctrine of Bon. (Memoirs of the Research Department of the Toyo Bunko, no. 33). Tokyo: Toyo Bunko, 1975.

_____. "Gesar: The Epic Tradition of the Tibetan People," Bulletin of the Department of Sanskrit and Indian Studies, Harvard University, vol. 2, no. 3 (1992), 25-30.

_____. The Great Perfection (rDzogs-chen), A Philosophical and Meditative Teaching in Tibetan Buddhism. Leiden: E .J. Brill, 1988.

_____. "An Open Letter by Zhi-ba-'od to the Buddhists of Tibet," Tibet Journal, vol. 5, no. 3 (Autumn 1980), 3-28.

_____. "The Ordinance of Lha Bla-ma Ye-shes-'od" in Tibetan Studies in Honour of Hugh Richardson, Proceedings of the International Seminar on Tibetan Studies, Oxford 1979, Michael Aris and Aung San Suu Kyi (eds.). Warminster: Aris & Phillips, 1980, 150-162.

_____. "Political Aspects of the Snga-dar, the First Diffusion of Buddhism in Tibet," Bulletin of the Department of Sanskrit and Indian Studies, Harvard University, vol. 2, no. 3 (1992), 3-10.

Khoshelenko, G. "The Beginning of Buddhism in Margiana," Acta Antiqua, vol. 14, parts 1-2 (1966), 175-183.

Khosla, Sarla. History of Buddhism in Kashmir. New Delhi: Sagar Publications, 1972.

Kim, Ho-dong. "Nomads and Saints in 14th-16th Century Chinese Turkestan" in The Legacy of Islam in China: An International Symposium in Memory of Joseph F. Fletcher, April 14-16, 1989. Unpublished manuscript, John King Fairbank Center, Harvard University, 673-732.

Klimkeit, Hans-Joachim. "Buddhistische Übernahmen im iranischen und türkischen Manichäismus" in Synkretismus in den Religionen Zentralasiens, Walther Heissig and Hans-Joachim Klimkeit (eds.). (Studies in Oriental Religions, vol. 13). Wiesbaden: Otto Harrassowitz, 1987, 58-75.

_____. "Das manichäische Königtum in Zentralasien" in Documenta Barbarorum: Festschrift für Walther Heissig zum 70. Geburtstag, Klaus Sagaster and Michael Weiers (eds.). (Veröffentlichen der Societas Uralo-Altaica, vol. 18). Wiesbaden: Otto Harrassowitz, 1983, 225-244.

_____. "Manichäische und buddhistische Berichtformeln aus Turfan," Zeitschrift für Religions- und Geistesgeschichte, vol. 29, no. 3 (1977), 193-228.

_____. "Vairocana und das Lichtkreuz, Manichäische Elemente in der Kunst von Alchi (West Tibet)," Zentralasiatische Studien, vol. 13 (1979), 357-399.

Kljatormyj, Sergej G. and Livic, Vladimir A. "The Sogdian Inscription of Bugut Revised," Acta Orientalia, vol. 26, fasc. 1 (1972), 69-102.

Kulke, Hermann. "Geschichtsschreibung und Geschichtsbild im hinduistischen Mittelalter," Saeculum, vol. 30 (1979), 100-112.

Kuwayama, Shoshin. "The Turki Sahis and Relevant Brahmanical Sculptures in Afghanistan," East and West, vol. 26, nos. 3-4 (September - December 1976), 375-408.

Kuznetsov, B.I. "The Highest Deities of the Tibetan Bon Religion," Tibet Journal, vol. 6, no. 2 (Summer 1981), 47-53.

_____. "Influence of the Pamirs on Tibetan Culture," Tibet Journal, vol. 3, no. 3 (Autumn 1978), 35-37.

Kuznetsov, B. I. and Zelinski, A. N. "O Nekotorikh Buddiyskikh Pamyatnikakh Kyrgiziy," in Materialy po Istorii i Filologii Tsentralnoi Azii, no. 3. Ulan Ude: Nauka, 1968, 118-131.

Kvaerne, Per. "Aspects of the Origin of the Buddhist Tradition in Tibet," Numen, vol. 19 (1972), 22-40.

_____. "The Canon of the Tibetan Bonpos," Indo-Iranian Journal, vol. 16 (1974), 18-56, 96-144.

_____. "Dualism in Tibetan Cosmogonic Myths and the Question of Iranian Influence" in Silver on Lapis: Tibetan Literary Culture and History, Christopher I. Beckwith (ed.). Bloomington: University of Indiana Press, 1987, 163-174.

_____. "Mongols and Khitans in a 14th-Century Tibetan Bonpo Text, Acta Orientalia, vol. 34, nos. 1-3 (1980), 85-104.

Kwanten, Luc. A History of Central Asia, 500-1500. Philadelphia: University of Pennsylvania Press, 1979.

_____. Tibetan-Mongol Relations during the Yüan Dynasty, 1207-1368. Unpublished Ph.D. Dissertation, University of South Carolina, 1972.

Kycanov, Evgeniy I. "Buddhism and State in Hsi Hsia from Juridical Aspect," Acta Orientalia, vol. 34, fasc. 1-3 (1980), 105-111.

Kychanov, Evgeniy I. "From the History of the Tangut Translation of the Buddhist Canon" in Tibetan and Buddhist Studies Commemorating the 200th Anniversary of the Birth of Alexander Csoma de Körös, Louis Ligeti (ed.), vol. 1. (Bibliotheca Orientalis Hungarica, vol. 28). Budapest: Akademiai Kiadö, 1984, 377-387.

_____. Ocherk Istorii Tangutskogo Gosudarstva. Moscow: Nauka, 1968.

_____. "Tibetans and Tibetan Culture in the Tangut State Hsi Hsia (982-1227)," in Proceedings of the Csoma de Körös Memorial Symposium, Held at Matrafüred, Hungary, 1976, Louis Ligeti (ed.). Budapest: Akademiai Kiado, 1978, 205-212.

Kytschanow, Ewgenij I. "Der tangutische Staat Gross-Xia (982-1227)" in Die schwartze Stadt an der Seidenstrasse: Buddhistische Kunst aus Khara Khoto (10.-13. Jahrhundert), Michael Pjotrowskij (ed.). Milan: Electa, 1993, 49-59.

Lal, K.S. "The Advent of Islam in Sind" in Studies in Religion and Change, Madhu Sen (ed.). New Delhi: Books & Books, 1983, 117-128.

Lamotte, Étienne. History of Indian Buddhism. (Publications de L'Institut Orientaliste de Louvain no. 36). Louvain: Institut Orientaliste, 1988.

Laut, Jens Peter. Der frühe türkische Buddhismus und seine literarischen Denkmäler. (Veröffentlichungen der Societas Uralo-Altaica, vol. 21). Wiesbaden: Otto Harrassowitz, 1986.

Lee, Don Y. The History of Early Relations between China and Tibet: From Chiu T'ang-shu, a Documentary Survey. Bloomington: Eastern Press, 1981.

Lieu, S. The Religion of Light: An Introduction to the History of Manichaeism in China. Hong Kong: Centre of Asian Studies, University of Hong Kong, 1979.

Litvinsky, B. A. "India and Soviet Central Asia" in India's Contribution to World Thought and Culture, Lokesh Chandra, et al. (eds.). Madras: Vivekananda Rock Memorial Committee, 1970, 263-274.

Liu, Mau-tsai. Kutscha und seine Beziehungen zu China von 2. Jh. V. Bis zum 6. Jh.n. Chr., 2 vols. (Asiatische Forschungen, vol. 27). Wiesbaden: Otto Harrassowitz, 1969.

Lo Bue, Erberto. "The Princes of Gyantse and Their Role as Builders and Patrons of Arts" in Tibetan Studies, Proceedings of the 5th Seminar of the International Association for Tibetan Studies, Narita 1989, Shoren Ihara and ZuihoYamaguchi (eds.), vol. 2. (Monograph Series of the Naritasan Institute for Buddhist Studies, Occasional Papers, no. 2). Narita: Naritasan Shinshoji, 1992, 559-573.

Macdonald, Alexander W. "Religion in Tibet at the time of Srong-btsan Sgam-po" in Tibetan and Buddhist Studies Commemorating the 200th Anniversary of the Birth of Alexander Csoma de Körös, Louis Ligeti (ed.), vol. 2. (Bibliotheca Orientalis Hungarica, vol. 28). Budapest: Akademiai Kiadö, 1984, 129-140.

Mackerras, Colin. The Uighur Empire, According to T'ang Dynastic Histories. Canberra: Australian National University Press, 1972.

_____. "The Uighurs" in The Cambridge History of Early Inner Asia, Denis Sinor (ed.). New York: Cambridge University Press, 1990, 317-342.

Maclean, Derryl N. Religion and Society in Arab Sind. Leiden: E. J. Brill, 1989.

Mair, Victor H. "Three Brief Essays Concerning Chinese Tocharistan, no. B: Early Iranian Influences on Buddhism in Central Asia," Sino-Platonic Papers, no. 16 (March 1990), 131-134.

Majumdar, R. C. (ed.). The History and Culture of the Indian People, vol. 3: The Classical Age. Bombay: Bharatiya Vidya Bhavan, 1954.

Manz, Beatrice Forbes. "The Ulus Chagatay before and after Temür's Rise to Power: The Transformation from Tribal Confederation to Army of Conquest," Central Asiatic Journal, vol. 27, nos. 1-2 (1983), 79-100.

Marks, Thomas A. "History and Religion in the Ladakhi Kingdom," Tibet Journal, vol. 2, no. 2 (Summer 1977), 38-56.

Maue, D. and Röhrborn, K. "Ein 'buddhistischer Katechismus' in alttürkischer Sprache und tibetischer Schrift," Zeitschrift der Deutschen Morgenländischen Gesellschaft, vol. 134, part 2 (1984), 286-313; vol. 135, part 1 (1985), 68-91.

Melikian-Chirvani, Assadullah Souren. "The Buddhist Ritual in the Literature of Early Islamic Iran" in South Asian Archeology 1981, Proceedings of the Sixth International Conference of South Asian Archeologists in Westen Europe: held in Cambridge University, 5-10 July 1981, Bridget Allchin (ed.). Cambridge: Cambridge University Press, 1984, 272-279.

_____. "L'évocation litéraire du Bouddhisme dans l'Iran musulman," in Le Monde Iranien et l'Islam: Sociétés et Cultures, vol. 2. (Hautes Études Isamique et Orientales d'Histoire Comparée, vol. 6). Geneva: Librairie Droz, 1974, 1-72.

Menjani, Nikmet. "The Spread of Islam among the Kazakh People" in The Legacy of Islam in China: An International Symposium in Memory of Joseph F. Fletcher, April 14-16, 1989. Unpublished manuscript, John King Fairbank Center, Harvard University, 733-757.

Mitra, R.C. The Decline of Buddhism in India. (Visva-Bharati Studies, no. 20). Shantiniketan: Visvabharati, 1954.

Moevus, Claude. "The Chinese Hui Muslims' Trade in Tibetan Areas," Tibet Journal, vol. 20, no. 3 (Autumn 1995), 115-123.

Molé, Gabriella. The T'u-yü-hun from the Northern Wei to the Time of the Five Dynasties. (Serie Orientale Roma, vol. 41). Rome: Istituto Italiano per il Medio ed Estremo Oriente, 1970.

Moses, Larry Williams. The Political Role of Mongol Buddhism. (Indiana University Ural Altaic Series, vol. 133). Bloomington: Asian Studies Research Institute, 1977.

Mustafina, Raushan M. Predstavleniya, Kul'ty, Obryady u Kazakhov (v Kontekste Bytovogo Islama v Yujnom Kazakhstane v Kontse xix - xx vv.). Almaty: Kazakh Universiteti, 1992.

Muti'i, Ibrahim. "The Islamic Madrassah in the Early Period of Uigur Conversion to Islam" in The Legacy of Islam in China: An International Symposium in Memory of Joseph F. Fletcher, April 14-16, 1989. Unpublished manuscript, John King Fairbank Center, Harvard University, 597-618.

Narain, A.K. "Indo-Europeans in Inner Asia" in The Cambridge History of Early Inner Asia, Denis Sinor (ed.). New York: Cambridge University Press, 1990, 151-176.

Naudou, Jean. Buddhists of Kashmir (transl. from the French). Delhi: Agam Kala Prakashan, 1980.

Newman, John. "A Brief History of the Kalachakra," in The Wheel of Time, The Kalachakra in Context, Geshe Lhundub Sopa (ed.). Madison, Wisconsin: Deer Park Books, 1985, 51-84.

_____. "The Paramadibuddha (the Kalacakra Mulatantra) and Its Relation to the Early Kalacakra Literature," Indo-Iranian Journal, vol. 30 (1987), 93-102.

Norbu, Namkhai. The Necklace of Gzi. Dharamsala: Information Office of H. H. the Dalai Lama, 1981.

Olbrecht, Peter. "Die Tanguten und ihre Geschichte bis zur Gründung von Si Hia," Central Asiatic Journal, vol. 2, no. 2 (1956), 142-154.

Petech, Luciano. "The 'Bri-gung-pa Sect in Western Tibet and Ladakh" in Proceedings of the Csoma de Körös Memorial Symposium, Held at Matrafüred, Hungary, 1976, Louis Ligeti (ed.). Budapest: Akademiai Kiado, 1978, 313-325.

_____. The Kingdom of Ladakh c. 950-1842 A.D. (Serie Orientale Roma, vol. 51). Rome: Istituto Italiano per il Medio ed Estremo Oriente, 1977.

_____. Mediaeval History of Nepal (c. 750-1480). 2nd revised ed. (Serie Orientale Roma, vol. 54). Rome: Istituto Italiano per il Medio ed Estremo Oriente, 1984.

_____. "The Tibetan-Ladakhi-Moghul War 1681-1683," Indian Historical Quarterly, vol. 23 (1947), 169-199.

_____. "Tibetan Relations with Sung China and with the Mongols" in China among Equals: The Middle Kingdom and Its Neighbors, 10th - 14th Centuries, Morris Rossabi (ed.). Berkeley: University of California Press, 1983, 173-203.

_____. "Ya-ts'e, Gu-ge, Pu-ran: A New Study," Central Asiatic Journal, vol. 24 (1980), 85-111.

Pinks, E. Die Uiguren von Kan-chou in der frühen Sung-Zeit (960-1028). (Asiatische Forschungen, no. 24). Wiesbaden: Otto Harrassowitz, 1968.

Pritsak, Omeljan. "Von den Karluk zu den Karachaniden," Zeitschrift der Deutschen Morgenländischen Gesellschaft, vol. 101, n. f. (1951), 270-300.

Przyluski, J. "La croyance au messie dans l'Inde et l'Iran," Revue de l'Histoire des Religions, vol. 100 (1929), 1-12.

Ptchelina, E. G. and Stavisky, B. J. "Kara-Tepe - Remains of a Buddhist Monastery of the Kushan Period in Old Termez" in Indo-Asian Studies, part 1, Raghu Vira (ed.). (Shata Pitaka Series, Indo-Asian Literatures, vol. 31). Delhi: International Academy of Indian Culture, 1963, 193-202.

Pulleyblank, Edwin G. The Background of the Rebellion of An Lu-shan. (London Oriental Series, no. 4). London: Oxford University Press, 1955.

_____. "A Sogdian Colony in Inner Mongolia," T'oung Pao, vol. 41, parts 4-5 (1952), 317-356.

Puri, B. N. Buddhism in Central Asia. Delhi: Motilal Banarsidass, 1987.

_____. "Religion - A Challenging Force in Indian History between the 8th - 10th Century A.D." in Studies in Religion and Change, Madhu Sen (ed.). New Delhi: Books & Books, 1983, 111-116.

Ram, Rajendra. A History of Buddhism in Nepal A.D. 704-1396. Delhi: Motilal Banarsidass, 1978.

Riccardi Jr., Theodore. "Buddhism in Ancient and Early Medieval Nepal" in Studies in the History of Buddhism, Papers Presented at the International Conference on the History of Buddhism at the University of Wisconsin, Madison, WIS, USA, August 19-21, 1976, A. K. Narain (ed.). Delhi: B. R. Publishing, 1980, 265-281.

Richard, Jean. "La conversion de Berke et les débuts de l'Islamisation de la horde d'or," Revue des Études Islamiques, vol. 35 (1967), 173-184.

Richardson, Hugh E. "The Cult of Vairocana in Early Tibet" in Indo-Tibetan Studies: Papers in Honour of Professor D. L. Snellgrove, Tadeusz Skorupski (ed.). (Buddhica Britannica Series Continua, vol. 2). Tring, U. K.: The Institute of Buddhist Studies, 1990, 271-274.

_____. "'The Dharma that Came Down from Heaven': a Tun-huang Fragment" in Buddhist Thought and Asian Civilization: Essays in Honor of Herbert V. Guenther on His Sixtieth Birthday, Leslie S. Kawamura and Keith Scott (eds.). Emeryville, California: Dharma Publishing, 1977, 219-229.

_____. "Ministers of the Tibetan Kingdom," Tibet Journal, vol. 2, no. 1 (Spring 1977), 10-27.

_____. "Political Aspects of the Snga-dar, the First Diffusion of Buddhism in Tibet," Bulletin of the Department of Sanskrit and Indian Studies, Harvard University, vol. 2, no. 3 (1992), 3-10.

_____. "Who Was Yum-brtan?" in Études tibétaines dédicées à memoire de Marcelle Lalou. Paris: Librarie d'Amérique et d'Orient, 1971, 433-439.

Ries, Julien. "Bouddhisme et Manichéisme: Les étapes d'une recherche" in Indianisme et Bouddhisme, Mélanges offerts à Mgr. Étienne Lamotte. (Publications de l'institut orientaliste de Louvain, no. 23). Louvain: Institut Orientaliste, 1980, 281-295.

Rizvi, S. A. A. "Islam in Medieval India" in A Cultural History of India, A. L. Basham (ed.). Oxford: Oxford University Press, 1975, 281-293.

_____. "The Muslim Ruling Dynasties," op. cit., 245-265.

Robinson, Richard H. and Johnson, Willard L. The Buddhist Religion, 3rd ed. Belmont, California: Wadsworth Publishing Co., 1982.

Roerich, George N. Biography of Dharmasvamin, Chag lo-tsa-ba Chos-rje-dpal, A Tibetan Monk Pilgrim, with an historical and critical introduction by Dr. A. S. Altekar. Patna: K.P. Jayaswal Research Institute, 1959. Reprinted in Roerich, George N. Izbrannie Trudi. Moscow: Nauka, 1967, 453-571.

_____. The Blue Annals, 2 vols. Calcutta: Asiatic Society of Bengal, 1949, 1953.

Róna-Tas, András. An Introduction to Turkology. Szeged: József Attila Tudományegyetem Bölcsészettudományi Kar, 1991.

———. "Materialien zur alten Religion der Türken" in Synkretismus in den Religionen Zentralasiens, Walther Heissig and Hans-Joachim Klimkeit (eds.). (Studies in Oriental Religions, vol. 13). Wiesbaden: Otto Harrassowitz, 1987, 33-45.

———. "Some Notes on the Terminology of Mongolian Writing," Acta Orientalia, vol. 18, fasc. 1-2 (1965), 119-147.

Rossabi, Morris. China and Inner Asia: From 1368 to the Present Day. London: Thames & Hudson, 1975.

———. "Ming China and Turfan, 1406-1517," Central Asiatic Journal, vol. 16, no. 3 (1972), 206-225.

———. "Muslims and Central Asian Revolts" in From Ming to Ch'ing: Conquest, Region and Continuity in Seventeenth Century China, Jonathan D. Spence and John F. Wills, Jr. (eds.). New Haven: Yale University Press, 1979, 169-199.

———. "The Muslims in the Early Yüan Dynasty" in China under Mongol Rule, John D. Langlois, Jr. (ed.). Princeton: Princeton University Press, 1981, 257-295.

Roux, J.P. "La religion des turcs de l'Orkhon des VIIe et VIIIe siècles," Revue de l'Histoire des Religions, vol. 161, no. 1 (January-March 1962), 1-24; vol. 161, no. 2 (April-June 1962), 199-231.

Ruegg, David Seigfort. "On the Tibetan Historiography and Doxography of the 'Great Debate of bSam yas,'" in Tibetan Studies, Proceedings of the 5th Seminar of the International Association for Tibetan Studies, Narita 1989, Shoren Ihara and Zuiho Yamaguchi (eds.), vol. 1. (Monograph Series of the Naritasan Institute for Buddhist Studies, Occasional Papers, no. 2). Narita: Naritasan Shinshoji, 1992, 237-244.

———. "Problems in the Transmission of Vajrayana Buddhism in the Western Himalaya about the Year 1000," Acta Indologica, vol. 6 (1984), 369-381.

Sagaster, Klaus. "Ein Dokument des Tschinggis-Khan-Kult in der Khalkha-Mongolei" in Collectanae Mongolica, Festschrift für Professor Dr. Rintchen zum 60. Geburtstag, Walther Heissig (ed.). (Asiatische Forschungen, vol. 17). Wiesbaden: Otto Harrassowitz, 1966, 193-234.

_____. "Kesar, der islamische Antichrist" in Documenta Barbarorum: Festschrift für Walther Heissig zum 70. Geburtstag, Klaus Sagaster and Michael Weiers (eds.). (Veröffentlichen der Societas Uralo-Altaica, vol. 18). Wiesbaden: Otto Harrassowitz, 1983, 341-348.

_____. "Die Verehrung Cinggis Khan bei den Mongolen" in Deutscher Orientalistentag vom 26. bis 30. September 1988 im Köln, Ausgewählte Vorträge. (Zeitschrift der Deutschen Morgenländischen Gesellschaft, Supplement, no. 8). Stuttgart: Franz Steiner Verlag, 1990, 365-371.

Samolin, William. East Turkistan to the Twelfth Century: A Brief Political Survey. (Central Asiatic Studies, no. 9). The Hague: Mouton & Co., 1964.

Samosyuk, Kira F. "Buddhistische Kunst im Reich der Tanguten" in Die schwartze Stadt an der Seidenstrasse: Buddhistische Kunst aus Khara Khoto (10.-13. Jahrhundert), Michael Pjotrowskij (ed.). Milan: Electa, 1993, 60-88.

Sankalia, H. The University of Nalanda, 2nd ed. Delhi: Oriental Publishers, 1972.

Schaeder, Hans Heinrich. "Der iranische Zeitgott und sein Mythos," Zeitschrift der Deutsche Morgenländischen Gesellschaft, vol. 95, part 2 (1941), 268-299.

Schafer, Edward H. The Golden Peaches of Samarkand. Berkeley: University of California Press, 1963.

Scharlipp, Wolfgang. "Kurzer Überblick über die buddhistische Literatur der Türken," Materialia Turcica, vol. 6 (1980), 37-53.

Schwartz, Henry G. "The Khwajas of Eastern Turkestan," Central Asiatic Journal, vol. 20 (1976), 266-296.

_____. The Minorities of Northern China: A Survey. (Studies on East Asia, vol. 17). Bellingham, Washington: Center for East Asian Studies, Western Washington University, 1984.

Schwartz, P. "Bemerkungen zu den arabischen Nachrichten über Balkh" in Oriental Studies in Honour of Curetji Erachji Pavry, Jal Dastur Curetji Pavry (ed.). London: Oxford University Press, 1933, 434-443.

Scott, David Alan. "Buddhism and Islam: Past to Present Encounters and Interfaith Lessons," Numen International Review for the History of Religions, vl. 42, no. 2 (May 1995), 141-155.

_____. "The Iranian Face of Buddhism," East and West, vol. 41, nos. 1-4 (December 1991), 43-78.

_____. "Manichaean Views of Buddhism," History of Religions, vol. 25, no. 2 (November 1985), 99-115.

Shakabpa, W. D. Tibet: A Political History. New Haven: Yale University Press, 1967.

Shakspo, Nawang Tsering. A History of Buddhism in Ladakh. Delhi: Ladakh Buddhist Vihara, 1988.

Sheikh, Abdul Ghani. "Tibetan Muslims," Tibet Journal, vol. 16, no. 4 (Winter 1991), 86-89.

Shi Jinbo. Xixia Fojiao Shilüe. Yinchuan: Ningxia Renmin Chuban She, 1988.

Shushud, Hasan. Masters of Wisdom of Central Asia. Muhtar Holland, transl. Ellingstring, U. K.: Coombe Springs Press, 1983.

Siddiqi, W. H. "India's Contribution to Arab Civilization" in India's Contribution to World Thought and Culture, Lokesh Chandra, et al. (eds.). Madras: Vivekananda Rock Memorial Committee, 1970, 579-588.

Siddiqui, Ataullah. "Muslims of Tibet," Tibet Journal, vol. 16, no. 4 (Winter 1991), 71-85.

Sims-Williams, Nicholas. "Indian Elements in Parthian and Sogdian" in Sprachen des Buddhismus in Zentralasien: Vorträge des Hamburger Symposions von 2. Juli bis 5 Juli 1981, Klaus Röhrborn and Wolfgang Veenker (eds.). (Veröffentlichen der Societas Uralo-Altaica, vol. 16). Wiesbaden: Otto Harrassawitz, 1983, 132-141.

_____. "The Sogdian Sound-System and the Origins of the Uyghur Script," Journal Asiatique, vol. 268 (1981), 347-360.

Singh, Mian Goverdhan. History of Himachal Pradesh. Delhi: Yugbodh Publishing, 1982.

Sinor, Denis. "The Establishment and Dissolution of the Türk Empire" in The Cambridge History of Early Inner Asia, Denis Sinor (ed.). New York: Cambridge University Press, 1990, 285-316.

_____. Inner Asia, History, Civilization, Languages - A Syllabus. (Ural and Altaic Series, vol. 96). Bloomington: Indiana University Publications, 2nd ed., 1971.

Skorupski, Tadeusz. "Tibetan g-Yung-drung Bon Monastery in India," Tibet Journal, vol. 11, no. 2 (Summer 1986), 36-49.

Snellgrove, David. Indo-Tibetan Buddhism: Indian Buddhists and Their Tibetan Successors, 2 vols. Boston: Shambhala Press, 1987.

Sofronov, M. V. "Tibetan Transcription of Tangut Script: The Problem of Prefixes" in Tibetan Studies, Proceedings of the 5th Seminar of the International Association for Tibetan Studies, Narita 1989, Shoren Ihara and Zuiho Yamaguchi (eds.), vol. 2. (Monograph Series of the Naritasan Institute for Buddhist Studies, Occasional Papers, no. 2). Narita: Naritasan Shinshoji, 1992, 735-740.

Somlai, Gyorgy. "A Doha-Interpretation According to Jo-nan-pa Kun-dga' sñin-po," Acta Orientalia, vol. 44, fasc. 1 (1990), 139-145.

Sperling, Eliot. "Hülegü and Tibet," Acta Orientalia, vol. 44, fasc. 1 (1990), 145-158.

_____. "'Lama to the King of Hsia,'"Journal of the Tibet Society, vol. 7 (1987), 31-50.

_____. "Rtsa-mi Lo-tsa-ba Sangs-rgyas grags-pa and the Tangut Background to Early Mongol-Tibetan Relations" in Tibetan Studies: Proceedings of the 6th Seminar of the International Association for Tibetan Studies, Fagernes 1992, Per Kvaerne (ed.), vol 2. Oslo: The Institute for Comparative Research in Human Culture, 1994, 801-824.

Spuler, Berthold. "Central Asia from the Sixteenth Century to the Russian Conquest" in The Cambridge History of Islam, vol. 1, P. M. Holt, Ann K. S. Lambton and B. Lewis (eds.). London: Cambridge University Press, 1970, 468-494.

_____. Iran in Früh-Islamischer Zeit: Politik, Verwaltung und öffentliches Leben zwischen der arabischer und seldschukischen Eroberung 633 bis 1055. (Akademie der Wissenschaften und der Liteatur, Veröffentlichungen der orientalischen Kommission, vol. 2). Wiesbaden: Franz Steiner Verlag, 1952.

_____. Die Mongolen in Iran: Poltik, Verwaltung und Kultur der Ilchanzeit 1220-1350. Berlin: Akademie Verlag, 1968.

_____. "'Buddha-Mazda' from Kara-tepe in Old Termez (Uzbekistan): A Preliminary Communication," Journal of the International Association of Buddhist Studies, vol. 3, no. 2 (1980), 89-94.

Stein, Sir Marc Aurel. Ancient Khotan: Detailed Report of Archaeological Explorations in Chinese Turkestan, 3 vols. New Delhi: Cosmo Publications, 1981; 1st edition: 1906.

_____. "A Contribution to the History of the Sahis of Kabul," East and West, vol. 23, no. 1-2 (March-June 1973), 13-20.

Stein, R.A. Une chronique ancienne de bSam-yas: sBa-bzhed. (Publications de l'Institut des Hautes Études Chinoises, Textes et Documents, vol. 1). Paris: Institut des Hautes Études Chinoises, 1961.

_____. "Une mention de Manichéisme dans le choix de Bouddhisme comme religion d'état par la roi tibétains Khri-sron lde-bcan" in Indianisme et Bouddhisme, Mélanges offerts à Mgr. Étienne Lamotte. (Publications de l'institut orientaliste de Louvain, no. 23). Louvain: Institut Orientaliste, 1980, 329-337.

_____. "Nouveaux documents tibétains sur le Mi-Ñag /Si-Hia" in Mélanges de Sinologie offerts à Monsieur Paul Demiéville, vol. 1. (Bibliothèque de l'Institut des hautes études chinoises, vol. 20.). Paris: Presses Universitée de France, 1966, 281-294.

_____. "Tibetica Antiqua V: La religion indigène et les bon-po dans les manuscrits de TouenHouang," Bulletin de l'École Français d'Extreme Orient, vol. 77 (1988), 27-56.

Sushanlo, Fatima M. Buddizm v Istorii Naradov Srednevekovoi Kirgizii. Novosibirsk: Buryatskii Institut Obshchestvennykh Nauk, 1983.

_____. Drevnyaya Kroraina (Kompleks Etnokul'turnykh Problem). Bishkek: Akademiya Nauk Republiki Kyrgyzstan, Institut Politiko-Ekonomicheskogo Zarubejnogo Opyta Ilim, 1993.

Szerb, Janos. "A Note on the Tibetan-Uighur Treaty of 822/823 A.D.," in Proceedings of the Csoma de Körös Memorial Symposium, Held at Velm-Vienna, Austria, 13-19 September 1981, Ernst Steinkellner and Helmut Tauscher (ed.). vol. 1. Wien: Arbeitskreis für Tibetische und Buddhistische Studien, Universität Wien, 1983, 375-387.

Takla, P. T. "The Origins of Relations between Tibet and Other Central Asian Countries," Common Voice: Journal of the Allied Committee of the Peoples of Eastern Turkestan, Mongolia, Manchuria and Tibet presently under China, vol. 2 (1992), 19-28.

Tao Jing-shen. The Jurchen in Twelfth Century China: A Study of Sinicization. (Publications on Asia of the Institute for Comparative and Foreign Area Studies, no. 29) Seattle: University of Washington Press, 1976.

_____. Two Sons of Heaven: Studies in Sung-Liao Relations. Tucson: University of Arizona Press, 1988.

Tatz, Mark. "T'ang Dynasty Influences on the Early Spread of Buddhism in Tibet," Tibet Journal, vol. 3, no. 2 (Summer 1978), 3-32.

Thomas, Frederick William. "Buddhism in Khotan: Its Decline according to Two Tibetan Accounts" in Sir Asutosh Mookerjee Silver Jubilee Volume, vol. 3, part 3. Calcutta, 1927, 30-52.

_____. Tibetan Literary Texts and Documents Concerning Chinese Turkestan, 4 vols. (Oriental Translation Fund Series, new series, vols. 32, 37, 40, 41). London: Royal Asiatic Society, 1935, 1951, 1953, 1963.

Thomas, Frederick William and Clauson, G. L. M. "A Chinese Buddhist Text in Tibetan Characters," Journal of the Royal Asiatic Society (April 1927), 282-283.

_____. "A Second Chinese Buddhist Text in Tibetan Characters," Journal of the Royal Asiatic Society (October 1927), 281-306.

Tibbati, Abu Bakr Amiru'd-Din, Tibbat aur Tibbati Musalman. Lucknow: Nadwatu'l-'ulama, 1979; English version: Tibet and Tibetan Muslims. Unpublished manuscript held at the Library of Tibetan Works & Archives, Dharamsala, India.

Trimingham, John Spencer. The Sufi Orders in Islam. Oxford: Clarendon Press, 1971.

Tucci, Guiseppe. "Iran et Tibet," Acta Iranica, vol. 1 (1974), 299-306.

_____. "New Areas of Research for Archaeologists and Buddhologists," Journal of the International Association of Buddhist Studies, vol. 1, no. 1 (1978), 71-74.

_____. "On Swat, the Dards and Connected Problems," East and West n. s., vol. 27 (1977), 9-104._____. Preliminary Report on Two Scientific Expeditions in Nepal. (Serie Orientale Roma, vol. 10, no. 1). Rome: Istituto Italiano per il Medio ed Estremo Oriente, 1956.

_____. Rin-chen-bzang-po and the Renaissance of Buddhism in Tibet around the Millenium. (Indo-Tibetica, vol. 2). Rome: Reale Accademia d'Italia, 1932.

_____. "The Secret Character of the Kings of Ancient Tibet," East and West, vol. 6, no. 3 (October 1955), 197-205.

_____. "The Validity of Tibetan Historical Tradition" in India Antiqua, a Volume of Oriental Studies Presented by His Friends and Pupils to Jean Philippe Vogel. Leiden: E. J. Brill, 1947, 309-322.

_____. "The Wives of Srong-btsan-sgam-po," Oriens Extremus, vol. 9 (1962), 121-126.

Turgunov, B.A. "Excavations of a Buddhist Temple at Dal'verzin-tepe," East and West, vol. 42, no. 1 (March 1992), 131-156.

Uebach, Helga. "dByar-mo-than and Gon-bu ma-ru. Tibetan Historiographical Tradition on the Treaty of 821/823" in Tibetan History and Language: Studies Dedicated to Uray Géza on His Seventieth Birthday, Ernst Steinkellner (ed.). (Wiener Studien zur Tibetologie und Buddhismuskunde, vol. 26). Wien: Arbeitkreis für tibetische und buddhistische Studien, Universität Wien, 1991, 497-526.

Upasak, C.S. History of Buddhism in Afghanistan. (Miscellaneous Series, no. 2). Sarnath: Central Institute of Higher Tibetan Studies, 1990.

Uray, Géza. "Contribution to the Date of the Vyutpatti-Treatises," Acta Orientalia, vol. 43, fasc. 1 (1989), 3-21.

_____. "L'emploi du tibétain dans les chancelleries des États du Kan-sou et de Khotan postérieurs à la domination tibétaine," Journal Asiatique, vol. 269 (1981), 81-90.

_____. "New Contributions to Tibetan Documents from the post-Tibetan Tun-huang," in Tibetan Studies, Proceedings of the 4th Seminar of the International Association for Tibetan Studies, Schloss Hohenkammer-Munich 1985, Helge Uebach and Jampa L. Panglung (ed.). (Studia Tibetica, Bd. 2). München: Kommission für Zentralasiatische Studien Bayerische Akademie der Wissenschaften, 1988, 515-529.

_____. "Tibet's Connections with Nestorianism and Manichaeism in the 8th - 10th Centuries," in Proceedings of the Csoma de Körös Memorial Symposium, Held at Velm-Vienna, Austria, 13-19 September 1981, Ernst Steinkellner and Helmut Tauscher (ed.). vol. 1. Wien: Arbeitkreis für Tibetische und Buddhistische Studien, Universität Wien, 1983, 399-429.

Utz, David A. A Survey of Buddhist Sogdian Studies. (Bibliographia Philologica Buddhica, Series Minor, no. 3). Tokyo: The Reiyukai Library, 1978.

van der Kuijp, Leonard W. J. "Jayananda. A Twelfth Century Guoshi from Kashmir among the Tangut," Central Asiatic Journal, vol. 37 (1993).

_____. "Miscellanea to a Recent Contribution on/to the bSam-yas Debate," Kailash, vol. 11, nos. 3 & 4 (1984), 149-184.

von Gabain, Annemarie. Der Buddhismus in Zentralasien. (Handbuch der Orientalistik, series 1, vol. 8, no. 2). Leiden/Köln: E. J. Brill, 1961.

_____. "Buddhistische Türkenmissionen" in Asiatica, Festschrift Friedrich Waller zum 65 Geburtstag, J. Schubert (ed.). Leipzig: Otto Harrassowitz, 1954, 161-173.

_____. "Die Frühgeschichte der Uiguren, 607-745," Nachrichten, Gesellschaft für Natur und Völkerkunde Ostasiens, vol.. 72 (1952), 18-32.

_____. "Iranische Elemente in Zentral- und Ostasiatischen Volksglauben," Studia Orientalia, vol. 47 (1974), 57-70.

_____. Das Leben im uigurischen Königreich von Qoco (850-1250). Textband. (Veröffentlichungen der Societas Uralo-Altaica, vol. 6). Wiesbaden: Otto Harrassowitz, 1973.

_____. "Die Qoco-Uiguren und die nationalen Minderheiten" in Sprache, Geschichte und Kultur der altaischen Völker, Protokollband der XII. Tagung der Permanent International Altaistic Conference 1969 in Berlin, Peter Zeime (ed.). Berlin: Akademie Verlag, 1974, 241-249.

_____. "Steppe und Stadt im Leben der ältesten Türken," Der Islam, vol. 29, part 1 (1949), 30-62.

_____. Das uigurische Königreich von Chotscho (850-1250). (Sitzungsberichte der Deutschen Akademie der Wissenschaften. Klasse für Sprachen, Literatur und Kunst. Jhg 1961, no. 5). Berlin: Akademie Verlag, 1961.

von Tongerloo, Alois. "Notes on the Iranian Elements in the Old Uighur Manichaean Texts" in Manichaean Studies: Proceedings of the First International Conference on Manichaeism, Peter Bryder (ed.). (Lund Studies in African and Asian Religions, no. 1). Lund, Sweden: Plus Ultra, 1988, 213-219.

Vorob'ev, M. V. Kul'tura Chzhurchzhenei i Gosudarstva Tszin. Moscow: Nauka, 1983.

Warikov, Kulbhushan. "Ladakh's Trade Relations with Tibet under the Dogras" in Tibetan Studies, Proceedings of the 5th Seminar of the International Association for Tibetan Studies, Narita 1989, Shoren Ihara and Zuiho Yamaguchi (eds.), vol. 2. (Monograph Series of the Naritasan Institute for Buddhist Studies, Occasional Papers, no. 2). Narita: Naritasan Shinshoji, 1992, 853-861.

Wayman, Alex. "Observations on the History and Influence of the Buddhist Tantra in Tibet and India" in Studies in the History of Buddhism, Papers Presented at the International Conference on the History of Buddhism at the University of Wisconsin, Madison, WIS, USA, August 19-21, 1976, A. K. Narain (ed.). Delhi: B. R. Publishing, 1980, 359-363.

Webb, Russell. "The Early Spread and Influence of Buddhism in Western Asia," Buddhist Studies Review, vol. 10, no. 1 (1993), 57-82.

Weiers, Michael. "Das Khanat Tschaghatai" in Die Mongolen, Michael Weiers (ed.). Darmstadt: Wissenschaftliche Buchgesellschaft, 1986, 290-299.

_____. "Die Mongolen in Iran," op. cit., 300-344.

Widengren, Geo. Mani and Manichaeism. London: Weidenfeld and Nicolson, 1965.

Wilson, Horace Hayman (transl.). The Vishnu Purana, 5 vols. New York: Garland Publishing, 1981; 1st edition: London: Trübner & Co., 1864

Wittfogel, Karl A. and Feng Chia-sheng. History of a Chinese Society: Liao (907-1125). (Transactions of the American Philosophical Society, n.s. vol. 36, 1946). Philadelphia: The American Philosophical Society, 1949.

Wylie, Turrell V. "Some Political Factors in the Early History of Tibetan Buddhism" in Studies in the History of Buddhism, Papers Presented at the International Conference on the History of Buddhism at the University of Wisconsin, Madison, WIS, USA, August 19-21, 1976, A. K. Narain (ed.). Delhi: B. R. Publishing, 1980, 365-372.

Yampolsky, Philip. "New Japanese Studies in Early Ch'an History," in Early Ch'an in China and Tibet, Whalen Lai and Lewis Lancaster (eds.). (Berkeley Buddhist Studies Series, no. 5). Berkeley: University of California Buddhist Studies Group, 1983, 1-11.

Zaehner, R. C. Hindu and Muslim Mysticism. (School of Oriental and African Studies, University of London, Jordan Lectures in Comparative Religion, no. 5). London: University of London Athlone Press, 1960.

_____. Zurvan: A Zoroastrian Dilemma. Oxford: Clarendon Press, 1955.

Zarcone, Thierry. "Sufism from Central Asia among the Tibetans in the 16-17th Centuries," Tibet Journal, vol. 20, no. 3 (Autumn 1995), 96-114.

Zelinsky, A. N. and Kuznetsov, B. I. "Tibetan Inscriptions near the Issuk-Kul," Christopher I. Beckwith (transl.), The Tibet Society Bulletin, vol. 6 (1973), 35-37.

Zieme, Peter. Religion und Gesellschaft im Uigurischen Königreich von Qoco: Kolophone und Stifter des alttürkischen buddhistischen Schrifttums aus Zentralasien. (Abhandlungen der Rheinisch-Westfälischen Akademie der Wissenschaften, vol. 88). Opladen: Westdeutscher, 1992.

Zürcher, E. "Buddhism in a Pre-Modern Bureaucratic Empire: The Chinese Experience" in Studies in the History of Buddhism, Papers Presented at the International Conference on the History of Buddhism at the University of Wisconsin, Madison, WIS, USA, August 19-21, 1976, A. K. Narain (ed.). Delhi: B. R. Publishing, 1980, 401-411.

_____. The Buddhist Conquest of China, The Spread and Adoption of Buddhism in Early Medieval China. Leiden: E. J. Brill, 1959.

www.ingramcontent.com/pod-product-compliance
Lightning Source LLC
LaVergne TN
LVHW021653060526
838200LV00050B/2330